AF762731

അളവുകളും തൂക്കങ്ങളും

Alavukalum Thookkangalum
Weights and Measures
(Novel)

Joseph Roth

Translation
Radhakrishnan Cheruvally

CHINTHA PUBLISHERS
Thiruvananthapuram

First Edition
July 2022

Typesetting
Dbh OverbridgeTVPM

Published
Chintha Publishers, Thiruvananthapuram

Printed at
Akshara Offset, Thiruvananthapuram

Cover Design
Vinod Mangoes

ISBN : 978-93-93468-96-3

CO - 3122 / 6021

₹ 180

Email: chinthapublishers@gmail.com
Website: www.chinthapublishers.com

A version is available at National Libraries
Kolkata, Mumbai, Chennai and Delhi

Distribution
DESHABHIMANI BOOKHOUSE
H O Thiruvananthapuram 695035

Branch
Head Office Kunnukuzhi • Statue Thiruvananthapuram
KSRTC Bus Terminal Thampanoor • Saphalyam Complex Thiruvananthapuram
KSRTC Bus Station Alappuzha • KSRTC Bus Station Ernakulam
Machingal Lane Thrissur • IG Road Kozhikode
Mavoor Road Kozhikode • NGO Union Building Kannur
Central Bus Terminal Complex Thavakkara Kannur

അളവുകളും തൂക്കങ്ങളും

ജോസഫ് റോത്ത്

പരിഭാഷ
രാധാകൃഷ്ണൻ ചെറുവല്ലി

ചിന്ത പബ്ലിഷേഴ്സ്
തിരുവനന്തപുരം-695 035
വില: ₹ 180

ജോസഫ് റോത്ത്

ആസ്ട്രോ-ഹംഗേറിയൻ സാമ്രാജ്യത്തിന്റെ ഭാഗമായിരുന്ന ഉക്രെയിനിൽ ഒരു ജൂത കുടുംബത്തിൽ 1894 ൽ ജനിച്ചു. വിയന്ന സർവ്വകലാശാലയിൽ വിദ്യാഭ്യാസം പൂർത്തിയാക്കി. പത്രപ്രവർത്തനം തൊഴിലായി സ്വീകരിച്ചു. ഇടയ്ക്ക് ആസ്ട്രോ-ഹംഗേറിയൻ ആർമിയിൽ സേവനമനുഷ്ഠിച്ചു. ആസ്ട്രോ-ഹംഗേറിയൻ സാമ്രാജ്യം തകർന്നപ്പോൾ വേരുകൾ അറ്റുപോയതിന്റെ തീവ്രവേദനയിൽപെട്ടു. *ദ സ്പൈഡേഴ്സ് വെബ്, ഹോട്ടൽ സാവോയ്, ദ റബല്യൻ, റൈറ്റ് ആന്റ് ലഫ്റ്റ്, റെഡൈറ്റ്സ്കി മാർച്ച്, ദ അനാർക്കിസ്റ്റ്, കൺഫഷൻ ഓഫ് എ മർഡറർ, ദ ലെവിയത്താൻ* തുടങ്ങി ഇരുപതിലേറെ നോവലുകളും *ദ വാണ്ടറിങ് ജ്യൂ, റിപ്പോർട്ട് സ്ഫ്രം ബർലിൻ, ദ വൈറ്റ് സിറ്റി* തുടങ്ങി ആറിലേറെ നോൺ ഫിക്ഷൻ രചനകളും നടത്തി. റോത്തിന്റെ പതിനാറ് രചനകൾ ചലച്ചിത്രമാക്കിയിട്ടുണ്ട്. *അളവുകളും തൂക്കങ്ങളും* എന്ന നോവൽ 1956 ലും 1971 ലും ചലച്ചിത്രമാക്കപ്പെട്ടിട്ടുണ്ട്. 1939 മേയ് മാസത്തിൽ പാരീസിൽവച്ച് ജോസഫ് റോത്ത് മരണമടഞ്ഞു.

രാധാകൃഷ്ണൻ ചെറുവല്ലി

തിരുവനന്തപുരം ജില്ലയിലെ ശ്രീകാര്യം സ്വദേശി. നോവലിസ്റ്റ്, പരിഭാഷകൻ, യാത്രയെഴുത്തുകാരൻ, ചലച്ചിത്ര നിരൂപകൻ. ഇപ്പോൾ ചിന്ത പബ്ലിഷേഴ്സിൽ സബ് എഡിറ്റർ.

ഭാര്യ : ആർ ശോഭനകുമാരി

പ്രസിദ്ധീകരിച്ച പുസ്തകങ്ങൾ : *ഒരേ വഞ്ചിയിലെ യാത്രക്കാർ, മദ്ധ്യദേശത്തെ ചരിത്രപഥങ്ങൾ, കടലിലും കാട്ടിലും മണലാരണ്യത്തിലും* (യാത്രാവിവരണം), *ആണധികാരത്തിന്റെ ബലപ്രയോഗങ്ങൾ* -രാഷ്ട്രീയ സാമൂഹിക പഠനങ്ങൾ-(എഡിറ്റർ), *സെല്ലുലോയ്ഡ്: ചരിത്രത്തിലില്ലാത്ത ജീവിതവും സിനിമയും* (ജി പി രാമചന്ദ്രനൊപ്പം), *ചോരവീണ മണ്ണ്* (കർഷക സമരഭൂമിയിലെ സഞ്ചാരങ്ങൾ- ടി എ രാജശേഖരൻ, രാജശശികെ എന്നിവർക്കൊപ്പം), *വിദർഭയുടെ സങ്കടങ്ങൾ* (യാത്ര) (ടി എ രാജശേഖരനൊപ്പം), സീതാറാം യെച്ചൂരി (അഭിമുഖങ്ങൾ) എഡിറ്റർ (എം രാജീവിനൊപ്പം), *യേശയ്യൻ* (നോവൽ), *ഡോറിയൻ ഗ്രേയുടെ ഛായാചിത്രം* - ഓസ്കാർ വൈൽഡ്, ഇന്ത്യൻ ദേശീയത-രവീന്ദ്രനാഥ ടാഗോർ, അയാൾ: രവീന്ദ്രനാഥ ടാഗോർ, ഡോ. അംബേദ്കർ: ഇന്ത്യയും കമ്യൂണിസവും (വിവർത്തനം). *ആഴത്തിൽനിന്നുള്ള നിലവിളി*-ഓസ്കാർ വൈൽഡ്, *കാൾമാർക്സിന്റെ ആശയങ്ങൾ*- അലൻവുഡ്സ് *പ്രിയനേ ഈ രാവിൽ* (ഹഫീസിന്റെ മിസ്റ്റിക് കവിതകൾ)- വിവർത്തനങ്ങൾ. *നവ സിനിമ- അധീശത്വം, പ്രതിനിധാനം പ്രത്യയശാസ്ത്രം* (സിനിമാപഠനങ്ങൾ), *മലബാർ കലാപം: ചരിത്രം, രാഷ്ട്രീയം പ്രത്യയശാസ്ത്രം* (സമാഹരണം).

ഫോൺ : 9447010396, 0471-2597376
E-mail : radhakrishnancheruvally@gmail.com

പ്രസാധകക്കുറിപ്പ്

ആസ്ട്രോ-ഹംഗേറിയൻ ആർമിയിലെ പീരങ്കി വിദഗ്ദ്ധനായിരുന്നു അൻസെം ഇബിൻസ്കൂസ. പട്ടാളബാരക്കിലെ മുഷിപ്പൻ ജീവിതം മടുത്തുപോയ ഭാര്യയുടെ നിർബ്ബന്ധത്തിനുവഴങ്ങി പട്ടാള ജീവിതം ഉപേക്ഷിക്കുന്നു. അതിനുശേഷം അളവുതൂക്ക ഇൻസ്പെക്ടർ എന്ന സിവിലിയൻ ജോലി സ്വീകരിച്ച് റഷ്യൻ അതിർത്തിയിലുള്ള സ്ലോട്ടോഗ്രോദ് എന്ന പ്രദേശത്ത് എത്തിച്ചേർന്നു. മഞ്ഞുപുതച്ച ഗ്രാമക്കാഴ്ചകളും നാട്ടുവഴികളിലൂടെയുള്ള കുതിരവണ്ടിയാത്രയും വസന്താഗമനത്തിൽ മഞ്ഞുപാളികൾ പിളർന്ന് പ്രത്യക്ഷമാകുന്ന സ്ത്രൂമിങ്ക നദിയും അയാളിലെ ഏകാന്തതാബോധത്തെ തീവ്രമാക്കുന്നു. നിയമം അണുകിട തെറ്റിക്കാതെ പാലിച്ചുപോന്ന ഈ അളവുതൂക്ക ഇൻസ്പെക്ടറുടെ ജീവിതത്തിൽ വന്നുചേരുന്ന പ്രതിസന്ധികളാണ് ഈ നോവലിൽ നാം വായിക്കുന്നത്. അതിർത്തിയിലെ സത്രവും സത്രം സൂക്ഷിപ്പുകാരിയായ ജിപ്സി വനിത യുഫീമിയയും അവൾ പകരുന്ന മധുരച്ചാരായവും അയാളുടെ നാഡികളെ ത്രസിപ്പിക്കുന്നു. അതോടെ അയാളുടെ ജീവിതത്തിന്റെ അളവുതൂക്കങ്ങൾ തെറ്റുന്നു. കൃത്യമായ അളവുകളിലും തൂക്കങ്ങളിലും ഒതുങ്ങാത്ത മനുഷ്യന്റെ നിസ്സഹായാവസ്ഥയാണ് വിശ്വക്ലാസിക്കുകളിലൊന്നായി കണക്കാക്കുന്ന ഈ ജർമ്മൻ നോവൽ.

ചിന്ത പബ്ലിഷേഴ്സ്

പരിഭാഷകന്റെ കുറിപ്പ്

സാംസ്കാരികമായും രാഷ്ട്രീയമായും ചരിത്രപരമായും സവിശേഷമായ ആസ്ട്രോ-ഹംഗേറിയൻ സാമ്രാജ്യം ഒന്നാം ലോകമഹായുദ്ധത്തോടെ തകർന്നു. ആസ്ട്രിയ, ഹംഗറി, ചെക്ക് റിപ്പബ്ലിക്, സ്ലോവാക്കിയ, സോൽവേനിയ, ക്രൊയേഷ്യ, ബോസ്നിയ-ഹെർസോഗോവിന തുടങ്ങിയ രാജ്യങ്ങളിൽ മുഴുവനായും സെർബിയ മുതൽ പോളണ്ട് ഉൾപ്പെടെ ഉക്രെയിൻ വരെയുള്ള ആറു രാജ്യങ്ങളിൽ ഭാഗികമായും ഈ രാജ്യം ചിതറി മാറിയിരിക്കുന്നു.

ആസ്ട്രോ-ഹംഗേറിയൻ സാമ്രാജ്യത്തിന്റെ ഭാഗമായിരുന്ന ഉക്രെയിനിലാണ് ജോസഫ് റോത്ത് ജനിച്ചത്. ജർമ്മൻ ഉച്ചാരണത്തിൽ ജോസഫ് 'യോസെഫ്' ആണ്. ഇംഗ്ലീഷ് പരിഭാഷയെ ആധാരമാക്കുമ്പോൾ ഇംഗ്ലീഷ് ഉച്ചാരണങ്ങളാണ് മലയാള വായനക്കാർക്ക് സൗകര്യപ്രദം എന്ന തോന്നലിൽ നിന്നാണ് ഈ പരിഭാഷയിലുടനീളം പേരുകൾക്കും സ്ഥലനാമങ്ങൾക്കും ഇംഗ്ലീഷ് ഉച്ചാരണം സ്വീകരിച്ചിട്ടുള്ളത്.

തികഞ്ഞ രാഷ്ട്രീയ ബോദ്ധ്യമുള്ള ഇടതുപക്ഷക്കാരനായിരുന്നു റോത്ത്. പത്രപ്രവർത്തകനായി ജീവിതമാരംഭിച്ച ജോസഫ് റോത്തിന്റെ കൃതികളിൽ പ്രധാനപ്പെട്ട ഒന്നാണ് *അളവുകളും തൂക്കങ്ങളും* (Weights and Measures). 1937 ലാണ് ഈ കൃതി ജർമ്മൻ ഭാഷയിൽ പ്രസിദ്ധീകൃതമായത്. നാസിസത്തിന്റെ കടന്നുവരവിനെപ്പറ്റി അത്യന്തം ഉൽക്കണ്ഠാലുവായിരുന്നു ജോസഫ് റോത്ത്.

ഒന്നാം ലോകമഹായുദ്ധത്തിനു തൊട്ടുമുമ്പാണ് ഈ കൃതിയുടെ കഥാകാലം. കിഴക്കൻ യൂറോപ്പിന്റെ അതിർത്തി പ്രദേശത്തിന്റെ വന്യസൗന്ദര്യവും സാംസ്കാരിക സവിശേഷതകളും ഈ നോവലിന്റെ പശ്ചാത്തലമായി വർത്തിക്കുന്നു. പട്ടാളച്ചിട്ടകളുമായി സിവിലിയൻ ജോലിയിലേക്ക് എത്തപ്പെടുന്ന ഇബിൻസ്കൂസയുടെ സ്വത്വപ്രതിസന്ധിയുടെ

വേരുകൾ ആസ്ട്രോ ഹംഗേറിയൻ സാമ്രാജ്യത്തിന്റെ രാഷ്ട്രീയ സാമൂഹ്യ ധാരകളുമായി ബന്ധപ്പെട്ടുകിടക്കുന്നു. ഈ നോവലിലെ മുഖ്യകഥാപാത്രമായ ഇബിൻസ്കൂസയെപ്പോലെ ജോസഫ് റോത്തും ജന്മദേശത്തുനിന്നും പറിച്ചുമാറ്റപ്പെട്ട് പാരീസിൽ കഴിയേണ്ടിവന്ന കാലത്ത് കടുത്ത നൈരാശ്യം ബാധിച്ച്, മദ്യാസക്തനായി, അകാലത്തിൽ മരണമടയുകയായിരുന്നു.

കോവിഡാനന്തരകാലത്ത് നാം അളവുകളും തൂക്കങ്ങളും വായിക്കുമ്പോൾ, 'കോളറ'യെന്ന് അധികാരികളും 'പ്ലേഗ്' എന്ന് ജനങ്ങളും പറഞ്ഞ മഹാമാരിയുടെ സംഹാരതാണ്ഡവം, സമാനരീതിയിൽ ഏകദേശം ഒരു നൂറ്റാണ്ടുമുമ്പും മനുഷ്യനെ ഭീതിപ്പെടുത്തിയിരുന്നു എന്നു നാം ഞെട്ടലോടെ മനസ്സിലാക്കുന്നു. ഒരു നോവൽ എന്ന നിലയിൽ ഭാഷാന്തരീകരണത്തിന് വെല്ലുവിളികൾ ഉയർത്തുംവിധമുള്ള ലാളിത്യവും വരികൾക്കുള്ളിലൊളിപ്പിച്ച ആഴവും നിരന്തരം പ്രതിബന്ധങ്ങൾ സൃഷ്ടിച്ചിരുന്നു. പലയാവർത്തി തിരുത്തിയെഴുതി മലയാളത്തിന്റെ ഭാഷാസൗന്ദര്യത്തിലേക്ക് ഈ നോവലിനെ ആനയിക്കാൻ പരമാവധി ശ്രമിച്ചിട്ടുണ്ട്. മഹാനായ ഒരു എഴുത്തുകാരന്റെ രചന മലയാള വായനക്കാർക്ക് ലഭ്യമാക്കാൻ കഴിഞ്ഞതിൽ ചാരിതാർത്ഥ്യമുണ്ട്.

രാധാകൃഷ്ണൻ ചെറുവല്ലി

ഒന്ന്

സ്ലോട്ടോഗ്രോദ് ജില്ലയിൽ പണ്ടൊരിക്കൽ അൻസെം ഇബിൻസ്കൂസ എന്ന പേരിൽ ഒരു അളവുതൂക്ക ഇൻസ്പെക്ടർ ജീവിച്ചിരുന്നു. കച്ചവടക്കാർ വില്ക്കുന്ന സാധനങ്ങളുടെ അളവുതൂക്കങ്ങൾ പരിശോധിക്കുകയായിരുന്നു അയാളുടെ ചുമതല. നിശ്ചിത ഇടവേളകളിൽ അയാൾ പരിശോധനയ്ക്കായി കടകൾതോറും കയറിയിറങ്ങും. പടച്ചട്ടയണിഞ്ഞ ഒരു സർജന്റ് സദാ അയാളെ അനുഗമിച്ചിരുന്നു. ഒരു തട്ടിപ്പുകാരൻ കള്ളന് തുല്യമാണെന്ന് വിശുദ്ധഗ്രന്ഥം ഉദ്ഘോഷിക്കുകയാൽ തട്ടിപ്പുകാരെ നേരിടാൻ വേണ്ടിവന്നാൽ ആയുധം പ്രയോഗിക്കാമെന്ന് സർക്കാർ കല്പനയുണ്ട്.

സാമാന്യം വലിയൊരു ജില്ലയായിരുന്നു സ്ലോട്ടോഗ്രോദ്. നാലു വലിയ ഗ്രാമങ്ങളും രണ്ട് പ്രധാനപ്പെട്ട ചന്തകളും സ്ലോട്ടോഗ്രോദ് എന്ന പേരിൽത്തന്നെയുള്ള ഒരു ചെറു പട്ടണവും ചേർന്നതാണീ ജില്ല.

തന്റെ ഔദ്യോഗികാവശ്യങ്ങൾക്കായി ഇബിൻസ്കൂസയ്ക്ക് ചെറിയൊരു കുതിരവണ്ടി നല്കിയിരുന്നു. വണ്ടി വലിക്കാൻ ഒരു നരച്ച കുതിരയേയും. രണ്ടിനേയും പരിപാലിക്കാനുള്ള ചുമതലയും അയാൾക്കുതന്നെ.

നരയൻകുതിര അന്തസുറ്റ ഒരു പദവിക്ക് ഉടമയായിരുന്നു. മൂന്നുവർഷത്തെ നിസ്തുലമായ സൈനികസേവനത്തിനുശേഷം ഇടതുകണ്ണിനുവന്നുചേർന്ന അന്ധതകാരണം സിവിൽ ഉദ്യോഗസ്ഥർക്കതിനെ കൈമാറുകയായിരുന്നു. ഏറ്റവും പ്രഗത്ഭനായൊരു മൃഗഡോക്ടർ വിചാരിച്ചിട്ടും അതിന്റെ കാഴ്ച പൂർണ്ണമായും വീണ്ടെടുക്കാനായില്ല. എന്തുതന്നെയായാലും, ചെറിയൊരു വണ്ടിവലിച്ചുകൊണ്ടുള്ള അതിന്റെ അന്തസുറ്റ പോക്ക് ആളുകൾ ശ്രദ്ധിച്ചിരുന്നു. ആ വണ്ടിക്കുള്ളിൽ ഇൻസ്പെ

ക്ടർ ഇബിൻസ്കൂസയും സർജന്റ് വെൻസൻ സ്ലാമയും പതിവായി സഞ്ചരിക്കുന്നത് ആളുകൾ ആദരവോടെ നോക്കിനിന്നു. സർജന്റ് ധരിച്ചിരുന്ന ഹെൽമറ്റിന്റെ സുവർണ്ണാഗ്രത്തിൽ രാജകീയ അടയാളമായ ഇരട്ടക്കഴുകന്റെ ചിത്രം പതിപ്പിച്ചിരുന്നു. അയാളുടെ കാൽമുട്ടുകൾക്കിടയിലൂടെ തോക്കും അതിന്റെ ബയണറ്റും തെഴുത്തുനിന്നു. കൈയിൽ ചാട്ടയുമായി ഇൻസ്പെക്ടർ കടിഞ്ഞാൺപിടിച്ച് മുമ്പിലിരിക്കും. അയാളുടെ ചന്തമുള്ള താടിയുടെ അഗ്രം അല്പം മുകളിലോട്ട് വളഞ്ഞിരുന്നു. സർജന്റിന്റെ തിളങ്ങുന്ന തൊപ്പിയുടെ അഗ്രത്തിൽ പതിപ്പിച്ച രാജകീയ അടയാളമായ ഇരട്ടക്കഴുകന്മാരുടെ ചിത്രത്തോടൊപ്പം അത് പരിലസിച്ചു. ഒരേവസ്തുക്കളാൽ നിർമ്മിക്കപ്പെട്ടവയാണവയെല്ലാമെന്ന് ഒറ്റ നോട്ടത്തിൽ തോന്നിപ്പോകും. അയാൾ സന്തോഷത്തോടെ ചാട്ട ചുഴറ്റും. കുതിര പ്രൗഢിയോടെ മുന്നോട്ട് നീങ്ങും. വേനൽക്കാലത്ത് സ്ലോട്ടോഗ്രോദിലെ തെരുവുകൾ വരണ്ടുണങ്ങും. ഒരു തുള്ളി വെള്ളംപോലും കിട്ടാതെയാവും. സ്വർണ്ണ നിറത്തിലുള്ള പൊടിപടലങ്ങളാൽ സകലതും മൂടപ്പെടും. അതുവഴി കടന്നുപോകുന്ന കുതിരവണ്ടിയും കുതിരയും ഇൻസ്പെക്ടറും സർജന്റും സ്വർണ്ണവർണ്ണമാകും. മഞ്ഞുകാലത്ത് ഇബിൻസ്കൂസയ്ക്ക് ഹിമവണ്ടി അനുവദിക്കപ്പെട്ടിരുന്നു. അപ്പോഴും അന്തസുറ്റ നരയൻകുതിര ഹിമവണ്ടിയും വലിച്ച് തെരുവിലൂടെ പായും. അപ്പോൾ അതിന്റെ രോമങ്ങളിൽ മഞ്ഞിൻകണങ്ങൾ പറ്റിപ്പിടിക്കും. ഇൻസ്പെക്ടറും സർജന്റും കുതിരവണ്ടിയും കുതിരയും മഞ്ഞുപുതപ്പണിയും. മഞ്ഞണിഞ്ഞ പാതയിലൂടെ കടന്നുപോകുമ്പോൾ ഒന്നിനെയും വേർതിരിച്ചറിയാനേ ആവില്ല.

അൻസെം ഇബിൻസ്കൂസയെന്ന നമ്മുടെ ഈ അളവുതൂക്ക ഇൻസ്പെക്ടർ ഏറെ ആജ്ഞാശക്തിയുള്ള ഒരു മനുഷ്യനായിരുന്നു. അയാൾ പഴയൊരു പട്ടാളക്കാരനായിരുന്നു. പതിനൊന്നാം പീരങ്കി പട്ടാള റജിമെന്റിൽ പന്ത്രണ്ടു വർഷക്കാലം ഒരു നോൺ കമ്മീഷൻഡ് ഓഫീസറായി സേവനമനുഷ്ഠിച്ചു. താഴെത്തട്ടിൽനിന്നും ഉയർന്നുവന്ന മനുഷ്യൻ. അങ്ങേയറ്റം സത്യസന്ധനായ ഒരു യോദ്ധാവ്. ഭാര്യയുടെ കടുംപിടുത്തമില്ലായിരുന്നെങ്കിൽ അയാൾ ഒരിക്കലും പട്ടാളസേവനം വഴിയിലുപേക്ഷിക്കുമായിരുന്നില്ല. മറ്റെല്ലാ നോൺ കമ്മീഷൻഡ് ഓഫീസർമാരും ചെയ്യുന്നപോലെ അയാളും വിവാഹം കഴിച്ചു. എത്ര കടുത്ത ഏകാന്തതയായാണീ പാവം നോൺ കമ്മീഷൻഡ് ഓഫീസർമാർ അനുഭവിക്കുന്നത്. എവിടെ നോക്കിയാലും അവർ കാണുന്നത് ആണുങ്ങളെ മാത്രം. മീവൽപ്പക്ഷിപോലെ പാഞ്ഞുപോകുന്ന ചില പെണ്ണുങ്ങളെ ചിലപ്പോഴവർ കണ്ടെന്നുവരും. ചുരുങ്ങിയത് ഒരു മീവൽപ്പക്ഷിയെയെങ്കിലും സ്വന്തമാക്കാമല്ലോ എന്നു കരുതിയാണീ നോൺ കമ്മീഷൻഡ് ഓഫീസർമാർ വിവാഹം കഴിക്കുന്നതു തന്നെ.

ഒരു പീരങ്കിവിദഗ്ദ്ധനെന്ന നിലയിൽ ദീർഘസേവനമുള്ള ഇബിൻസ്കൂസയും ദുർമ്മുഖക്കാരിയായ ഒരുത്തിയെ കെട്ടി. അതുമൂലം

അയാൾക്ക് തന്റെ യൂണിഫോം തന്നെ ഉപേക്ഷിക്കേണ്ടി വന്നു. സിവിലിയൻ വസ്ത്രം അയാൾക്ക് തീരെ പിടിച്ചിരുന്നില്ല. സ്വന്തം ഉമിനീരിനാൽ സ്വശരീരത്തിനുമേൽ വീടുപണിത് അതുപേക്ഷിക്കാനാകാതെ ഉഴലുന്ന ഒരു ഒച്ചായി അയാൾ സ്വയം സങ്കല്പിച്ചു. ഇതൊക്കെ തന്നെയായിരുന്നു മറ്റു പടയാളികളുടെയും വിധി. മിക്കവർക്കും ഭാര്യമാരുണ്ട്. അബദ്ധത്തിലോ, ഏകാന്തതമൂലമോ, പ്രണയത്താലോ, ദാമ്പത്യത്തിൽപെട്ടുപോയവർ. അവരെല്ലാംതന്നെ ഭാര്യമാരെ പേടിച്ചു. ഭയംകൊണ്ടാണോ, ധീരതകൊണ്ടാണോ, സ്വഭാവ വൈശിഷ്ട്യംകൊണ്ടാണോ കടുത്ത ഏകാന്തതകൊണ്ടാണോ അതെന്ന് ആർക്കും അറിയില്ല. ചുരുക്കിപ്പറഞ്ഞാൽ ഇബിൻസ്കൂസ പട്ടാളസേവനം മതിയാക്കി എന്നുപറഞ്ഞാൽ മതിയല്ലോ. തന്റെ പ്രിയപ്പെട്ട യൂണിഫോമും ബാരക്കും എല്ലാമുപേക്ഷിച്ച് അയാൾ പുറത്തുപോയി.

ദീർഘസേവനമുള്ള നോൺ കമ്മീഷൻഡ് ഓഫീസർമാർക്ക് മറ്റു ചില ഉദ്യോഗങ്ങൾക്ക് അർഹതയുണ്ട്. മൊറേവിയയിലെ ചെറുപട്ടണങ്ങളിലൊന്നായ നിക്കോൾസ് ബർഗിൽ നിന്നാണ് ഇബിൻസ്കൂസ വരുന്നത്. സ്വന്തം നാട്ടിലേക്കു മടങ്ങി ഏതെങ്കിലും വക്കീൽഗുമസ്തനായി കൂടാനായിരുന്നു അയാളുടെ പദ്ധതി. ഭാര്യകാരണം പട്ടാളസേവനം മാത്രമല്ല സ്വന്തം ജന്മനാടുകൂടി ഇബിൻസ്കൂസയ്ക്ക് നഷ്ടമായി. മൊറോവിയയിലെങ്ങും ആർക്കും ഒരു വക്കീൽഗുമസ്തനെ ആവശ്യമുണ്ടായിരുന്നില്ല. അപ്പോഴാണയാൾക്ക് തന്റെ ഭാര്യയോട് ഏറ്റവും കടുത്ത കോപമുണ്ടായത്. ഒരു പീരങ്കിപ്പടയാളിയെന്ന നിലയിൽ നിരവധി യുദ്ധങ്ങളിൽ പങ്കെടുത്ത, ധീരനെന്ന് മേലധികാരികളാൽ സാക്ഷ്യപ്പെടുത്തപ്പെട്ട താൻ ഇനിമേൽ ഭാര്യക്കുമുന്നിൽ വഴങ്ങിക്കൊടുക്കാതെ ഉറച്ച നിലപാടുകൾ എടുക്കുമെന്ന് പ്രതിജ്ഞ ചെയ്തു. അയാളുടെ ഭാര്യയുടെ പേര് റെജീനയെന്നായിരുന്നു. യൂണിഫോം അണിഞ്ഞ ഇബിൻസ്കൂസയെ കണ്ട് പ്രണയത്തിൽ പെട്ടുപോവുകയായിരുന്നു അവൾ. അത് കൃത്യം അഞ്ചുവർഷം മുമ്പുള്ള കഥയാണ്.

അവൾ പലരാത്രികളിലും അയാൾക്കൊപ്പം കഴിഞ്ഞു. യൂണിഫോം ഇല്ലാതെയും നഗ്നനായും അയാളുമായി ഇടപഴകി. അയാളെ സിവിലിയൻ വേഷത്തിൽ കാണാൻ കൊതിയാവുന്നു എന്നും സിവിലിയൻ ഉദ്യോഗം സ്വീകരിച്ച് അവൾക്കൊപ്പം വീടുണ്ടാക്കുകയും, കുട്ടികളെയും പേരക്കുട്ടികളെയും ജനിപ്പിച്ച് മരണംവരെയും കഴിയാൻ ആഗ്രഹിക്കുന്നുവെന്നും അവൾ പറഞ്ഞു. മറ്റെന്തൊക്കെ പറഞ്ഞു എന്നകാര്യം ദൈവത്തിനു മാത്രമേ അറിയൂ. സ്ലോട്ടോഗ്രോദ് എന്ന ദേശത്ത് അളവുതൂക്ക ഇൻസ്പക്ടറായി നിയമനം കിട്ടിയതിനെത്തുടർന്ന് ഇബിൻസ്കൂസയ്ക്ക് പഴയ ക്രോധം നിലനിർത്താനായില്ല.

അയാൾ സൈന്യത്തിൽനിന്നും സ്വയം പിരിഞ്ഞു. ബാരക്കുകൾ വിട്ടു. യൂണിഫോം ഉപേക്ഷിച്ചു. സുഹൃത്തുക്കളോടും സഖാക്കളോടും വിടപറഞ്ഞു.

അയാൾ സ്ലോട്ടോഗ്രോദിലേക്കു പുറപ്പെട്ടു.

രണ്ട്

രാജ്യത്തിന്റെ കിഴക്കേയറ്റത്തെ കുഗ്രാമങ്ങളടങ്ങിയ, ജില്ലയാണ് സ്ലോട്ടോഗ്രോദ്. മുമ്പ് അവിടെ ഒന്നിനുംകൊള്ളാത്ത ഒരളവുതൂക്ക ഇൻസ്പെക്ടറായിരുന്നു ഉണ്ടായിരുന്നത്. അളവുതൂക്കങ്ങൾ കൃത്യമായി പാലിച്ചിരുന്നൊരു കാലം ചില പഴമക്കാർ ഓർത്തെടുക്കാറുണ്ട്. ഇപ്പോഴാകട്ടെ എല്ലാം വെറും ഊഹയളവുകൾ മാത്രം കൈവശംവച്ചാണ് തുണിത്തരങ്ങൾ അളക്കുന്നത്. ഒരു പുരുഷന്റെ മുറുക്കിപ്പിടിച്ച കൈപ്പത്തിമുതൽ കൈമുട്ടുവരെ ഒരടി. ഒട്ടും കൂടുതലില്ല. ഒട്ടും കുറവും. വെള്ളിയിലുള്ള മെഴുകുതിരി സ്റ്റാന്റിന് ഒരു പൗണ്ടും ഇരുപത് ഗ്രാമും ഉണ്ടാകുമെന്ന് എല്ലാർക്കും അറിയാം. പിച്ചളയിലുള്ളതാണെങ്കിൽ ഏകദേശം രണ്ട് പൗണ്ടും. എന്നാൽ ആ പ്രദേശത്തുള്ള മിക്കവർക്കും അളവിന്റെയും തൂക്കത്തിന്റെയും ആവശ്യമേ ഉണ്ടായിരുന്നില്ല. അവർ സാധനങ്ങൾ കൈയിലെടുക്കും, കണ്ണുകൊണ്ടളക്കും. ചുരുക്കത്തിൽ, ഒരളവുതൂക്ക ഇൻസ്പെകടർക്ക് പറ്റിയ ഒരിടമായിരുന്നില്ല അത്.

നേരത്തെ സൂചിപ്പിച്ചപോലെ അൻസെം ഇബിൻസ്കൂസ ഇൻസ്പെക്ടറായി എത്തുന്നതിനുമുമ്പ് സ്ലോട്ടോഗ്രോദ് ജില്ലയിൽ വേറൊരു ഇൻസ്പെക്ടർ ഉണ്ടായിരുന്നു. ഒരു വക ഒരു സാധനം! പടുകിഴവനും മുഴുമദ്യപാനിയും ആയിരുന്നു അയാൾ. സ്ലോട്ടോഗ്രോദ് പട്ടണത്തിൽ അയാൾ ഒന്നും അളന്നുമില്ല, തൂക്കിയതുമില്ല. പിന്നെയല്ലേ ആ ജില്ലയിലെ ഒരു കുഗ്രാമത്തിൽ. അതുകൊണ്ടാവാം അയാൾക്ക് അസാധാരണമായവിധത്തിൽ മികച്ചൊരു ശവമടക്ക് ലഭിച്ചത്. പട്ടണത്തിലെ മുഴുവൻ വ്യാപാരികളും ശവമഞ്ചത്തിനു പിന്നാലെ നടന്നു. കൈകൾക്കൊണ്ട് അളന്നവരും, മെഴുകുതിരി സ്റ്റാന്റുകൊണ്ടളന്നവരും, കള്ളത്തൂക്കക്കാരുമായിരുന്നു അവർ. ഇതിനുപുറമെ വ്യക്തിപരമായ പ്രത്യേകതാല്പര്യങ്ങളൊന്നും ഇല്ലാത്ത ചിലർ നാട്ടുനടപ്പനുസരിച്ച്

ദുഃഖിച്ചു. സ്വയം ഒട്ടും തൂക്കമില്ലാത്ത ഒരു അളവുതൂക്ക ഇൻസ്പക്ടറായിരുന്നിട്ടും ഒരു ശീലമെന്ന നിലയിലാണവർ വ്യസനിച്ചത്.

നിയമങ്ങൾ, ചട്ടങ്ങൾ, നീതിനിർവ്വഹണം തുടങ്ങിയവയിൽ വിട്ടുവീഴ്ചയ്ക്കു തയ്യാറാകാത്തവരെ ശത്രുക്കളായാണ് ആ നാട്ടുകാർ കണ്ടിരുന്നത്. സ്വന്തം മനഃസാക്ഷിയോടെന്നപോലെ തന്നെ അവരുടെ കടകളിലെ മുൻകൂട്ടി നിശ്ചയിക്കപ്പെട്ട അളവുതൂക്കനിലവാരങ്ങളോടും അവർക്ക് പൊരുത്തപ്പെടാനായിട്ടില്ല. അങ്ങനെയാണ് കാര്യങ്ങളെന്നിരിക്കെ അവരെങ്ങനെ കാർക്കശ്യ സ്വഭാവമുള്ള ഒരു അളവുതൂക്ക ഇൻസ്പെക്ടറെ സ്വീകരിക്കും? അൻസെം ഇബിൻസ്കുസയ്ക്ക് അവർ നല്കിയ സ്വീകരണത്തിൽ നിഴലിച്ച സംശയം മരണത്തിൽ അവർ പ്രകടിപ്പിച്ച ദുഃഖവുമായി തുലനം ചെയ്യാവുന്ന ഒന്നായിരുന്നു.

ഒറ്റക്കാഴ്ചയ്ക്കുതന്നെ അയാൾ വൃദ്ധനോ, ഉറപ്പില്ലാത്തവനോ, മദ്യപനോ അല്ലെന്നവർക്ക് ബോദ്ധ്യമായി. മറിച്ച് ആധികാരികതയുള്ള ശക്തനും സത്യസന്ധനുമായ ഒരുവനാണയാളെന്നവർ ഉറപ്പിച്ചു. വളരെ സത്യസന്ധനായ ഒരുവൻ.

മൂന്ന്

അത്തരം പ്രതികൂല സാഹചര്യത്തിലാണ് അൻസെം ഇബിൻസ്കൂസ സ്ലോട്ടോഗ്രോഡ് ജില്ലയിലെ പുതിയ ചുമതല ഏറ്റെടുക്കുന്നത്. മാർച്ച് മാസത്തിലെ അവസാന ദിനങ്ങളിലൊന്നിലാണ് അയാൾ അവിടെ എത്തിച്ചേർന്നത്. വസന്താഗമനത്തിന്റെ സമയമായിരുന്നു അത്. അപ്പോൾ ബോസ്നിയയിലെ പീരങ്കിപ്പാളയങ്ങളിൽ അണ്ണാന്മാർ ചിലയ്ക്കാൻ തുടങ്ങുകയും കൊന്നച്ചെടികൾ പൂവിടുകയും ചെയ്തു. പുല്പരപ്പുകളിൽ കറുത്ത കുരുവികൾ നൃത്തംവയ്ക്കുകയും വാനമ്പാടികൾ ഉച്ചത്തിൽ പാടിയകലുകയും ചെയ്തിരുന്നു. എന്നാൽ ഇബിൻസ്കൂസ വടക്കൻ സ്ലോട്ടോഗ്രോദിൽ എത്തിച്ചേരുമ്പോൾ തെരുവുകളിൽ അപ്പോഴും മഞ്ഞുമൂടിക്കിടക്കുകയായിരുന്നു. ഗുഹകളിൽ മഞ്ഞിൻ സൂചികൾ തൂങ്ങിനിന്നിരുന്നു. പെട്ടെന്ന് ബധിരനായിപ്പോയ ഒരുവനേപ്പോലെയായിരുന്നു ആദ്യത്തെ കുറേ ദിവസങ്ങൾ ഇബിൻസ്കൂസയ്ക്ക് അനുഭവപ്പെട്ടത്. നാട്ടിൻപുറത്തെ ഭാഷ അയാൾക്ക് അറിയാമായിരുന്നു എന്നത് ശരിതന്നെ. എന്നാൽ അയാൾക്ക് പൂർണ്ണമായും മനസ്സിലാകാതെ പോയത് പ്രകൃതിയുരുവിട്ടുകൊണ്ടിരുന്ന ഭാഷയാണ് അവിടുത്തെ മനുഷ്യരും ഉരുവിട്ടുകൊണ്ടിരുന്നത് എന്ന കാര്യമാണ്. അവിടുത്തെ പ്രകൃതിയുടെ ഭാഷ ഭയാനകമായിരുന്നു. അത് മഞ്ഞുമഴയായും ഇരുട്ടായും, കൊടും തണുപ്പായും മഞ്ഞിൻസൂചികളായും സംസാരിച്ചു. കലണ്ടറുകളിൽ വസന്തകാലം എന്നാണ് ആ കാലത്തെ അടയാളപ്പെടുത്തിയിരുന്നത്. ബോസ്നിയയിലെ ഷിപ്പോലിലെ ബാരക്കുകളിൽ അപ്പോൾ വസന്തം വിരിയുകയും വനപ്രദേശമാകെ പാടലവർണ്ണപുഷ്പങ്ങളാൽ അലംകൃതമാവുകയും ചെയ്തുകഴിഞ്ഞിരുന്നു. എന്നാൽ സ്ലോട്ടോഗ്രോദിലോ? മേച്ചിൽ പുറങ്ങൾ ശൂന്യമായി. ചെസ്നട്ട് മരങ്ങളിലിരുന്ന് കാക്കകൾ കരഞ്ഞു. ഇലകൾ പൊഴിച്ചുനില്ക്കുന്ന ചെസ്നട്ട് മരശാഖകളിൽ അവ കൂട്ടംകൂട്ടമായി ഇരി

ക്കുന്നത് കണ്ടാൽ പക്ഷികളായല്ല ചിറകുള്ള കായകൾ പറ്റിപ്പിടിച്ചിരിക്കുന്നതായേ തോന്നൂ. ഒരു ചെറിയ പുഴ അതുവഴി ഒഴുകിപ്പോയിരുന്നു. സ്ത്രുമിങ്ക എന്നാണവളെ ആളുകൾ വിളിച്ചിരുന്നത്. അവൾ അപ്പോഴും മഞ്ഞുപുതച്ച് ഉറങ്ങുകയായിരുന്നു. കുട്ടികൾ അവളുടെ പുറത്തെ മഞ്ഞിൽ തെന്നിക്കളിച്ചു. അവരുടെ നിറഞ്ഞ സന്തോഷം കാൺകെ നമ്മുടെ പാവം ഇൻസ്പെക്ടർ കൂടുതൽ വിഷാദത്തിലേക്ക് ആണ്ടുപോയി.

പള്ളിയിലെ പാതിരാമണി ഇനിയും മുഴങ്ങിയിട്ടില്ല. പെട്ടെന്ന് കറുത്തരാത്രിയുടെ നിശ്ശബ്ദതയെ ഭേദിച്ചുകൊണ്ട് പുഴയെ പൊതിഞ്ഞിരുന്ന ഹിമപാളികൾ വിണ്ടുകീറുന്നതിന്റെ ഭയാനകശബ്ദം ഇബിൻസ്കൂസ കേട്ടു. പാതിരാവടുത്ത സമയമാണെന്നു പറഞ്ഞുവല്ലോ. അപ്പോഴാണ് ഗുഹകളിൽ തൂങ്ങിനിന്നിരുന്ന മഞ്ഞിൻസൂചികൾ ഉരുകി നടപ്പാതകളിൽ പാകിയിരുന്ന മരപ്പലകകളിലൂടെ ഒലിച്ചിറങ്ങിയത്. സൂര്യന്റെ പാതിരാസോദരനായ മൃദുമധുരക്കിഴക്കൻകാറ്റ് അവയെ വീണ്ടും ഉരുകിയൊലിക്കാൻ പ്രേരിപ്പിച്ചുകൊണ്ടേയിരുന്നു. വീടുകളിൽ ജനാലകൾ തുറന്നു. അതുവഴി ആളുകൾ പുറത്തേക്കു നോക്കി. പലരും പുറത്തേക്കിറങ്ങി. തെളിഞ്ഞ നീലാകാശത്ത് സ്വർണ്ണ വെള്ളി നിറങ്ങളിലുള്ള നക്ഷത്രങ്ങൾ കാണായി. അനന്തമായ ആകാശത്തുനിന്നും അവയും പുഴ വിണ്ടുകീറുന്ന കാഴ്ച കാണുകയും ശബ്ദം കേൾക്കുകയും ചെയ്തു.

തീ പടർന്നു പിടിക്കുമ്പോൾ വീടിനു പുറത്തേക്കിറങ്ങി ഓടുന്നവരെപ്പോലെ വസ്ത്രങ്ങൾ വാരിച്ചുറ്റിയാണാളുകൾ ഓടിക്കൂടിയത്. അവരെല്ലാം പുഴക്കരയിലെത്തി, റാന്തൽവിളക്കുകളും മറ്റു ദീപങ്ങളുമായി അവർ അവിടെനിന്നുകൊണ്ട് മഞ്ഞുപാളികൾ പിളർന്നുമാറുന്നതും മഞ്ഞുകാലനിദ്രവിട്ട് പുഴ ഉണരുന്നതും കണ്ടു. കളിക്കുട്ടികളെപ്പോലെ ഉത്സാഹപ്രിയരായ ചിലർ പിളർന്ന് ഒഴുകുന്ന മഞ്ഞിൻപാളികളിലേക്ക് ചാടിക്കയറുകയും ഒഴുക്കിനിടയിൽ കൈകളിലെ റാന്തലുകളുയർത്തി മുന്നേതന്നെ പുഴക്കരയിൽ നില്ക്കുന്നവരെ അഭിവാദ്യം ചെയ്യുകയും ചെയ്തു. ക്രമേണ അവരും കരയിലേക്ക് ചാടിയിറങ്ങി. ആളുകൾക്ക് വട്ടുപിടിച്ചപോലെയാണപ്പോൾ പെരുമാറിയത്. അവിടെ എത്തിച്ചേർന്നതിനുശേഷം ആദ്യമായി ഇൻസ്പെക്ടർ നാട്ടുകാരോട് സംസാരിച്ചു. അദ്ദേഹം എപ്പോഴാണെത്തിയതെന്നും എന്താണിവിടെ ചെയ്യാൻ പോകുന്നതെന്നുമൊക്കെ അവർ അന്വേഷിച്ചു. ചോദ്യങ്ങൾക്ക് ഇബിൻസ്കൂസ സൗഹൃദപൂർവ്വം ചുരുങ്ങിയ വാക്കുകളിൽ മറുപടി നല്കി.

ആ ചെറുപട്ടണത്തിലുള്ള മറ്റു മനുഷ്യരെപ്പോലെ അയാളും ആ രാത്രി മുഴുവൻ ഉണർന്നിരുന്നു. നേരം പുലർന്നപ്പോൾ അയാൾ വീട്ടിലെത്തി. അപ്പോഴേക്കും മഞ്ഞുപാളികൾ പൂർണ്ണമായും വിണ്ടുകീറി ഒഴുകിപ്പോയിക്കഴിഞ്ഞിരുന്നു. കടുത്ത ഏകാന്തത അയാളെ കീഴടക്കി. വരാൻപോകുന്ന ദുരന്തങ്ങളുടെ മുന്നോടിയായാണ് അയാളതിനെ കണ്ടത്. തന്റെ വിധി സ്ലോട്ടോഗ്രോദിൽ വച്ച് നടപ്പിലാക്കാൻ പോവുക

യാണെന്നയാൾ ഭയപ്പെട്ടു. തന്റെ ധീരമായ ജീവിതത്തിനിടയിൽ ആദ്യ മായാണയാൾ ഭയപ്പെടുന്നത്. അരണ്ട പുലർവെട്ടത്തിൽ വീട്ടിലെത്തി കിടക്കയിലേക്ക് ചുരുണ്ടുകൂടുമ്പോൾ, ആദ്യമായി അയാളെ നിദ്ര കൈവിട്ടു. അയാൾ ഭാര്യ റെജീനയെ വിളിച്ചുണർത്തി. അജ്ഞാതമായ ചിന്തകൾ അയാളെ പിടികൂടി. അതെല്ലാം ആരോടെങ്കിലും പറയാൻ അയാൾ വെമ്പി. മനുഷ്യൻ എന്തുകൊണ്ടാണിങ്ങനെ ഏകനാകുന്നതെന്ന് ചോദിക്കാൻ അയാൾ ആഗ്രഹിച്ചു. എന്നാൽ അതിനയാൾ മടിച്ചു. അയാൾക്കിങ്ങനെ മാത്രമേ പറയാനായുള്ളു."റെജീന, നാം തികച്ചും ഒറ്റയ്ക്കാണ്."

ആ സ്ത്രീ തലയിണയിൽ ചാരിയിരുന്നു. ഇളം നീലനിറത്തിലുള്ള നിശാവസ്ത്രമാണവൾ ധരിച്ചിരുന്നത്. വാതിൽപ്പാളികളുടെ വിള്ളലിനി ടയിലൂടെ പ്രഭാതരശ്മികൾ അകത്തേക്ക് എത്തിനോക്കി. സ്ലോട്ടോഗ്രോ ദിലെ ആദ്യത്തെ വസന്തകാലരാത്രിയിൽ പൊട്ടിവിടർന്നണഞ്ഞ തുലിപ് പുഷ്പങ്ങളെ അവൾ ഓർമ്മിപ്പിച്ചു. അയാൾ പറഞ്ഞു.

"റെജീന, പട്ടാളസേവനം അവസാനിപ്പിക്കേണ്ടിയിരുന്നില്ലെന്ന് എനി ക്കിപ്പോൾ തോന്നുന്നു."

"മൂന്നു കൊല്ലത്തെ ബാരക് ജീവിതം എന്നെ അങ്ങേയറ്റം മടുപ്പിച്ചു. ഞാനൊന്നുറങ്ങട്ടെ."

ഇതായിരുന്നു അവളുടെ മറുപടി.

അവൾ വീണ്ടും തലയിണയിലേക്ക് ചുരുണ്ടു. ഇബിൻസ്കൂസ വാതിൽപ്പാളികളിലൊന്ന് വലിച്ചുതുറന്ന് തെരുവിലേക്ക് നോക്കി. മങ്ങിയ പ്രഭാതമായിരുന്നു അത്. പ്രഭാതംപോലും മങ്ങിപ്പോയിരിക്കുന്നതായി അയാൾ കണ്ടു.

നാല്

ചുറ്റും കുട്ടികളുണ്ടായിരുന്നു. എവിടെയും കുട്ടികൾ. സർജന്റ് വെൻസൽ സ്ലാമയ്ക്ക് ഇരുപത് മാസങ്ങൾക്കുള്ളിൽ തുടർച്ചയായി രണ്ടു ജോടി ഇരട്ടക്കുട്ടികൾ പിറന്നിരുന്നു. ആ പ്രദേശമാകെ കുട്ടിക്കൂട്ടങ്ങളാൽ നിറഞ്ഞിരുന്നു. എങ്ങോട്ടുനോക്കിയാലും ഇബിൻസ്കൂസ കണ്ടത് കുട്ടികളെ മാത്രം. അവർ കുഴികളിൽ കെട്ടിനിന്നിരുന്ന മലിനജലത്തിൽ കളിച്ചുമറിഞ്ഞു. ഉണങ്ങിയ പ്രതലങ്ങളിൽ അവർ ഗോലി കളിച്ചു. സ്ലോട്ടോഗ്രോദിലെ രോഗാതുരമായ പാർക്കിലെ ബഞ്ചുകളിൽ കളിച്ചു തിമിർത്തു. അവർ മഴയും കൊടുങ്കാറ്റും കളിച്ചു. കാൽപ്പന്തും ബാസ്കറ്റ് ബോളും കളിച്ചു. ഇൻസ്പെക്ടർ ഇബിൻസ്കൂസ എങ്ങോട്ടു നോക്കിയാലും കുട്ടികളെ മാത്രം കണ്ടു. ആ ജില്ല സമൃദ്ധമാണെന്നു പറഞ്ഞാൽ അതിൽ സംശയിക്കേണ്ടതില്ല.

ഇബിൻസ്കൂസയ്ക്ക് കുഞ്ഞുങ്ങളുണ്ടായിരുന്നെങ്കിൽ കാര്യങ്ങൾ ഒരുപക്ഷേ, മറ്റൊന്നാകുമായിരുന്നു. അല്ലെങ്കിൽ അയാൾ അങ്ങനെയാണ് കരുതിയതെന്നു പറയാം.

പന്ത്രണ്ടുവർഷത്തെ സൈനികജീവിതം. അക്കാലത്ത് കടുത്ത കാപ്പിപ്പൊടി നിറത്തിലുള്ള യൂണിഫോം മാത്രമാണയാൾ ധരിച്ചുശീലിച്ചിരുന്നത്. സാധാരണക്കാർ ധരിക്കുന്ന വസ്ത്രത്തിനുള്ളിൽ അയാൾക്ക് തികഞ്ഞ അരക്ഷിതത്വം അനുഭവപ്പെട്ടു. അയാൾക്ക് ഭാര്യയുണ്ടെന്നതൊക്കെ ശരിതന്നെ. എന്നാൽ ആരായിരുന്നു അവൾ അയാൾക്ക്? എന്തിനുവേണ്ടിയായിരുന്നു അവളെ വിവാഹം കഴിച്ചതെന്ന് ജീവിതത്തിൽ ആദ്യമായി അയാൾ സ്വയം ചോദിച്ചു. വല്ലാതെ ഭയപ്പെട്ടുപോയിരുന്നു, അയാൾ. അങ്ങനെ ഭയപ്പെട്ടതിൽ അയാൾ അത്ഭുതപ്പെട്ടു. ഭയപ്പെടാൻ തനിക്കാകുമെന്ന് കരുതിയിരുന്നതേയില്ല.

സ്വന്തം വഴിയിൽ നിന്നും ആരോതന്നെ നിർബ്ബന്ധപൂർവ്വം പിടിച്ചു

മാറ്റിയതായി അയാൾക്കുതോന്നി. എന്നിട്ടും ശരിയായ പാത കണ്ടെത്തി അതിലൂടെ തന്നെ സഞ്ചരിക്കുവാൻ അയാൾ പരിശ്രമിച്ചു. എങ്കിലും ഒരു പട്ടാളക്കാരന്റെ അച്ചടക്കത്തോടും ഭയത്തെപ്പറ്റിയുള്ള ഭയത്താലും അയാൾ സ്വന്തം ഓഫീസിനോടും ചുമതലകളോടും നീതി പുലർത്തിപ്പോന്നു. ആ ജില്ലയുടെ ചരിത്രത്തിലൊരിക്കലും രാജ്യത്തോടും അതിന്റെ നിയമങ്ങളോടും അളവുതൂക്കങ്ങളോടും ഇത്രയും കൂറുള്ള മറ്റൊരു ഇൻസ്പെക്ടറെ കാണാനാവില്ല.

ഭാര്യയെ താൻ സ്നേഹിക്കുന്നില്ല എന്നകാര്യം അയാൾ വേഗത്തിൽ കണ്ടെത്തി. താൻ ഏകനാണെന്ന് അയാൾക്ക് തോന്നി. ഈ പട്ടണത്തിൽ മാത്രമല്ല, ജില്ലയിലാകെയും ഏതെങ്കിലും ഉദ്യോഗസ്ഥരോ പുരുഷന്മാരോ തന്റെയത്ര ഏകാന്തതയുള്ളവരായി ഉണ്ടാകില്ലെന്ന് അയാൾ വിചാരിച്ചു. വീട്ടിൽ നിന്നും കൂടുതൽ സ്നേഹവും അടുപ്പവും അയാൾ പ്രതീക്ഷിച്ചു. എന്നാൽ രണ്ടും അവിടെ നിന്നും കിട്ടുകയില്ലെന്ന് അയാൾക്ക് മനസ്സിലായി. ചില രാത്രികളിൽ അയാൾ കിടക്കയിലിരുന്ന് ഭാര്യയെ നിരീക്ഷിച്ചു. രാത്രിയുടെ മങ്ങിയ മഞ്ഞവെളിച്ചത്തിൽ, കിടക്കയുടെമേൽ കൂടുകൂട്ടുന്ന ഇരുട്ടിന്റെ ഹൃദയത്തിൽ, ഉറങ്ങിക്കിടക്കുന്ന റെജീനയെ കണ്ടപ്പോൾ ഉണങ്ങിയ പഴത്തെയാണയാൾക്ക് ഓർമ്മവന്നത്. കിടക്കയിൽ എഴുന്നേറ്റിരുന്ന് അയാൾ റെജീനയെ ഒന്നുകൂടിനോക്കി. അവളെ നോക്കും തോറും അയാളുടെ ഏകാന്തത വർദ്ധിച്ചുവന്നു. അവൾ അയാൾക്കുള്ളതല്ല. മനോഹരമായ അവളുടെ മുലകളും ശിശുസഹജമായ മുഖവും വില്ലുപോലുള്ള പുരികങ്ങളും അല്പം തുറന്നുപിടിച്ച വായിലെ ചുവന്നുതുടുത്ത ചുണ്ടുകൾക്കിടയിൽ തിളങ്ങുന്ന ദന്തനിരകളും അയാൾക്കുള്ളതല്ല. മുൻ രാത്രികളിൽ തോന്നിയിരുന്നതുപോലെ അവളെ സമീപിക്കാനുള്ള വ്യഗ്രത അയാളിൽനിന്നും ചോർന്നുപോയിരുന്നു. അയാൾ അവളെ ഇപ്പോഴും ഇഷ്ടപ്പെടുന്നുണ്ടോ? അയാൾക്കിനിയും അവൾക്കുമേൽ ആഗ്രഹമുണ്ടോ?

ഇബിൻസ്കൂസ എന്ന ഇൻസ്പെക്ടറും മനുഷ്യനും അങ്ങേയറ്റം ഏകനായിരുന്നു. പകലും രാത്രിയും ഏകാന്തത അയാളെ പൊതിഞ്ഞുനിന്നു.

അഞ്ച്

സ്ലോട്ടോഗ്രോദ് ജില്ലയിൽ നാലാഴ്ച ചെലവിട്ടുകഴിഞ്ഞപ്പോൾ സർജന്റ് വെൻസൻ സ്ലാമ സർക്കാർ ജീവനക്കാരുടെ സേവനപദ്ധതിയിൽ അംഗമായിച്ചേരാൻ അയാളോട് പറഞ്ഞു. ഈ കൂട്ടായ്മയിൽ വക്കീലന്മാരും വക്കീൽ ഗുമസ്തന്മാരും കോടതിയിലെ ക്ലാർക്കുമാരും അംഗങ്ങളായിരുന്നു. അവരെല്ലാം നല്ല ചീട്ടുകളിക്കാരുമായിരുന്നു. സ്ലോട്ടോഗ്രോദിലെ ഏക ഹോട്ടലായ കഫേ ബ്രിസ്റ്റോളിൽ ആഴ്ചയിൽ രണ്ടുദിവസം അവർ മേളിക്കും. അവരെല്ലാം സംശയദൃഷ്ടിയോടെയായിരുന്നു ഇബിൻസ്കൂസയെ കണ്ടിരുന്നത്. അയാൾ ഒരപരിചിതനോ തുടക്കക്കാരനോ ആയിരുന്നതല്ല അതിനുകാരണം. അയാൾ അങ്ങേയറ്റം സത്യസന്ധനായ ഒരു മനുഷ്യനാണെന്ന കാര്യമാണവരെ അയാളിൽനിന്നും അകറ്റിയത്. അയാൾ സ്വന്തം ആത്മാവു നഷ്ടപ്പെടുത്തിയ ഒരുവനായിരുന്നില്ല.

എന്നാൽ അവരെല്ലാംതന്നെ സ്വന്തം ആത്മാവു നഷ്ടപ്പെട്ടവരായിരുന്നു. അവർ കൈക്കൂലി വാങ്ങുകയും മറ്റുള്ളവരെ വാങ്ങാൻ പ്രേരിപ്പിക്കുകയും ചെയ്തുപോന്നു. അവർ ദൈവത്തേയും മനുഷ്യരെയും സ്വന്തം മേധാവികളെയും നിരന്തരം വഞ്ചിച്ചുപോന്നു. ഈ മേധാവികൾക്കാകട്ടെ ജില്ല മുഴുവനും സ്വാധീനം ഉണ്ടായിരുന്നു. സർക്കാർ ഉദ്യോഗസ്ഥരുടെ ഈ കൂട്ടായ്മയ്ക്കുള്ളിലെ ചീട്ടുകളികളിൽ അവർ പരസ്പരം വഞ്ചിച്ചു. പണം വാരിക്കൂട്ടാനുള്ള ആർത്തിയേക്കാൾ വഞ്ചിക്കുന്നതിൽ നിന്നും ലഭിക്കുന്ന സന്തോഷമായിരുന്നു അവരെ അതിനു പ്രേരിപ്പിച്ചത്. എന്നാൽ അൻസെം ഇബിൻസ്കൂസ ആരെയും വഞ്ചിച്ചില്ല. അയാൾ ആരെയും വഞ്ചിക്കുകയില്ല എന്നകാര്യം മാത്രമല്ല മറ്റുള്ളവരെ അയാളിൽ നിന്നകറ്റിയത്, അയാളോട് വഞ്ചന കാട്ടുന്നവർക്ക് നേരെ അയാൾക്കുള്ള താല്പര്യക്കുറവുകൂടിയായിരുന്നു അതിനുകാരണം. അയാൾ മറ്റുള്ളവരിൽ നിന്നും ബോധപൂർവ്വവും ശത്രുതാപരവുമായ വിധത്തിൽ അകന്നു

നിന്നു. അവരുടെ ഇടയിൽ അയാൾ കൂടുതൽ ഒറ്റപ്പെട്ടു.

വ്യാപാരികൾ അയാളെ അങ്ങേയറ്റം വെറുത്തു. എന്നാൽ ഒരാൾമാത്രം അതിന് അപവാദമായിരുന്നു. അയാളെപ്പറ്റി കൂടുതൽ കാര്യങ്ങൾ വഴിയേ പറയാം. ഇബിൻസ്കൂസയെ ഭയമുള്ളതുകൊണ്ടാണ് വ്യാപാരികൾ അയാളെ വെറുത്തത്. അയാൾ കുതിരവണ്ടിയിൽ എത്തുന്നത് കാണുമ്പോൾത്തന്നെ അവർ കടകളടച്ചു. മൂന്നുപ്രാവശ്യത്തിൽ കൂടുതൽ വാതിലിൽ മുട്ടുകയാണെങ്കിൽ തുറന്നേ മതിയാവു എന്നവർക്കറിയാത്തതല്ല. ഇൻസ്പെക്ടറെ ശുണ്ഠി പിടിപ്പിക്കാൻവേണ്ടി മാത്രമാണവർ അങ്ങനെ ചെയ്തുപോന്നത്. ഇത്തരത്തിൽ പെരുമാറിയ കടയുടമകളുടെ കാര്യം അയാൾ മേലധികാരികളെ അറിയിക്കുകയും അവരെ കോടതി മുമ്പാകെ എത്തിക്കുകയും ചെയ്തു.

വേനൽക്കാലത്താണെങ്കിൽ വിയർത്തുകുളിച്ചും മഞ്ഞുകാലമാണെങ്കിൽ തണുത്തുവിറച്ചും അയാൾ സന്ധ്യാനേരത്ത് വീട്ടിലെത്തുമ്പോൾ പ്രസന്നതയില്ലാത്ത മുഖത്തോടെ അയാളുടെ ഭാര്യ ഇരിക്കുന്നുണ്ടാവും. അത്തരമൊരു അപരിചിതയോടൊപ്പം എത്രകാലം അയാൾക്ക് ജീവിക്കാനാകും. വീട്ടിലേക്ക് കാലുകുത്തുമ്പോഴേക്കും അയാൾക്ക് തോന്നും അവളെ തനിക്ക് പരിചയമില്ലല്ലോയെന്ന്. ചിലപ്പോൾ തോന്നും ഇന്നലത്തേതുപോലെയല്ല അവളേറെ മാറിയിട്ടുണ്ടാവുമെന്ന്. എന്നാലുടൻ തന്നെ തിരിച്ചറിയും അതേ നീരസക്കാരി തന്നെയാണവളെന്ന്. അയാളെത്തുമ്പോൾ അവൾ ശത്രുതാപരമായെന്നപോലെ തയ്യൽയന്ത്രത്തിനു മുന്നിലിരുന്നു തയ്ക്കുകയാവും. അതേ പുച്ഛത്തോടെ, അതേ വെറുപ്പോടെ. ഇതൊക്കെയാണെങ്കിലും കാഴ്ചയ്ക്കവൾ സുന്ദരിതന്നെയായിരുന്നു. സമൃദ്ധമായ കറുത്തമുടി, അല്പമുയർന്ന മേൽച്ചുണ്ടുനല്കുന്ന കുട്ടിത്തം എല്ലാം അവളുടെ മാറ്റു കൂട്ടി. തയ്ച്ചുകൊണ്ടിരിക്കുമ്പോൾ തന്നെ അവൾ കണ്ണുകൾ മെല്ലെയൊന്നുയർത്തിനോക്കും. ഭാവഭേദമില്ലാതെ ചോദിക്കും.

"കഴിക്കാമോ?"

അയാൾ പറയും

"കഴിക്കാം."

അവൾ തന്റെ തയ്യൽ സാമഗ്രികൾ എന്ന മാരകായുധങ്ങൾ താഴെ വയ്ക്കും. വിഷംപോലെ പച്ചയായ കമ്പിളി നൂലിന്റെ ഉണ്ടമേൽ സൂചി കുത്തിവയ്ക്കും. അയാളുടെ ഭാര്യ അടുക്കളയിൽ കയറി പാത്രങ്ങൾ മുട്ടി ശബ്ദമുണ്ടാക്കുകയും അവളുടെ ജോലിക്കാരിയോട് തട്ടിക്കയറുകയും ചെയ്യുമ്പോൾ അയാൾ മിഴിച്ചിരിക്കും. അയാൾക്ക് വിശക്കുന്നുണ്ടെങ്കിലും അവളങ്ങ് അടുക്കളയിൽത്തന്നെ നിന്നാൽ മതിയായിരുന്നു എന്നയാൾക്ക് തോന്നും. എന്തുകൊണ്ടാണാ വീട്ടിൽ കുഞ്ഞുങ്ങളില്ലാതെ പോയത്?

ആറ്

ആഴ്ചയിൽ പലപ്രാവശ്യം അയാൾക്ക് കത്തുകൾ എത്തും. ആന്തരിക വിശുദ്ധിയുള്ള ഒരു ഉദ്യോഗസ്ഥനെന്ന നിലയിൽ അയാൾ കത്തുകളെല്ലാം തരംതിരിക്കും. കോടതിവളപ്പിലുള്ള കെട്ടിടത്തിലെ ചെറിയൊരു ഇരുണ്ടമുറിയിലാണ് ഇൻസ്പെക്ടറേറ്റ് പ്രവർത്തിച്ചുവന്നത്. പച്ചവിരിപ്പിട്ട വീതികുറഞ്ഞ ചെറിയൊരു മേശമേൽ ഇബിൻസ്കൂസ ഇരിയ്ക്കും. എതിർവശത്ത് യുവാവായ ഒരു ക്ലാർക്കും. അയാൾ അതീവ സുന്ദരനായിരുന്നു, ഉൽക്കർഷേച്ഛുവും. ജോസഫ് നോവാക് എന്നായിരുന്നു അയാളുടെ പേര്. ഇബിൻസ്കൂസയ്ക്ക് അയാളോട് അത്ര മമത ഉണ്ടായിരുന്നില്ല. അതിനൊരുകാരണം അയാളുടെ പേരായിരുന്നു. അയാൾ അങ്ങേയറ്റം വെറുത്തിരുന്ന ഒരു സ്കൂൾ സഹപാഠിയുടെ പേരായിരുന്നു അത്. അവൻ കാരണമായിരുന്നു ഇബിൻസ്കൂസയുടെ നിക്കോൾസബർഗിലെ ഹൈസ്കൂൾ പഠനം മുടങ്ങിപ്പോയത്. അതുകൊണ്ടാണയാൾക്ക് പട്ടാളത്തിൽ ചേരേണ്ടിവന്നതും റെജീനയെ വിവാഹം ചെയ്യേണ്ടിവന്നതും (ഇത് നമ്മുടെ ഇൻസ്പെക്ടറുടെ ചിന്ത മാത്രമായിരുന്നു). ഇബിൻസ്കൂസയുടെ വിധിക്ക് പാവം ക്ലാർക്ക് എന്തുപിഴച്ചു? അയാൾ അതീവ സുന്ദരനും ഉൽക്കർഷേച്ഛുവും മാത്രമല്ല പ്രതികാരേച്ഛു കൂടിയായിരുന്നു. ഊമക്കത്തുകൾക്കും ചിരിച്ചുമയക്കുന്ന സ്വഭാവത്തിനുപിന്നിലും അയാൾ ഒരു രഹസ്യ ആഗ്രഹം ഒളിപ്പിച്ചിരുന്നു. ഇക്കാര്യം ഇബിൻസ്കൂസയ്ക്കും അറിയാമായിരുന്നു സ്വന്തം മേലധികാരിയെ ഒന്നു മുറിവേല്പിക്കുക!

ഓഫീസിൽ ലഭിച്ച പരാതികളിൽ ചിലത് അയാൾ വ്യാജകൈപ്പടയിൽ എഴുതിയതായിരുന്നു. ഭീഷണിയും അധിക്ഷേപവുമായിരുന്നു അതിലെ ഉള്ളടക്കം.

ആ കത്തുകൾ ഇബിൻസ്കൂസയെ സംഭ്രമിപ്പിച്ചു. കാര്യങ്ങളിൽ അമിത ശ്രദ്ധാലുവായതിനാൽ ഓരോ പരാതിയെപ്പറ്റിയും അന്വേ

ഷിക്കുകയും ആവശ്യമുള്ളത് അന്വേഷണസംഘത്തെ ഏല്പിക്കുകയും ചെയ്തു. ഈ ജില്ലയിൽ ഒരു ഉദ്യോഗസ്ഥനായിരിക്കാൻ താൻ യോഗ്യനല്ല എന്ന തോന്നൽ ഇബിൻസ്കൂസയ്ക്കുണ്ടായി. പട്ടാളത്തിൽ തുടർന്നാൽ മതിയായിരുന്നു എന്ന് അയാളുടെ അന്തരംഗം പറഞ്ഞുകൊണ്ടേയിരുന്നു. അവിടെയാകുമ്പോൾ എല്ലാം മുൻകൂട്ടി നിശ്ചയിക്കപ്പെട്ടതാണ്. ഭീഷണിക്കത്തുകളേയോ അപവാദപ്രചാരണങ്ങളേയോ ഭയപ്പെടേണ്ടതില്ല. ഒരു പട്ടാളക്കാരൻ ചെയ്തതിനോ ചെയ്യാതിരുന്നതിനോ ഉള്ള ഉത്തരവാദിത്വം എപ്പോഴും ആയാൾക്കു മുകളിലുള്ളവർക്കായിരിക്കും. ചിലവ അയാൾക്ക് താഴെയായിരിക്കും. പട്ടാളത്തിലെ ജീവിതം എത്ര ലളിതമായിരുന്നു!

ഒരുദിവസം ചില ഭീഷണിക്കത്തുകൾ ബ്രീഫ്കെയ്സിനുള്ളിലടച്ച് അയാൾ വീട്ടിലേക്ക് കൊണ്ടുപോയി. ഔദ്യോഗികകത്തുകൾ വീട്ടിൽ കൊണ്ടുപോകുന്നത് ശരിയായ കാര്യമല്ലെന്ന് അയാൾക്ക് അറിയാമായിരുന്നു. എന്നാൽ അങ്ങനെ ചെയ്യാനുള്ള ഉൾപ്രേരണ തടയാനായില്ല. ഭാര്യയെ ഈ കത്തുകൾ കാണിക്കണം. വിദൂരഗ്രാമങ്ങളിൽ അല്ലാത്തയവസരങ്ങളിൽ അയാൾ ഉച്ചഭക്ഷണത്തിനായി വീട്ടിൽ എത്തിയിരുന്നു. പട്ടണത്തിന്റെ അതിർത്തിയിലുള്ള അയാളുടെ വീട് സർജന്റ് സ്ലാമയുടെ വസതി കഴിഞ്ഞിട്ടായിരുന്നു. വീട് അടുക്കുന്തോറും അയാളുടെ രോഷം കൂടിക്കൂടി വന്നു.

വീട്ടിലെത്തിച്ചേർന്നപ്പോൾ പതിവുപോലെ അയാളുടെ ഭാര്യ തുന്നിക്കൊണ്ടിരിക്കുകയായിരുന്നു. ആ കാഴ്ച കണ്ടപ്പോൾ അയാളിൽ അയാളെപ്പോലും ഭയപ്പെടുത്തുന്ന വെറുപ്പ് ഉരുണ്ടുകൂടി. ഇവളെ എന്തിനാണെനിക്ക്? അയാൾ സ്വയം ചോദിച്ചു. അതിന് ഉത്തരം കാണാനാവാത്തതിനാൽ അയാളുടെ രോഷം ഇരട്ടിച്ചു. വീട്ടിനുള്ളിലേക്ക് കടന്നയുടൻ അയാൾ ആ കത്തുകളെല്ലാം മേശമേൽ വലിച്ചെറിഞ്ഞു.

“വായിച്ചുനോക്ക് ഇതെല്ലാം, നീ എന്താണെന്നോട് ചെയ്തതെന്ന് ഇത് വായിക്കുമ്പോൾ അറിയാം.”

ആ സ്ത്രീ തുന്നൽ നിർത്തി. ഒരു സർക്കാർ ഉദ്യോഗസ്ഥ ചെയ്യും പോലെ മടിച്ചുമടിച്ച് അവൾ കത്തുകൾ ഓരോന്നായി കൈയിലെടുത്ത് പൊട്ടിച്ചുവായിക്കാൻ തുടങ്ങി. ഇബിൻസ്കൂസ കോട്ടും തൊപ്പിയും ഊരിവയ്ക്കാതെ ഇപ്പോൾ പുറപ്പെടും എന്ന മട്ടിൽ അസ്വസ്ഥനായി, കത്തു വായിക്കുന്ന ഭാര്യയുടെ മുഖത്തെ ഭാവഭേദങ്ങൾ ശ്രദ്ധിച്ച് കസേരയിൽ ഇരുന്നു. അവളുടെ മുഖം ഇരുളുന്നതായി അയാൾക്ക് തോന്നി. കത്ത് വായിച്ചിരിക്കുമ്പോൾ അവൾക്ക് അവളുടെ അമ്മയുടെ ഛായയുള്ളതായി അയാൾക്ക് തോന്നി. തന്റെ അമ്മായിഅമ്മയെ അയാൾ വ്യക്തമായി ഓർത്തു. അവർ മൊറോവിയയിലെ സ്റ്റോൺബർഗിലായിരുന്നു ജീവിച്ചിരുന്നത്. അവസാനമായി കണ്ടതും വിവാഹദിവസമായിരുന്നു. നരച്ച പട്ടുവസ്ത്രമാണ് അന്ന് ധരിച്ചിരുന്നത്. അത് കാഴ്ചയ്ക്ക് ഒരു പടച്ചട്ട പോലെ തോന്നിയിരുന്നു. ചുളുങ്ങിത്തുടങ്ങിയ അവരുടെ ശരീരം കഴുത്തുവരെ

മറയ്ക്കുന്ന വിധത്തിലായിരുന്നു വസ്ത്രധാരണം. അത് അമ്പുകളേല്ക്കാതിരിക്കാൻ ധരിച്ച മാർച്ചട്ടപോലെ തോന്നി. അവർ കണ്ണുകൾക്കു മുന്നിൽ ഒരു കണ്ണട ചേർത്തുപിടിച്ചിരുന്നു. അത് താഴ്ത്തുമ്പോൾ ഒരു യോദ്ധാവിന്റെ ശിരോകവചം തുറക്കുന്നപോലെ തോന്നും. അയാളുടെ ഭാര്യയും അദൃശ്യമായ ആ കണ്ണട ധരിച്ചിട്ടുള്ളതുപോലെയാണ് പെരുമാറിയത്. എല്ലാ കത്തുകളും വായിച്ച് അവൾ എഴുന്നേറ്റു.

"പേടിയൊന്നും ഇല്ലല്ലോ അല്ലെ? അതോ പേടിച്ചുപോയോ?"

തന്നെ ഭീഷണിപ്പെടുത്തുന്നതിലെ അപകടമൊന്നും അവൾ കാര്യമായി എടുക്കുന്നില്ല എന്ന് ഇൻസ്പെകടർക്ക് തോന്നി.

"നിനക്ക് അതിലൊരു ഉൽക്കണ്ഠയും തോന്നുന്നില്ല അല്ലെ? അതിലുള്ള അപകടവും നീ കാണുന്നില്ല. എന്തിനാണ് നീയെന്നെ പട്ടാളത്തിൽനിന്നും പിരിയാൻ നിർബ്ബന്ധിച്ചത്?"

അവൾ മറുപടിയൊന്നും പറയാതെ അടുക്കളയിലേക്കുപോയി രണ്ടു പാത്രം സൂപ്പുമായെത്തി. നിശ്ശബ്ദമായ വേദനയോടെ ഒട്ടും താല്പര്യമില്ലാതെ ഇൻസ്പെക്ടർ ഉച്ചഭക്ഷണം കഴിച്ചു. ന്യൂഡിൽ സൂപ്പ്, വേവിച്ച മാട്ടിറച്ചി, പ്ലം ചേർത്തുണ്ടാക്കിയ കൊഴുക്കട്ട എന്നിവയും വിഭവങ്ങളായി ഉണ്ടായിരുന്നു.

ഒറ്റവാക്കും മിണ്ടാതെ അയാൾ വീടുവിട്ടിറങ്ങി ഓഫീസിലേക്കുപോയി. എന്നാൽ ആ ഭീഷണിക്കത്തുകൾ തിരികെക്കൊണ്ടുപോകാൻ അയാൾ മറന്നില്ല.

ഏഴ്

സ്ലോട്ടോഗ്രോദ് ജില്ലയിൽപ്പെട്ട സ്വാബി ഗ്രാമത്തിൽ ലീബുഷ് ജാദ്ലോക്കർ ആയിരുന്നു ആ പ്രദേശത്തെ സർജന്റിനേക്കാൾ കരുത്തൻ. ആരാണീ ലീബുഷ് ജാദ്ലോക്കർ? അക്കാര്യം വ്യക്തമാക്കാം. അയാളുടെ ജന്മത്തെപ്പറ്റി ആർക്കും ഒന്നും അറിയില്ല. ഒഡേസ്സയിൽനിന്നും വർഷങ്ങൾക്കുമുമ്പ് എത്തിച്ചേർന്നവനാണയാൾ എന്ന് ആളുകൾ കുശുകുശുത്തിരുന്നു. അയാൾ ഇപ്പോൾ അറിയപ്പെടുന്ന പേരും അയാളുടെ യഥാർത്ഥ പേരായിരുന്നില്ല. അതിർത്തി പ്രദേശത്ത് അയാൾക്ക് സ്വന്തമായൊരു സത്രമുണ്ടായിരുന്നു. അതയാളുടെ ഉടമസ്ഥതയിൽ എങ്ങനെ എത്തിച്ചേർന്നു എന്നതിനെപ്പറ്റി ആർക്കും ഒന്നും അറിയുമായിരുന്നില്ല. ആ പത്രത്തിന്റെ ആദ്യ ഉടമ നരച്ച താടിയുള്ള ഒരു ജൂതനായിരുന്നു. തികച്ചും ദുരൂഹമായ സാഹചര്യത്തിൽ അയാൾ മരണമടഞ്ഞു. ഒരു ദിവസം വനത്തിനുള്ളിൽനിന്നും തണുത്ത് മരവിച്ച അയാളുടെ മൃതദേഹം കണ്ടെത്തുകയായിരുന്നു. പകുതിയും ചെന്നായ്ക്കൾ തിന്നുതീർക്കപ്പെട്ട നിലയിലായിരുന്നു ശരീരം. അയാളുടെ പരിചാരകനായിരുന്ന ഓണുഫ്രിക്കുപോലും എന്തിനാണ് ആ വൃദ്ധനായ ജൂതൻ തണുത്തുറയുന്ന മഞ്ഞുകാലത്ത് അതിർത്തി പ്രദേശത്തെ കൊടുംകാട്ടിനുള്ളിലേക്ക് കയറിപ്പോയത് എന്നതിനെപ്പറ്റി വിശദീകരിക്കാനായില്ല. ആകെ അറിയാമായിരുന്ന കാര്യം അയാൾക്ക് മക്കളുണ്ടായിരുന്നില്ല എന്നതാണ്. അയാളുടെ അനന്തരവനായ ലീബുഷ് ജാദ്ലോക്കർ മാത്രമായിരുന്നു ഏക അവകാശി.

ജാദ്ലോക്കർ ഒഡേസ്സ വിടാനുള്ള കാരണത്തെപ്പറ്റി ചില ഊഹാപോഹങ്ങൾ പ്രചരിച്ചിരുന്നു. ഒരാളെ പഞ്ചസാര ക്യൂബു*കൊണ്ടടിച്ച്

---

*sugar loaf : 19-ാം നൂറ്റാണ്ടുവരെ പഞ്ചസാര വലിയ ക്യൂബ് രൂപത്തിലാണ് കൈമാറ്റം ചെയ്യപ്പെട്ടിരുന്നത്.

കൊലപ്പെടുത്തിയെന്നതായിരുന്നു അത്. യഥാർത്ഥത്തിൽ അതൊരു ഊഹാപോഹമായിരുന്നില്ല, സത്യം തന്നെയായിരുന്നു. അയാൾക്ക് ചെവി കൊടുക്കാൻ തയ്യാറായവരോടെല്ലാം അയാൾ ആ കഥ പറഞ്ഞിട്ടുണ്ട്. ജാദ്‌ലോക്കർ തുറമുഖത്തൊഴിലാളിയായിരിക്കെ സഹപ്രവർത്തകരിലൊരാളുമായി ശത്രുതയിലായി. അയാൾ കരടിയെപ്പോലെ കരുത്തനായിരുന്നു. അവർ തമ്മിലുണ്ടായ കലഹം കൊലപാതകത്തിലവസാനിച്ചു. കപ്പലിൽ നിന്നും ഇറക്കിക്കൊണ്ടിരുന്ന പഞ്ചസാര ക്യൂബുകൊണ്ട് ജാദ്‌ലോക്കർ അയാളെ തലയ്ക്കടിച്ചു കൊല്ലുകയായിരുന്നു. അതെത്തുടർന്നാണ് അയാൾ റഷ്യൻ അതിർത്തി കടന്നത്.

അയാൾ തുറമുഖത്തൊഴിലാളിയായിരുന്നുവെന്നും ഒരാളെ കൊന്നിട്ടുണ്ട് എന്നും പറയുമ്പോൾ ആളുകൾ അത് വിശ്വസിച്ചു. എന്നാൽ അയാളുടെ പേരുമാത്രം അവർക്ക് വിശ്വസനീയമായി തോന്നിയില്ല. ലീബുഷ് ജാദ്‌ലോക്കർ. അതിനാലാവാം സ്ലോട്ടോഗ്രോദ് ജില്ലയിലാകമാനം അയാൾ ലീബുഷ് എന്ന നിയമനിഷേധി എന്നറിയപ്പെട്ടു. അതിനു മതിയായ കാരണങ്ങളുമുണ്ട്. എല്ലാത്തരം പ്രമാണിമാരുടേയും കുറ്റവാളികളുടേയും സങ്കേതമായിരുന്നു അതിർത്തിയിലുള്ള അയാളുടെ സത്രം. അമേരിക്കൻ സൈന്യത്തിനുവേണ്ടി പ്രവർത്തിക്കുന്ന കുപ്രസിദ്ധനായൊരു റഷ്യൻ ഏജന്റ് ആഴ്ചയിൽ മൂന്നുവട്ടം റഷ്യൻ സൈന്യത്തിൽനിന്നും ചാടിപ്പോകുന്നവരെ ജാദ്‌ലോക്കറുടെ സത്രത്തിലെത്തിക്കുമായിരുന്നു. ഹോളണ്ടിലേക്കും കാനഡയിലേക്കും കിഴക്കേ അമേരിക്കയിലേക്കുമുള്ള യാത്രയ്ക്കിടയിലെ താവളമായിരുന്നു അത്.

ആളുകൾ വിശ്വസിച്ചിരുന്നതുപോലെ പ്രമാണിമാരും കുറ്റവാളികളും ജാദ്‌ലോക്കറുടെ അതിർത്തി സത്രത്തിൽ എത്തിക്കുമായിരുന്നു. ഹോളണ്ടിലേക്കും, കാനഡയിലേക്കും, കിഴക്കേ അമേരിക്കയിലേക്കുമുള്ള യാത്രയ്ക്കിടയിലെ താവളമായിരുന്നു അത്.

ആളുകൾ വിശ്വസിച്ചിരുന്നതുപോലെ പ്രമാണിമാരും കുറ്റവാളികളും ജാദ്‌ലോക്കറുടെ അതിർത്തി സത്രത്തിൽ വന്നുപോയിരുന്നു. അലഞ്ഞുതിരിഞ്ഞുനടക്കുന്നവരെയും ഭിക്ഷക്കാരന്മാരെയും കള്ളന്മാരെയും കൊള്ളക്കാരെയും അവിടെ തമ്പടിക്കാൻ അയാൾ അനുവദിച്ചിരുന്നു. നിയമം തന്നെ തൊടാതിരിക്കാനുള്ള എല്ലാ കൗശലങ്ങളും അയാൾ പ്രയോഗിച്ചിരുന്നു. അതിർത്തി പ്രദേശത്ത് പ്രാണികളെപ്പോലെ വന്ന് കൂടിയിരുന്ന ഔദ്യോഗിക ചാരന്മാർക്ക് അയാളുടെ പ്രവർത്തനങ്ങളിൽ ഒരു പിഴവും കാണുവാനായില്ല. എന്നാൽ സ്ലോട്ടോഗ്രോദിലെ എല്ലാ കുറ്റകൃത്യങ്ങൾക്ക് പിന്നിലും ലീബുഷ് ജാദ്‌ലോക്കറുടെ കരങ്ങളുണ്ടാകുമെന്ന ശ്രുതി എങ്ങും പരന്നിരുന്നു. ആ പ്രദേശത്ത് കൊലപാതകങ്ങൾക്കോ കൊള്ളയ്ക്കോ കൊള്ളിവയ്പിനോ ഒരു കുറവും ഉണ്ടായിരിന്നില്ല. മോഷണങ്ങളുടെ കാര്യം പറയുകയും വേണ്ട. ഓസ്ട്രിയയിൽ നിന്നും റഷ്യയിലേക്ക് പോകുന്ന അഭയാർത്ഥികളേയും അയാൾ പരസ്പരം കൈമാറ്റം ചെയ്തു. അയാൾക്ക് പണം നല്കാത്തവരെ

അതിർത്തിയിൽവച്ച് ഓസ്ട്രിയയുടെയോ റഷ്യയുടെയോ അതിർത്തി സംരക്ഷണസേന വെടിവച്ചുകൊല്ലുമെന്നും വാർത്തകൾ പരന്നു.

സംശയാസ്പദമായ മാർഗ്ഗങ്ങളിലൂടെ അതിർത്തി സത്രത്തിനുള്ള അനുമതി നേടുക മാത്രമല്ല അയാൾ ചെയ്തത്. കൂട്ടത്തിൽ ഒരു പലചരക്കുകട നടത്താനുള്ള അനുമതികൂടി കരസ്ഥമാക്കിയിരുന്നു. അവിടെ വിവിധതരം ധാന്യപ്പൊടികൾ, ഓട്സ്, പഞ്ചസാര, പുകയില, ബ്രാണ്ടി, ബിയർ, മധുരലായനികൾ, ചോക്ലേറ്റ്, ബലൂണുകൾ, നൂല്, സോപ്പ് എന്നിവ മാത്രമല്ല വിറ്റിരുന്നത്. പെൺകുട്ടികളെയും പുരുഷന്മാരെയും അവിടെ കൈമാറ്റം ചെയ്തിരുന്നതായും ആളുകൾ സംശയിച്ചു. വ്യാജമായ തൂക്കക്കട്ടികൾ നിർമ്മിച്ച് സമീപത്തുള്ള വ്യാപാരികൾക്ക് അയാൾ വിറ്റിരുന്നു. കള്ളനോട്ടുകളും വെള്ളിയിലും സ്വർണ്ണത്തിലുമുള്ള കള്ളനാണയങ്ങളും അയാൾ നിർമ്മിച്ചിരുന്നതായി ചിലർ വിശ്വസിച്ചു.

സ്വാഭാവികമായും അയാൾ അൻസെം ഇബിൻസ്കൂസയുടെ ശത്രുവായി. ആരോഗ്യവും ബുദ്ധിശക്തിയുമുള്ള ഒരുമനുഷ്യൻ എന്തിനാണിങ്ങനെ സർക്കാരിനും അതിന്റെ നിയമങ്ങൾക്കും വേണ്ടി വാശിപിടിക്കുന്നതെന്ന് എത്ര ആലോചിച്ചിട്ടും അയാൾക്ക് പിടികിട്ടിയില്ല. അയാൾ ഇബിൻസ്കൂസയെ വെറുത്തതിന്റെ പ്രധാനകാരണം അയാൾ ഒരു അളവുതൂക്ക ഇൻസ്പെക്ടർ ആയതുകൊണ്ടല്ല. മറിച്ച് അയാളൊരു കറകളഞ്ഞ സത്യസന്ധനായതുകൊണ്ടാണ്. ജാദ്‌ലോക്കർ എല്ലാ തന്ത്രങ്ങളും പയറ്റാനറിയാവുന്ന ഒരുവനായിരുന്നു. ഏതു ഹീനകൃത്യവും ചെയ്യാനൊട്ടും മടിയുമുണ്ടായിരുന്നില്ല. അളവുതൂക്ക പരിശോധനയ്ക്കായി ഇൻസ്പെക്ടറും സർജന്റും വരുമ്പോൾ അവരെ തൂക്കി വെളിയിലെറിയുക എന്ന കാര്യം അയാൾക്ക് നിഷ്പ്രയാസം ചെയ്യാവുന്നതായിരുന്നു. എന്നാൽ അയാളത് ചെയ്തില്ല. പാപപങ്കിലമായ അയാളുടെ മനസ്സ് അപ്രകാരം ചെയ്യരുത് എന്ന് അയാളോട് പറഞ്ഞു. അതുകൊണ്ട് അയാൾ ഇൻസ്പെക്ടറെ വളരെ സൗഹൃദത്തോടെ സ്വീകരിച്ചു. ഉള്ളിൽ നുരഞ്ഞുപൊന്തിയ വെറുപ്പിനെ അമർത്തിവച്ചു. കരടിയെപ്പോലെ കരുത്തനായ ജാദ്‌ലോക്കറുടെ ഇത്തരം കൗശലങ്ങളെ ഒരാൾക്ക് അഭിനന്ദിക്കാതിരിക്കാനാവില്ല. പ്രകൃതി അയാളെ തന്ത്രശാലിയും കരുത്തനുമാക്കി മാറ്റിയിരുന്നു.

സ്വാബിയിലുള്ള ആ ഇൻസ്പെക്ടർ ഇബിൻസ്കൂസ കാലെടുത്തുവച്ചാലുടൻ അയാൾക്കു മുന്നിൽ വിഭവങ്ങൾ നിരക്കുകയായി. തൊണ്ണൂറു ഡിഗ്രി സ്നാപ്സ് എന്നപേരിലുള്ള വീര്യംകൂടിയ ബ്രാണ്ടി നിയമംമൂലം നിരോധിക്കപ്പെട്ടിരുന്നതായിരുന്നെങ്കിലും സർജന്റ് അത് പൂർണ്ണ സന്തോഷത്തോടെ അകത്താക്കി. ഫ്രാൻസ് സ്ലാമ എന്ന ആ സർജന്റ് ദൗർഭാഗ്യവശാൽ വളരെ വേഗം മദ്യത്തിനടിപ്പെട്ടു. എന്നാൽ അക്കാര്യത്തിന് വലിയ പ്രാധാന്യമൊന്നും നല്കേണ്ടതില്ല. കാരണം അളവുതൂക്കങ്ങളെപ്പറ്റി അയാൾ ഒന്നും മനസ്സിലാക്കിയിരുന്നില്ല. അഥവാ അയാൾക്കതിനെപ്പറ്റി എന്തെങ്കിലും അറിയാമെന്നിരിക്കട്ടെ. ലിബുഷ് ജാദ്

ലോക്കറുടെ സ്ഥാപനത്തിലേക്കുള്ള അളവുതൂക്കങ്ങളെപ്പറ്റി തരിമ്പും മനസ്സിലാക്കാൻ അയാൾക്ക് കഴിയുമായിരുന്നില്ല. കാരണം ഇൻസ്പെക്ടർ എത്താൻ പോകുന്നു എന്ന് ഒരുദിവസം മുന്നേതന്നെ അയാൾ അറിയുകയും അതെല്ലാം അപ്രത്യക്ഷമാവുകയും ചെയ്തിരുന്നു.

ഏകദേശം ഈ സമയത്താണ് ഇൻസ്പെക്ടർ ഇബിൻസ്കൂസ തന്റെ ഭാര്യയുടെ പെരുമാറ്റത്തിൽ ചില മാറ്റങ്ങൾ കാണാൻ തുടങ്ങിയത്. വഴക്കുണ്ടാക്കാനുള്ള താല്പര്യം പോയിമറഞ്ഞിരുന്നു. പ്രകടമായും വളരെ സ്നേഹത്തോടെ അവൾ പെരുമാറാൻ തുടങ്ങിയിരിക്കുന്നു. ഇതെല്ലാം കണ്ടപ്പോൾ അയാൾക്ക് ഭയമാണ് തോന്നിയത്. പുതിയ ജോലിയും അതിന്റെ അനുബന്ധങ്ങളും എന്ന നിലയിൽ അയാൾ അവളെയും സ്നേഹിച്ചിരുന്നു. അതല്ലാതെ അവളുടെ മേലുള്ള ഒരാഗ്രഹവും നിലനിന്നിരുന്നില്ല. അയാളോട് അവൾ താല്പര്യക്കുറവുകാട്ടുകയോ ചിലപ്പോഴൊക്കെ വെറുക്കുകയോ ചെയ്തിരുന്നുവെന്ന് റെജീന ഒരിക്കൽ തുറന്നുപറഞ്ഞു. രാത്രി കിടക്കയ്ക്കരികിൽ എത്തിക്കഴിഞ്ഞാൽ എത്രയും വേഗം അതിന്മേൽ കയറിക്കിടക്കുകയും ഉറങ്ങുകയും ചെയ്യുക എന്ന ശീലം അയാൾ ഉണ്ടാക്കിക്കൊടുത്തിരുന്നു. രണ്ടു കട്ടിലുകൾ ചേർത്തിട്ടതായിരുന്നു അവരുടെ കിടക്ക. അവൾ പലപ്പോഴും കണ്ണാടിക്കുമുമ്പിൽ അല്പനേരം വിവസ്ത്രയായി നിന്ന് അയാൾക്ക് മോഹമുണരുന്നുവെങ്കിൽ ആയിക്കോട്ടെ എന്ന ഭാവത്തിൽ നില്ക്കും. അങ്ങനെതന്നെ നിന്നുകൊണ്ട് ചിലപ്പോൾ അവൾ ചോദിക്കുമായിരുന്നു; അവളെ ഇപ്പോഴും സ്നേഹിക്കുന്നില്ലേയെന്ന്. യഥാർത്ഥത്തിൽ താനിപ്പോഴും സുന്ദരി തന്നെയല്ലേയെന്നറിയാനായിരുന്നു അങ്ങനെ ചോദിക്കുന്നത്. "തീർച്ചയായും" എന്ന് പറഞ്ഞ് അയാൾ ഉറക്കത്തിലേക്ക് വഴുതി വീഴും. നുണ പറഞ്ഞതിനാലുള്ള മനഃസാക്ഷിക്കുത്തുകൊണ്ടാവാം ചിലപ്പോൾ അയാളങ്ങനെ ചെയ്തത്.

അങ്ങനെ തന്റെ ഭാര്യയുടെ സ്നേഹം പുനർജ്വലിച്ചത് അയാളെ അതിശയിപ്പിക്കുകയും പേടിപ്പെടുത്തുകയും ചെയ്തു. മുൻകാലങ്ങളിലേതുപോലെ അയാൾ അവൾക്കൊപ്പം ശയിച്ചു. പുലർന്നപ്പോൾ വിരക്തി അയാളിൽ നിറഞ്ഞു. യാത്രയാകുമ്പോൾ സഹജമായ ശത്രുതയോടെ അയാൾ അവളെ ചുംബിച്ചു. അവളപ്പോൾ ഉറങ്ങിക്കിടക്കും പോലെ ഭാവിച്ചു. അപ്രകാരം നടിക്കുന്നതാണെന്ന് അയാൾ മനസ്സിലാക്കുകയും ചെയ്തു. നാട്യം അവളുടേത് മാത്രമായിരുന്നു. അയാൾ അപ്പോഴും അവളെ സ്നേഹിച്ചു. എന്നാൽ അക്കാര്യം അയാൾ അവളോട് പറഞ്ഞില്ല.

പുത്തൻ പ്രലോഭനത്തിന്റെ കാരണം എന്താവാമെന്ന് അയാൾ അതിശയിച്ചു. അതിന്റെ ഉത്തരം അയാൾ കണ്ടെത്തേണ്ടിയിരിക്കുന്നു.

ഏട്ട്

ഒരുദിവസം പല ഊമക്കത്തുകൾക്കിടയിൽനിന്നും അസാധാരണമായ ഒരെണ്ണം അയാളുടെ ശ്രദ്ധയിൽ പെട്ടു. അതിൽ ഇപ്രകാരം എഴുതിയിരുന്നു.

"ബഹുമാന്യനായ ഇൻസ്പെക്ടർ, താങ്കളുടെ മയമില്ലാത്ത നിലപാടുകളുടെ അനന്തരഫലമെന്ന നിലയിൽ ഒരു പത്തുകിലോ തൂക്കക്കട്ടിയെപ്രതി ഞാൻ കോടതി വിചാരണ നേരിടേണ്ടി വന്നുവെങ്കിലും അങ്ങയുടെ ഭാര്യ നിർലജ്ജമായി അങ്ങയെ വഞ്ചിച്ചുകൊണ്ടിരിക്കുകയാണെന്ന കാര്യം അറിയിക്കുവാനുള്ള സ്വാതന്ത്ര്യം ഞാനെടുക്കുകയാണ്. ജോസഫ് നോവാക് എന്ന അങ്ങയുടെ ക്ലാർക്കുമായാണാ ബന്ധം.

ബഹുമാനത്തോടെ, താങ്കളുടെ വിധേയൻ എക്സ്.വൈ."

സത്യസന്ധൻ എന്നപോലെ തന്നെ അല്പം മെല്ലെപ്പോക്കുകാരനുമായിരുന്നു അൻസെം ഇബിൻസ്കൂസ. അതിനുപുറമെ, തെറ്റായ വിവരങ്ങൾ നല്കുന്ന നിരവധി അപകീർത്തികരമായ കത്തുകൾ അയാൾക്ക് ഇപ്പോഴും ലഭിക്കാറുമുണ്ട്. കത്തുമടക്കി പോക്കറ്റിലിട്ട് അയാൾ വീട്ടിലേക്കു പോയി. മുമ്പുകാലത്ത് ചെയ്യാറുണ്ടായിരുന്നപോലെ പ്രണയപൂർവ്വം അയാളുടെ ഭാര്യ അയാളെ സ്വീകരിച്ചു. അവൾ അയാളുടെ കഴുത്തിൽ ചുറ്റിപ്പിടിച്ച് ഏറെനേരം നില്ക്കുകയും ചെയ്തു. "അതിയായ ആഗ്രഹത്തോടെ ഞാനിന്നു നിങ്ങളെ കാത്തിരിക്കുകയായിരുന്നു. അവൾ അയാളുടെ കാതുകളിൽ മന്ത്രിച്ചു. കൈകൾ കോർത്തുപിടിച്ച് അവർ ഭക്ഷണമേശയ്ക്കരികിലേക്കു നടന്നു. കഴിച്ചുകൊണ്ടിരിക്കെ അയാൾ അവളെ കൂടുതൽ ശ്രദ്ധിച്ചു. നാളിതുവരെ ശ്രദ്ധയിൽപെടാതിരുന്ന ഒരു കാര്യം അയാളുടെ ശ്രദ്ധയിൽ പെട്ടു. അവളുടെ ചെറുവിരലിൽ ഒരു മോതിരം കാണുന്നു. അയാൾ അവളുടെ ഇടതുകരം കവർന്ന് ചോദിച്ചു.

"എവിടന്നു കിട്ടി ഈ മോതിരം?"

"എന്റെ പിതാവുതന്നതാ. ഇതുവരെ ഞാനത് ഉപയോഗിച്ചിരുന്നില്ല."

അത് വിലകുറഞ്ഞ ഒരു മോതിരമായിരുന്നു. സാധാരണ പുരുഷന്മാർ ഉപയോഗിക്കുന്ന മാതിരി ഒന്ന്. കൃത്രിമമായ ഒരു നീലക്കല്ല് അതിൽ പതിച്ചിരുന്നു.

"പെട്ടെന്നിടാൻ തോന്നിയത്?"

അയാൾ ചോദിച്ചു.

"നമുക്ക് അതു ഭാഗ്യം കൊണ്ടുവരും."

അവൾ പറഞ്ഞു.

"നമുക്ക്?"

"അതെ നമുക്ക് രണ്ടുപേർക്കും."

അവൾ ഉറപ്പിച്ചു.

അവൾ എത്രമാറിപ്പോയിരിക്കുന്നു അയാൾ ചിന്തിച്ചു. ആമത്തോടുകൊണ്ടുണ്ടാക്കിയ വലിയൊരു മുടിപ്പിന്ന് കറുത്ത് സമൃദ്ധമായ മുടിക്കെട്ടിനുള്ളിൽ തിരുകിക്കയറ്റിയിരിക്കുന്നു. ദീർഘകാലമായി അവൾ ഉപയോഗിക്കാതെ സൂക്ഷിച്ചിരുന്ന വലിയൊരു വളയം കാതിലണിഞ്ഞിരിക്കുന്നു. വളയങ്ങൾക്കുള്ളിൽ സ്വർണ്ണത്തിലുള്ള ചെറിയ നാണയ സമാനമായ വൃത്തങ്ങൾ അനങ്ങി. അവളുടെ മുഖത്തിന് പുത്തൻ യുവത്വം കൈവന്നപോലെ തോന്നി. പണ്ട് അവളെ ആദ്യമായി കണ്ട നാളുകളിൽ അവളുടെ അമ്മാവന്റെ കൈപിടിച്ചുവന്ന അതേ പെൺകുട്ടി.

ഈ കാഴ്ചകൾ അയാളെ മെല്ലെ ഭയപ്പെടുത്താൻ തുടങ്ങവെ അവൾ അർത്ഥശൂന്യമായ ഏതോ വാക്കുകൾ ഉരുവിട്ടു.

"ഒടുവിൽ എനിക്ക് ഒരു അമ്മയാവാൻ കൊതി തോന്നുന്നു."

'ആരിൽ നിന്നും' എന്നു ചോദിക്കാൻ അയാൾക്ക് തോന്നി. സ്വാഭാവികമായും അയാൾ അപ്പോഴാ കത്തിനെപ്പറ്റി ചിന്തിച്ചു. എന്നാൽ ഇങ്ങനെ മാത്രമേ അയാൾക്ക് ചോദിക്കാനായുള്ളു.

"ഇതുവരെ നിനക്ക് അങ്ങനെയൊരാഗ്രഹം തോന്നിയിരുന്നില്ലല്ലോ. എന്തുകൊണ്ടിപ്പോൾ തോന്നി. പെൺകുട്ടിയാണെങ്കിൽ സ്ത്രീധനം നല്കേണ്ടിവരുമെന്നും ആൺകുട്ടിയാണെങ്കിൽ കൂടിപ്പോയാൽ എന്നെപ്പോലെ ഒരു അളവുതൂക്ക ഇൻസ്പെക്ടറിനപ്പുറം ഒന്നും ആകുവാൻ പോകുന്നില്ലെന്നുമായിരുന്നല്ലോ ഇതുവരെ നീ പറഞ്ഞിരുന്നത്."

അവൾ കണ്ണുകൾ താഴ്ത്തി പറഞ്ഞു.

"ഞാൻ നിങ്ങളെ അങ്ങേയറ്റം സ്നേഹിക്കുന്നു."

അയാൾ എഴുന്നേറ്റ് അവളെ ചുംബിച്ചു. എന്നിട്ടയാൾ ഓഫീസിലേക്കു പോയി.

ഓഫീസിലേക്ക് സാമാന്യം ദൂരമുണ്ടായിരുന്നു. പോകുന്നവഴിക്ക് അയാൾ പെട്ടെന്ന് ഓർക്കുകയോ ഓർത്തതായി ചിന്തിക്കുകയോ ചെയ്തു. ഈ മോതിരവും മോതിരത്തിൽ പതിപ്പിച്ച നീലക്കല്ലും മുമ്പാരുടെയോ വിരലിൽ കണ്ടിട്ടുണ്ട്. ആ വിരൽ ക്ലാർക്ക് ജോസഫ് നോവാ

ക്കിന്റേതാണെന്നയാൾ വേഗത്തിൽ തിരിച്ചറിഞ്ഞു..

വളഞ്ഞവഴിയും കൗശലവും ഈ ഇൻസ്പെക്ടർക്ക് അജ്ഞാതമായിരുന്നു. എന്നാൽ ഇനിമേൽ അത്തരം തന്ത്രങ്ങൾ പയറ്റാൻതന്നെ അയാൾ തീരുമാനിച്ചു കഴിഞ്ഞു. ബഹുമാനസൂചകമായി ക്ലാർക്ക് എഴുന്നേറ്റുനിന്നു. തികഞ്ഞ സൗഹൃദം നടിച്ച് ഇൻസ്പെക്ടർ പറഞ്ഞു.

"ശുഭദിനം മിസ്റ്റർ നോവാക്ക്. എന്തെങ്കിലും പുതുതായുണ്ടോ?"

"പുതിയതൊന്നുമില്ല, സാർ."

നോവാക്ക് പറഞ്ഞു

നോവാക്കിന്റെ വിരലുകളിലേക്ക് നോക്കി അയാൾ ചോദിച്ചു.

"കല്ലുപതിപ്പിച്ച ആ മോതിരം എവിടെപ്പോയി, അതു നിനക്ക് നന്നായി ചേർന്നിരുന്നു."

ഒട്ടും പരിഭ്രമിക്കാതെ നോവാക്ക് പറഞ്ഞു.

"പണയപ്പെടുത്തി."

"പണത്തിന് വല്ല ആവശ്യവുമുണ്ടോ?"

ജാഗ്രത കൈവിടാതെ അവൻ പറഞ്ഞു.

" അത് ഒരു സ്ത്രീയുമായി ബന്ധപ്പെട്ട കാര്യമാണ്."

"ശരി. ശരി. നിന്റെ പ്രായത്തിൽ എനിക്കും ചില ബന്ധങ്ങളുണ്ടായിരുന്നു."

തന്റെ മേലധികാരി ഇത്രയും സൗഹൃദത്തോടെ പെരുമാറുന്നത് ആദ്യമായാണ് നോവാക്ക് കാണുന്നത്. എന്നാൽ താൻ പിടിക്കപ്പെട്ടു എന്ന സംശയം അയാൾക്ക് തോന്നിയില്ല.

ഇപ്രാവശ്യം അയാൾ സ്വയം വഞ്ചിച്ചു. ഇതുവരെ താൻ സ്വീകരിച്ചുപോന്ന നേർപാത, ഒരു സത്യസന്ധനായ അളവുതൂക്ക ഇൻസ്പെക്ടർ എന്ന ഖ്യാതി നേടിക്കൊടുത്ത അടിസ്ഥാന സ്വഭാവം, അയാൾക്ക് കൈമോശം വന്നു. ഇക്കാര്യം വിശദമായി അന്വേഷിക്കുവാൻ ഇബിൻസ്കൂസ തീരുമാനിച്ചു. അയാളുടെ ഹൃദയം അതിൽപ്പെട്ടു എന്നതല്ല പ്രശ്നം. തന്റെ അഭിമാനത്തിന് മുറിവേറ്റതായി അയാൾക്ക് തോന്നി. തന്റെ പട്ടാളജീവിതകാലത്ത് തന്റെ മേലധികാരികളിൽ നിന്നും പകർന്നുകിട്ടിയ ആ അന്തസ്സ് നഷ്ടപ്പെടുന്നതായി അയാൾക്കനുഭവപ്പെട്ടു. അന്തസ്സുള്ള ഒരു മനുഷ്യനായിത്തുടരണമെങ്കിൽ ഈ കാര്യത്തിന്റെ സത്യാവസ്ഥ അന്വേഷിച്ചു കണ്ടെത്തുകതന്നെ വേണം. അത് അനുപേക്ഷണീയമാണ്. സംഭവങ്ങളുടെ അളവുതൂക്കങ്ങൾ നിജപ്പെടുത്തേണ്ടതുണ്ട്.

കുനിഞ്ഞ ശിരസ്സുമായി അയാൾ വീട്ടിലേക്ക് നടന്നു. എതിരെ കടന്നുപോയവർ പലരും അയാളെ അഭിവാദ്യം ചെയ്തു. അയാൾ അവരെയെല്ലാം കണ്ടില്ലെന്ന് നടിച്ചു. അവർ എന്തെങ്കിലും പറഞ്ഞാലോ എന്നയാൾ ഭയപ്പെടുംപോലെ തോന്നി.

ഈ സമയംകൊണ്ട് അയാൾ വീട്ടിലെത്തി. ചില പദ്ധതികൾ അയാൾ മനസ്സിൽ ഉറപ്പിച്ചിരുന്നു. മുമ്പ് എങ്ങനായിരുന്നോ മനസ്സിലുറപ്പിച്ച പദ്ധതികളുമായി അതുപോലെതന്നെ അയാൾ മുന്നോട്ടുപോയി.

ഒൻപത്

ഒരാഴ്ചക്കാലം കടന്നുപോയി. റെജീനയുടെ കൈകളിൽ കല്ലുപതിപ്പിച്ച ആ മോതിരം കാണാതായി. അയാൾ ഒന്നും മിണ്ടിയില്ല.

ആ ഒരാഴ്ചക്കാലവും അയാൾ നിശ്ശബ്ദനായിരുന്നു. റെജീനയോടോ ജോസഫിനോടോ ഒന്നും പറഞ്ഞില്ല. അതിനുശേഷം അപ്രതീക്ഷിതമായി അയാൾ ജോസഫിനോടിങ്ങനെ ചോദിച്ചു.

"ആ മോതിരം ഇതുവരെ തിരിച്ചെടുത്തില്ലേ?"

"ഇല്ല"

കൃത്രിമമായ സന്തോഷം അഭിനയിച്ചുകൊണ്ടവൻ പറഞ്ഞു.

"ചമ്മിപ്പോകേണ്ടതായൊന്നുമില്ല. പണം ഞാൻ തരാം."

"സത്യം പറഞ്ഞാൽ...."

അല്പം ചമ്മൽ വരുത്തിക്കൊണ്ടയാൾ പറഞ്ഞു.

"സന്തോഷം."

ഇബിൻസ്കൂസ അവന് അലക്ഷ്യമായി അഞ്ച് നാണയത്തുട്ടുകൾ നല്കി. ഒരു പെൻസിലോ, ഷർട്ടോ നല്കുന്നത് പോലെ എന്നിട്ടയാൾ പറഞ്ഞു.

"ആണുങ്ങൾ തമ്മിലാണ്. പറയൂ നോവാക്ക് ഈ ചെറിയൊരു പട്ടണത്തിൽ നീ എവിടെ നിന്നാണ് ഒരുവളെ കണ്ടെത്തിയത്.?"

മേലധികാരിയുടെ സ്നേഹമൊഴികൾ കേട്ടപ്പോൾ അവൻ സന്തോഷത്തോടെ സ്റ്റൂളിൽനിന്നും എഴുന്നേറ്റു. അവനെ നോക്കിക്കൊണ്ട് ഇബിൻസ്കൂസ ഇരുന്നു. ഒരു ശിഷ്യനെ നോക്കുന്ന നോട്ടമായിരുന്നില്ല അത്. ശരത്ക്കാലം കഴിയാറായിരിക്കുന്നു. സന്ധ്യയാകാറായി. സർക്കാർ നല്കിയ റാന്തലുകൾ പ്രകാശിക്കാൻ തുടങ്ങി. അതിന്റെ മൃദുവായ പച്ചയടപ്പിനെ ഭേദിച്ച് എങ്ങും വെളിച്ചം പരന്നു.

"വസന്തത്തിലും വേനലിലും ഒരുവളെ കണ്ടെത്തുന്നത് എളുപ്പമാ

യിരിക്കും. അതിർത്തിക്കരികിലെ വനത്തിൽ വച്ചാണ് ഞാനവളെ കണ്ടു മുട്ടിയത്. ഇക്കാര്യം ഞാനങ്ങയോട് പറയാനിരുന്നതാണ്. എന്നാൽ പ്രിയ പ്പെട്ട സർ, പ്രണയബന്ധങ്ങൾപോലെ ഇത്ര രഹസ്യമാക്കിവയ്ക്കേണ്ട മറ്റൊന്നില്ല. ശരത്കാലത്തും ശീതകാലത്തും ഔദ്യോഗിക കാരണങ്ങ ളാൽ അതേറെ പ്രയാസകരമായിരിക്കും. പ്രണയികൾക്ക് ഒത്തുകൂടാ നായി ഈ ജില്ലയിലാകെയുള്ളത് സർ, ആ നിയമനിഷേധിയായ ലിബു വിന്റെ അതിർത്തി സത്രം മാത്രമല്ലേയുള്ളു. അയാൾ വളരെ അപകട കാരിയാണെന്ന് അങ്ങേക്കറിയാമല്ലോ. ഔദ്യോഗിക കാര്യങ്ങൾക്ക് എന്നെ അവിടേക്ക് പലവട്ടം ചുമതലപ്പെടുത്തിയിരുന്ന കാര്യവും അറിയാമല്ലോ. ഔദ്യോഗിക ചുമതലയാണ് എല്ലാത്തിനും മുമ്പ്!"

"അത് നന്ന്."

ഇത്രയും പറഞ്ഞ് ഇൻസ്പെക്ടർ ഔദ്യോഗികചുമതലകളിൽ മുഴുകി. ആറുമണിയോടടുത്തപ്പോൾ ജോലികളെല്ലാം ഒന്ന് ഒതുങ്ങിയ നേരത്ത് അയാൾ ജോസഫിനോട് പറഞ്ഞു.

"നിനക്ക് വേണമെങ്കിൽ പോകാം, സ്ത്രീകളുമായി ഭാഗ്യപരീക്ഷണം നടത്താം."

ഒരു കൊച്ചു സ്കൂൾ പെൺകുട്ടിയെ അനുസ്മരിക്കും വിധത്തിൽ വണങ്ങി അവൻ അപ്രത്യക്ഷനായി.

പച്ചവെട്ടം പ്രസരിക്കുന്ന റാന്തൽവിളക്കുകൾക്ക് മുന്നിൽ അയാൾ ഏകനായി ഏറെനേരം ഇരുന്നു. റാന്തൽ വിളക്കുകളോട് സംസാരിക്കാൻ തോന്നി, അയാൾക്ക്. അവർ മനുഷ്യരെപ്പോലെ ജീവനുള്ളവയായും സ്നിഗ്ദ്ധമായും തോന്നി.

അവയുമായി അയാൾ നിശ്ശബ്ദമായി സംസാരിച്ചു.

"നിങ്ങളുടെ പദ്ധതികളിൽ ഉറച്ചുനില്ക്കൂ." റാന്തലുകൾ ദയാ പൂർവ്വം പറഞ്ഞു.

"നിങ്ങളും അങ്ങനെയാണോ കരുതുന്നത്?"

അയാൾ തിരികെ ചോദിച്ചു.

"അതെ ഞങ്ങളുമങ്ങനെ ചിന്തിക്കുന്നു?" വിളക്കുകൾ പറഞ്ഞു.

വിളക്കുകൾ അണച്ച് ഇബിൻസ്കൂസ വീട്ടിലേക്ക് പോയി. ശരത്ക ലാന്ത്യത്തിൽ വരാറുള്ള തണുത്ത മഴ നനഞ്ഞുകൊണ്ട് അയാൾ നടന്നു. താൻ കൂടുതൽ ഏകനായതായി അയാൾക്കപ്പോൾ അനുഭപ്പെട്ടു.അയാ ളെയുംകാത്ത് വലിയൊരു നുണ ഇരിക്കുന്ന വീട്ടിലേക്കാണയാൾ പോകു ന്നത്. ഈ മഴയെക്കാളും സായാഹ്നത്തിലെ മങ്ങിയ വെട്ടത്തെക്കാളും ശോകമൂകമായ നുണ.

അയാൾ എത്തിച്ചേരുമ്പോൾ വീട്ടിൽ ഇരുട്ട് നിറഞ്ഞിരുന്നു. അത് ആദ്യത്തെ അനുഭവമായിരുന്നു. അയാൾ വാതിൽ തുറന്ന് സ്വീകരണ മുറി എന്നവർ വിളിക്കുന്ന ഭാഗത്തെ മൃദുവായ പച്ച സോഫമേൽ അയാൾ കാത്തിരുന്നു. ജില്ലയുടെ ഈ ഭാഗത്ത് ഒരാൾക്ക് ഇന്നലത്തെയോ മിന ഞ്ഞാന്നത്തെയോ വർത്തമാന പത്രങ്ങൾ കിട്ടാറില്ല. അവിടെ എത്തു

മ്പോൾ ഒരാഴ്ചയെങ്കിലും കഴിഞ്ഞിരിക്കും. ഇബിൻസ്കൂസ പത്രങ്ങൾ വാങ്ങാറില്ല. ലോകത്ത് എന്തുനടക്കുന്നു എന്നകാര്യം അയാളുടെ ഉൽക്കണ്ഠയേ അല്ല.

അയാൾ വന്നത് ജോലിക്കാരി അറിഞ്ഞു. ജാഡ്‌വിഗ എന്നായിരുന്നു അവളുടെ പേര്. തടിച്ചുകുറുകിയവളും സദാ സന്തുഷ്ടയും മാതൃഭാവം പ്രസരിപ്പിക്കുന്നവളുമായ ആ സ്ത്രീ ഇരുണ്ടമുറിയിലേക്ക് കടന്നുവന്നു. അയാൾ അങ്ങനെ ആഗ്രഹിച്ചില്ലെങ്കിലും അവളെത്തി മേശവിളക്കു കത്തിച്ചു. അങ്ങനെ ചെയ്യരുതെന്ന് പറയണമെന്നുണ്ടായിരുന്നു. എന്നാൽ അയാൾ ഏറെ ക്ഷീണിതനായതിനാൽ ഒന്നും പറഞ്ഞില്ല. അയാളുടെ ഭാര്യ ഷോപ്പിങ്ങിനായി പുറത്തേക്കുപോയിരിക്കുകയാണെന്നും ഉടൻ തന്നെ എത്തിച്ചേരുമെന്നും അവൾ അറിയിച്ചു. ക്ഷമയോടെ അല്പനേരം കാത്തിരിക്കാൻ അറിയിച്ചിരുന്ന കാര്യവും അവൾ പറഞ്ഞു.

അയാൾ വിളക്കിന്റെ തിരി താഴ്ത്തി. മുറിയിൽ ഇരുട്ടു പരന്നു. അയാൾ തന്റെ പദ്ധതികളെപ്പറ്റി ഒരിക്കൽക്കൂടി ആലോചിച്ചു.

അയാളുടെ ഭാര്യ എത്തിച്ചേർന്നപ്പോൾ അയാൾ എഴുന്നേറ്റുചെന്ന് ചുംബിച്ചു. അവൾ വരാൻ വൈകിയതുകാരണം താൻ ഏറെ അസ്വസ്ഥനായെന്നും അയാൾ പറഞ്ഞു. അവളുടെ കൈകളിൽ രണ്ടിലും സമ്മാനപ്പൊതികളായിരുന്നു. അവർ ഇരുവരും സോഫമേലിരുന്നു.

സമാധാനത്തിന്റെയും സൗഹൃദത്തിന്റെയും അന്തരീക്ഷത്തിൽ അവർ അത്താഴം കഴിച്ചു. ചുരുങ്ങിയപക്ഷം റജീനയ്ക്ക് അപ്രകാരമാണ് തോന്നിയത്. അവൾ അപ്പോൾ സൗമ്യയും ഭക്ഷണം വിളമ്പിക്കൊടുക്കുന്നതിൽ തല്പരയുമായിരുന്നു. ഇടയ്ക്കിടെ അവൾ ഭർത്താവിനെ നോക്കി ചിരിച്ചു. അവൾ വീണ്ടും നീലക്കല്ലണിഞ്ഞ മോതിരം കൈകളിലണിഞ്ഞിരിക്കുന്നതായി കണ്ടു.

“നിനക്ക് മോതിരം തിരിച്ചുകിട്ടിയോ. സന്തോഷമായി.”

തന്റെ പാത്രത്തിലേക്ക് ചാഞ്ഞിരുന്നുകൊണ്ട് റജീന പറഞ്ഞു.

“ഒടുവിലിതാ എനിക്കൊരു കുഞ്ഞുണ്ടാകാൻ പോകുന്നു.”

“ഒടുവിൽ? മുമ്പൊരിക്കലും നീയത് ആഗ്രഹിച്ചിരുന്നില്ലല്ലോ? പിന്നെ, എന്തുകൊണ്ടാണിപ്പോൾ?”

“എപ്പോഴത്തേക്കാളും കൂടുതൽ ഞാനിപ്പോൾ ആഗ്രഹിക്കുന്നു.”

വളരെ സൂക്ഷിച്ചാണവളത് പറഞ്ഞത്. അത് പറഞ്ഞുകഴിഞ്ഞ് അവൾ ഒരു ഓറഞ്ചെടുത്ത് തൊലികളയാൻ തുടങ്ങി.

“ഞാനിന്ന് എന്റെ ക്ലർക്ക് ജോസഫിനോട് സംസാരിക്കുകയായിരുന്നു....”

അയാളതു പറയുമ്പോഴും അവൾ കത്തികൊണ്ട് ഓറഞ്ച് തൊലി കളഞ്ഞുകൊണ്ടിരിക്കുകയായിരുന്നു. അയാൾ തുടർന്നു.

“പല സ്ത്രീകളുമായും തനിക്ക് ബന്ധമുള്ളതായി അവൻ എന്നോട് പറഞ്ഞു. ഈ ജില്ലയിൽ മുഴുവൻ അറിയപ്പെടുന്നൊരു പെണ്ണുപിടിയനാണവൻ. വസന്തത്തിലും വേനലിലും അയാൾ അതിർത്തിയിലെ വന

ത്തിലായിരിക്കും. സ്വാഭാവികമായും അവൻ അതിൽക്കൂടുതൽ വെളിപ്പെടുത്തിയില്ല. ശരത്കാലത്തും ശീതകാലത്തും ജാദ്‌ലോക്കറുടെ അതിർത്തി സത്രത്തിൽ പോകാൻ അയാൾക്ക് കഴിയില്ലത്രെ. അവിടെ അവൻ എന്നെ പ്രതിനിധീകരിക്കുന്നു എന്നതാണ് അതിനുള്ള കാരണം."

അവൾ ഓറഞ്ചിന്റെ അവസാനത്തെ ഇതളുകൾ തിന്നുകയായിരുന്നു. അവൾ തല ഉയർത്തിയില്ല. "ഈ പരിസരത്തുള്ള സ്ത്രീയോ? അതിശയമായിരിക്കുന്നു." അവൾ പറഞ്ഞു.

"അവർക്കെല്ലാം അവൻ മോതിരങ്ങളും നല്കാറുണ്ട്."

അവൾ ഓറഞ്ചിന്റെ അവസാനത്തെ ഇതൾ പാത്രത്തിലേക്കിട്ടു. മോതിരത്തിലേക്കവൾ നോക്കി. അവർക്കിടയിൽ നീണ്ടൊരു നിശ്ശബ്ദത കടന്നുവന്നു.

"ഈ മോതിരം അവൻ തന്നതാണ്. എനിക്കറിയാമത്. ഞാൻ ഇത് അവന്റെ വിരലിൽ കണ്ടിട്ടുണ്ട്."

ഇൻസ്പെക്ടർ പെട്ടെന്ന് പറഞ്ഞു.

അവൾ ഉടൻതന്നെ ഉച്ചത്തിൽ കരയാൻ തുടങ്ങി. കരയുന്നതിനിടയിൽ മോതിരമൂരി ഭക്ഷണമേശമേൽ വച്ചു.

"അപ്പോൾ എല്ലാം നിങ്ങളറിഞ്ഞു."

"അതെ. നീ അവനിൽനിന്നാണ് ഗർഭംധരിച്ചത്. എന്താണ് ചെയ്യേണ്ടതെന്ന് എനിക്കറിയാം."

അയാൾ വേഗത്തിലെഴുന്നേറ്റ് കോട്ടുധരിച്ച് പുറത്തേക്കുപോയി. അയാൾ കുതിരവണ്ടി സ്വാബിയിലെ ജാദ്‌ലോക്കറുടെ സത്രത്തിലേക്ക് പായിച്ചു.

പത്ത്

അയാൾ എത്തിച്ചേർന്നപ്പോൾ രാത്രി ഏറെ വൈകിയിരുന്നു. അയാളുടെ വരവ് അവിടെ അല്പം അത്ഭുതമുണ്ടാക്കുകയും ചെയ്തു. സാധാരണയായി ജാദ്‌ലോക്കർ ഇബിൻസ്കൂസയെ ഉച്ചയ്ക്കുശേഷം അവിടെ കണ്ടിട്ടേയില്ല. ഇത്ര ജീവസുറ്റ രീതിയിൽ കാണുന്നതും ഈയിടെയാണ്.

"എന്തൊരു ബഹുമതി."

ജാദ്‌ലോക്കർ അത്ഭുതപ്പെട്ടു.

സാമാന്യം നല്ല ഭാരമുണ്ടായിരുന്നിട്ടും കൗണ്ടറിൽനിന്നും വേഗമെഴുന്നേറ്റ് മറ്റുള്ളവരെ തള്ളിമാറ്റി അയാൾ മുമ്പോട്ടുകുതിച്ചു.

"എന്തൊരു ബഹുമതി."

അയാൾ അതാവർത്തിക്കുകയും അടുത്ത മേശയിലിരുന്ന രണ്ടു വില്ലന്മാരെ മാറിയിരിക്കാൻ ആംഗ്യം കാട്ടുകയും ചെയ്തു. നീലയും ചുമപ്പും പൂക്കളുടെ ചിത്രമുള്ള വിരിപ്പ് മേശമേലിട്ടു. അയാൾ കൗണ്ടറിലേക്ക് നോക്കി വിളിച്ചു പറഞ്ഞു.

"ഒരു ക്വാർട്ടർ മീഡും* നിലക്കടലയും വേഗം കൊണ്ടുവരൂ."

ജാദ്‌ലോക്കറുടെ അതിർത്തി സത്രം ശബ്ദമുഖരിതമായിരുന്നു. കള്ളക്കടത്തുകാരനായ കപ്തുറാക് കടത്തിക്കൊണ്ടുവന്ന ഏതാനും റഷ്യൻ സൈനികർ അവിടെ ഇരിപ്പുണ്ടായിരുന്നു. അവരെല്ലാംതന്നെ ഇപ്പോഴുമവരുടെ യൂണിഫോറമാണ് ധരിച്ചിരുന്നത്. അവർ ഇതിനകംതന്നെ പല കപ്പ് ചായയും മദ്യവും അകത്താക്കിക്കഴിഞ്ഞിരുന്നു. അവർ നന്നായി വിയർത്തിരുന്നതിനാൽ വിയർപ്പ് തുടയ്ക്കാനായി ഓരോ ടവ്വലും നല്കിയിരുന്നു. ചൂടേറ്റു വിയർക്കുമ്പോഴും കൊടുംതണുപ്പിൽ വിറയ്ക്കുന്നവ

---

*മധുരച്ചാരായം

രെപ്പോലെയായിരുന്നു അവരുടെ പെരുമാറ്റം. സ്വന്തം രാജ്യാതിർത്തിക ടന്ന് ഒളിച്ചെത്തുന്നവരിൽ ഈ ഭാവമാറ്റം സ്വാഭാവികവുമാണ്. കമ്മീ ഷൻ ഏജന്റ് എന്ന് വട്ടപ്പേരുള്ള കപ്തുറാക് അവരെ മദ്യത്തിൽ കുളി പ്പിക്കുകയായിരുന്നു. ഓരോ റഷ്യക്കാരനെ കൊണ്ടുവരുമ്പോഴും ജാദ്ലോ ക്കർ അവന് ഇരുപത്തഞ്ച് ശതമാനം നല്കും. അസമയത്തിലുള്ള ഇൻസ്പെക്ടറുടെ വരവ് യഥാർത്ഥത്തിൽ സത്രമുടമയെ അലോസര പ്പെടുത്തിയിരുന്നു. റഷ്യയിൽനിന്നും കടത്തിക്കൊണ്ടുവന്നവരുടെ യൂണി ഫോറം ഊരിവാങ്ങാൻ അയാൾ പദ്ധതിയിടുകയായിരുന്നു.അതു വാങ്ങാനും വില്ക്കാനുമയാൾക്ക് അനുമതിയില്ലെങ്കിലും. ഇൻസ്പെക്ട റുടെ സാന്നിദ്ധ്യം മറ്റൊരർത്ഥത്തിൽ അയാളെ സന്തോഷിപ്പിക്കുകയും ചെയ്തിരുന്നു. ഈ രാത്രിയിൽ തന്റെ സത്രത്തിന്റെ കൂരയ്ക്കുകീഴെ അയാൾ വന്നുവല്ലോ. രാത്രിയായിരുന്നു ജാദ്ലോക്കറുടെ മഹാനായ കൂട്ടു കാരൻ. അയാൾ തന്റെ വനിതാ സുഹൃത്തിനെ വിളിച്ച് താഴെയ്ക്കിറ ങ്ങിവരാൻ ആജ്ഞാപിച്ചു.

കുറേ വർഷങ്ങളായി അയാൾ അവൾക്കൊപ്പമാണ് ജീവിക്കുന്നത്. അവളും റഷ്യയിൽനിന്നും വന്നവളാണ്. കൃത്യമായി പറഞ്ഞാൽ ഒഡേ സ്സയിൽനിന്നും. ജാദ്ലോക്കറുടെ തെറ്റായ പ്രവൃത്തികളിൽ അവൾക്ക് ചെറുതല്ലാത്ത പങ്കാണുള്ളത്. അവളുടെ സംസാരം, പെരുമാറ്റം, വേഷ വിധാനം എന്നിവയിൽനിന്നെല്ലാം അറിയാനാവും അവളും അയാളെ പ്പോലെ തെക്കൻ പ്രദേശത്തുനിന്നും വന്നവളാണെന്ന്. അവൾ ഇരുണ്ട നിറക്കാരിയും ശാന്തസ്വഭാവക്കാരിയുമാണ്. എന്നാൽ വന്യമായ ഏതോ ഒന്ന് അവളിൽ കുടികൊണ്ടിരുന്നു. അവളുടെ വയസ്സ് തിട്ടപ്പെടുത്താനാ കില്ലെങ്കിലും യുവതിയാണെന്നുതന്നെ പറയാം. ആ പരിസരത്തുള്ള വർക്ക് അറിയാത്തൊരു രഹസ്യമുണ്ട്. അവൾ യഥാർത്ഥത്തിൽ ഒരു നാടോടിയും ബസാരാബിയയിലെ ജസ്‌ലോവയിൽനിന്നുള്ളവളുമാണ്. ഒരു രാത്രി അവൾ ജാദ്ലോക്കറുടെ കൈയിൽ കുടുങ്ങി. പിന്നെ അവൾ എങ്ങോട്ടും പോയില്ല. കുശുമ്പത്തിയാണെങ്കിലും അവളുടെ സ്നേഹ ത്തെപ്പറ്റി അയാൾക്ക് നല്ല തിട്ടമുണ്ടായിരുന്നു. അയാളുടെ കരുത്തിനെ പ്പറ്റിയും മറ്റുള്ളവർക്കുമേൽ അയാൾക്കുള്ള ആജ്ഞാശക്തിയെപ്പറ്റിയും അവൾക്ക് നല്ല ബോദ്ധ്യമുണ്ടെന്ന വസ്തുത അയാൾക്കറിയാം. അതിർത്തിയുടെ ഇരുവശങ്ങളിലുമുള്ള മിക്കവരും അയാളെ അനുസരി ച്ചുപോന്നു. സർവ്വവ്യാപിയായ കപ്തുറാക് ശക്തനായൊരു കമ്മീഷൻ ഏജന്റാണ്. ആടുമാടുകളെ വില്ക്കുന്ന ലാഘവത്തോടെയാണയാൾ അഭ യാർത്ഥികളെ ട്രാവൽ ഏജൻസികൾക്ക് വിറ്റിരുന്നത്. കുടിയേറ്റക്കാരെ കാനഡ, ജാവ, ജമൈക്ക, പൂർട്ടോറിക്കോ, ആസ്ട്രേലിയ എന്നീ രാജ്യ ങ്ങളിലേക്കയാൾ കടത്തിയിരുന്നു. അങ്ങനെയൊരാൾപോലും ജാദ്ലോ ക്കറെ അനുസരിച്ചു. അയാളെ അപകടപ്പെടുത്താനിടയുള്ള സകല ഉദ്യോ ഗസ്ഥരെയും അയാൾ വിലയ്ക്കെടുക്കും. അയാൾക്കത് കഴിയാതെപോ യത് ഇബിൻസ്കൂസയുടെ കാര്യത്തിൽ മാത്രമായിരുന്നു. അതുകൊ

ണ്ടാണ് പട്ടണത്തിൽ കാല്കുത്തിയ നാൾമുതൽ അയാൾക്കെതിരെ യുള്ള പ്രചാരണം ആരംഭിച്ചത്. എല്ലാ മനുഷ്യരിലും ഒരു ദൗർബല്യം മാത്രമല്ല. ഒരു കുറ്റവാളിയും ഒളിഞ്ഞിരിക്കുമെന്ന് അയാൾക്കറിയാം. അയാൾ ചിന്തിക്കുംപോലെയല്ലാതെ മറ്റൊരാൾക്ക് ചിന്തിക്കാനാവുകയില്ല എന്നയാൾ ഉറച്ചുവിശ്വസിച്ചു. സത്യസന്ധരായി ജീവിച്ചവരെല്ലാം നുണ യന്മാരും അല്പജ്ഞാനികളുമാണെന്നയാൾ കരുതി. ഏറ്റവും വലിയ അല്പ ജ്ഞാനികൾ സർക്കാർ ഉദ്യോഗസ്ഥന്മാരും സാധാരണ മാന്യന്മാ രുമായിരിക്കുമെന്ന കാര്യത്തിൽ അയാൾക്ക് സംശയമേതുമില്ല. ഇതി ലെല്ലാം പെടുന്നവർ ബഹുമാന്യരായി നടിക്കും. ഇതായിരുന്നു അയാ ളുടെ ലോക വീക്ഷണം. ഈ വീക്ഷണം തന്നെയായിരുന്നു അയാൾക്ക് ഇൻസ്പെക്ടർ ഇബിൻസ്കൂസയോടും ഉണ്ടായിരുന്നത്.

പതിനൊന്ന്

അവൾ ഇറങ്ങി വന്നു. കൗണ്ടറിലേക്കുള്ള പടവുകളിറങ്ങി അവൾ ഹാളിലേക്കു നടന്നു. ബഹളം വെച്ചും മദ്യപിച്ചും ഇരുന്നവർ അവൾക്ക് വഴിയൊരുക്കി. അവൾക്കായി വഴി സ്വയം ഒരുങ്ങി എന്നുവേണം പറയുവാൻ. കൗണ്ടറിന് എതിർവശത്തായി ബിയർ പബ്ബിന്റെ അറ്റത്ത് ജനാലയോട് ചേർന്ന് ഇരിക്കുകയായിരുന്നു ഇൻസ്പെക്ടർ ഇബിൻസ്കൂസ. ആദ്യത്തെ പടിയിൽ അവൾ പാദമൂന്നിയപ്പോൾത്തന്നെ അയാൾ അവളെ കണ്ടിരുന്നു. തനിക്കരികിലേക്കാണവൾ വരുന്നതെന്ന് അയാൾക്ക് അപ്പോൾത്തന്നെ മനസ്സിലായി. ഇതിനുമുമ്പൊരിക്കലും അയാളവളെ കണ്ടിട്ടുണ്ടായിരുന്നില്ല. അവളെ ആദ്യമായി കണ്ട നിമിഷത്തിൽത്തന്നെ അയാളുടെ തൊണ്ട വരളാൻ തുടങ്ങി. മേശയിലിരുന്ന മദ്യം അയാൾ ഒറ്റവലിക്കകത്താക്കി. അയാൾക്കരികിലേക്കെത്താൻ അവൾ ഏതാനും നിമിഷങ്ങളെടുത്തു. അവളുടെ മനോഹരമായ ചുവടുകൾക്ക് അഭയാർത്ഥികൾ വഴിയൊരുക്കി. മെലിഞ്ഞു സുന്ദരിയായ അവളുടെ കഴുത്തിൽ ചുറ്റിയിരുന്ന ഷാൾ ഇളകുന്നുണ്ടായിരുന്നു. ഷാളിന്റെ ഒരറ്റം അവൾ കൈകളിലെടുത്തിരുന്നു. അവൾക്കു തണുക്കുന്നതായും ആ ഷാൾ ചൂടു നല്കുന്നതായും തോന്നും അതുകണ്ടാൽ. അവൾ കൃത്യതയോടെ നടന്നു നീങ്ങിയപ്പോൾ അവളുടെ നിതംബങ്ങൾ ചലിച്ചു. അവളുടെ ചുവടുകൾ ഉറച്ചതും ചന്തമുള്ളതുമായിരുന്നു.

പാദരക്ഷകൾ തറയിൽ പതിക്കുന്ന ശബ്ദം വ്യക്തമായി കേൾക്കായി. ക്രമേണ അവൾ അടുത്തെത്തിയപ്പോൾ അവിടെയിരുന്ന ആണുങ്ങൾ അവളെത്തന്നെ നോക്കിയിരുന്നതിനാൽ അളുടെ ചെരുപ്പിന്റെ ശബ്ദമല്ലാതെ മറ്റൊന്നും കേൾക്കുന്നുണ്ടായിരുന്നില്ല. പടവുകൾ ഇറങ്ങുമ്പോൾ മുതൽക്കെ അവളുടെ കണ്ണുകൾ ഇൻസ്പെക്ടർക്കുനേ

രായിരുന്നു. അവളുടെ ചുവടുകളെ തോല്പ്പിക്കുന്നതായിരുന്നു ആ കണ്ണുകൾ.

അവൾ അടുത്തേക്കെത്തുമ്പോൾ ഒരു പെണ്ണെന്നാൽ എന്താണെന്ന് ജീവിതത്തിലാദ്യമായി അയാൾ കാണുകയായിരുന്നു. അവളുടെ നീല കണ്ണുകൾ താൻ ഒരിക്കലും കണ്ടിട്ടില്ലാത്ത നീലക്കടലിനെ ഓർമ്മിപ്പിച്ചു. അവളുടെ മുഖം അയാൾക്കുള്ളിൽ ജ്വലിച്ചുനിന്നു. മഞ്ഞുകാലവും തൂവെള്ള മഞ്ഞും അയാൾക്കു പരിചിതമാണ്. അവളുടെ മുഖം അദൗമ്മായ മഞ്ഞിനെ അനുസ്മരിപ്പിച്ചു. അവളുടെ കറുത്തുനീലിച്ച മുടിയിഴകൾ കണ്ടപ്പോൾ അയാൾ തെക്കൻ രാത്രികളെപ്പറ്റി ചിന്തിച്ചു. എന്നാൽ അയാൾ ഒരിക്കലും ആ പ്രദേശത്തേക്ക് പോയിട്ടില്ല. വായിച്ചും കേട്ടുമുള്ള അറിവായിരിക്കണമത്. അവൾ വന്ന് എതിർവശത്തെ കസേരയിലിരുന്നപ്പോൾ ഏതോ അത്ഭുതം കാണുന്നപോലെ അയാൾ മിഴിച്ചിരുന്നു. അപരിചിത കടലും അഭൗമ മഞ്ഞും അണയാത്ത രാത്രികളും മേശയുടെ അങ്ങേത്തലയ്ക്കൽ ഇരുപ്പുറപ്പിച്ചതായി അയാൾക്ക് തോന്നി. അയാൾക്ക് ഒന്നെഴുന്നേല്ക്കാൻ പോലും തോന്നിയില്ല. സ്ത്രീകൾ എത്തുപ്പോൾ എണീറ്റ് സ്വീകരിക്കണമെന്ന മര്യാദ അയാൾക്കറിയാത്തതല്ല. എന്നാൽ ഒരത്ഭുതത്തിനു മുന്നിൽ അയാൾ അന്ധാളിച്ചു നിന്നുപോയി.

കൺമുമ്പിലിരിക്കുന്ന അത്ഭുതം ഒരു മനുഷ്യജീവിയാണെന്നും അവൾ ലീബുഷ് ജാദ്‌ലോക്കറുടെ ഭാര്യയാണെന്നും അയാൾക്കറിയാമായിരുന്നു. ജാദ്‌ലോക്കറുടെ പങ്കാളിയെപ്പറ്റിയുള്ള കഥകൾ ഇബിൻസ്കുസയും കേട്ടിരുന്നു. അയാൾക്ക് ജീവിതത്തിലിതുവരെയും പാപം എന്നതിനെപ്പറ്റി വ്യക്തമായൊരു രൂപം മനസ്സിലുണ്ടായിരുന്നില്ല. പാപം എങ്ങനെയിരിക്കും എന്നതിനെപ്പറ്റി വ്യക്തമായ രൂപം തനിക്കുണ്ടായി എന്ന് അയാളപ്പോൾ വിശ്വസിച്ചു. അതിങ്ങനെ, യുഫീമിയ നികീഷ് എന്ന ജിപ്സി സ്ത്രീയെപ്പോലിരിക്കും.

യുഫീമിയ നികീഷ് അയാൾക്കെതിരെയിരുന്നു. ഇരുന്നതിനു ശേഷം നിരവധി ഞൊറികളുള്ള പാവാട അവൾ വിടർത്തിയിട്ടു. അഭയാർത്ഥികളുണ്ടാക്കുന്ന ഞൊറികൾ ഉരസുന്ന ശബ്ദ കോലാഹലങ്ങൾക്കിടയിലും അവളുടെ പാവാട അനങ്ങുന്ന ശബ്ദം അയാൾക്കു വ്യക്തമായി കേൾക്കാനായി.

ഇപ്പോൾ മാത്രം ഒഴിഞ്ഞ മദ്യചഷകം കണ്ടിട്ടും അവൾ പറഞ്ഞു.

"അങ്ങ് ഒട്ടും കഴിച്ചില്ല."

അയാൾ അത് കേട്ടതേയില്ല.

തുറന്നുപിടിച്ച കണ്ണുമായി അയാൾ അവളെത്തന്നെ നോക്കിയിരുന്നു. തന്റെ കണ്ണുകൾ ഇപ്പോൾ മാത്രമല്ലേ തുറന്നുള്ളു എന്ന രൂപത്തിലായിരുന്നു അയാൾ.

"അങ്ങ് ഒട്ടും കഴിച്ചില്ല."

അവൾ വീണ്ടും പറഞ്ഞു.

ഇബിൻസ്കൂസയ്ക്ക് മറുപടി പറയാനില്ലെന്ന് ഇപ്പോൾ അവൾക്ക് മനസ്സിലായി. അവൾ ധൃതിയിൽ വിരലുകൾ ഞൊടിക്കുന്നുണ്ടായിരുന്നു. അപ്പോഴേക്കും പരിചാരകനായ ഓണുഫ്രി എത്തി. അവൾ ഒരു കുപ്പി മദ്യത്തിന് ഓഡർ നല്കി. അയാൾ ഒരു കുപ്പി തൊണ്ണൂറു ഡിഗ്രി ബ്രാന്റിയും ഒരു പാത്രം വറുത്ത നീലക്കടലയും കൊണ്ടുവന്നു. ഇബിൻസ്കൂസയ്ക്ക് ആഗ്രഹമുണ്ടായിരുന്നില്ലെങ്കിലും അയാൾ മദ്യപിക്കാൻ തുടങ്ങി. മുമ്പിൽ കുറെ നിമിഷങ്ങളായി ഒരു സ്ത്രീ ഇരിക്കുന്നു. അവളോട് സംസാരിക്കാനുള്ള അതിയായ മോഹം അയാളിൽ നുരഞ്ഞു. വാക്കുകൾക്കുവേണ്ടി അയാൾ തപ്പിത്തടഞ്ഞു. മദ്യം തന്നെ തുണച്ചേക്കുമെന്നയാൾ കരുതി. കുടിച്ചയുടൻ അയാളുടെ തൊണ്ട എരിഞ്ഞു. അതിനാലാവണം അയാൾ മുമ്പിലിരുന്ന നിലക്കടല നിലയ്ക്കാതെ കൊറിച്ചുകൊണ്ടിരുന്നു. എന്നാൽ അത് എരിച്ചിൽ കൂട്ടിയെന്നു മാത്രം. അവൾ അതെല്ലാം നോക്കി നിശ്ചലയായിരുന്നു. ഇരുണ്ട തവിട്ടു നിറത്തിലുള്ളതും ക്രമത്തിൽ ഒന്നിന്നൊന്നു ചെറുതായി വന്നതുമായ അവളുടെ നേർത്ത വിരലുകൾ മദ്യം പകർന്ന ചില്ലുപാത്രത്തിൽ താളം പിടിച്ചു. അവളുടെ മിഴികൾ ഇബിൻസ്കൂസയുടെ മുഖത്തേക്കല്ല ബ്രാണ്ടി പകർന്ന ചില്ലു പാത്രത്തിലാണ് ഊന്നിയത്. അവളുടെ നീണ്ടു വളഞ്ഞ പുരികങ്ങളിലേക്കു നോക്കിയിരിക്കുകയായിരുന്നു അയാൾ. അവളുടെ പുരികക്കൊടികൾക്ക് അവൾ ധരിച്ചിരുന്ന വസ്ത്രത്തെക്കാൾ കറുപ്പായിരുന്നു.

"ഞാൻ നിങ്ങളെ മുമ്പു കണ്ടിട്ടില്ല."

അയാൾ പെട്ടെന്നു പറഞ്ഞു. അതു പറയുമ്പോൾ അയാൾ ചുവന്നു തുടുത്തു. അയാൾ മെല്ലെ തന്റെ താടി തടവാൻ തുടങ്ങി. അങ്ങനെ ചെയ്താൽ തന്റെ മുഖത്തേക്കു കടന്നുവന്ന നാണം മറയ്ക്കാനാകുമെന്നയാൾക്കു തോന്നി.

"ഞാനും ഇതിനുമുമ്പു കണ്ടിട്ടില്ല."

അവളും പറഞ്ഞു. അവളുടെ ശബ്ദത്തിന് പാതിരാക്കുയിലിന്റെ ശബ്ദമായിരുന്നു. നിക്കോൾസ് ബർക്കിലെ വനാന്തരങ്ങളിൽ ഈ രാഗം അയാൾ കേട്ടിട്ടുണ്ട്.

"ഇവിടെ സാധാരണ വരാറുണ്ടോ?"

"ചിലപ്പോൾ ഡ്യൂട്ടിയുടെ ഭാഗമായി വരുമെന്നുമാത്രം."

അയാൾ തന്റെ മൃദുവായ താടിരോമങ്ങൾ തടവുന്നത് തുടർന്നു. കൈകൾ മുഖത്തുനിന്നും മാറ്റാൻ അയാൾക്ക് ധൈര്യം വന്നില്ല.

"ഡ്യൂട്ടി? എന്തുതരം ഡ്യൂട്ടി?"

അയാൾ കൈകൾ പിൻവലിച്ചു.

"ഞാൻ അളവുതൂക്ക ഇൻസ്പെക്ടറാണ്."

"അതു ശരി."

അവൾ തന്റെ ഗ്ലാസ് കാലിയാക്കിയ ശേഷം എഴുന്നേറ്റു പടവുകൾ ലക്ഷ്യമാക്കി നടന്നു.

ഇൻസ്പെക്ടർ ഇബിൻസ്കൂസയുടെ കണ്ണുകൾ അവളെ പിന്തുടർന്നു. അവളുടെ പാവാട മൃദുവായതായി തോന്നി. പടികൾ കയറുമ്പോൾ അവളുടെ പാവാടയിൽ വണ്ടിച്ചക്രങ്ങൾ ഘടിപ്പിച്ചിരുന്നതു പോലെ അയാൾക്കു തോന്നി. അതിർത്തി കടന്നെത്തിയ പലരും മേശയിൽ കമഴ്ന്നുകിടന്ന് കൂർക്കംവലിക്കാൻ തുടങ്ങിയിരുന്നു. ചിലർ കസേരയിൽ ചാരിക്കിടന്നാണുറക്കം. മറ്റുചിലർ മേശയ്ക്കടിയിൽ കിടക്കുന്നുണ്ടായിരുന്നു. അവരുടെ വന്യമായ കൂർക്കംവലി എമ്പാടും നിറഞ്ഞു.

അയാൾ കൗണ്ടറിലെത്തി, പണം നല്കാൻ തുടങ്ങി. കൗണ്ടറിനു പിന്നിൽ ലീബുഷ് ജാദ്‌ലോക്കർ നില്ക്കുന്നുണ്ടായിരുന്നു. അയാൾ സൗഹൃദത്തിന്റെയും ഭീതിയുടെയും സ്വരത്തിൽ പറഞ്ഞു.

"മിസ്റ്റർ ഇൻസ്പെക്ടർ, ഇന്ന് അങ്ങ് എന്റെ അതിഥിയാണ്. താങ്കൾ പണം നല്കേണ്ടതില്ല." ജീവിതത്തിലാദ്യമായി പഴയ പീരങ്കിപ്പടയാളി ഇബിൻസ്കൂസയ്ക്ക് അയാളുടെ ധൈര്യം ചോർന്നുപോയി.

ശുഭരാത്രി എന്നുപറയാൻ മാത്രമേ അയാൾക്കു കഴിഞ്ഞുള്ളു. അയാൾ മെല്ലെ വീട്ടിലേക്കു നടന്നു. കുതിരവണ്ടി സത്രത്തിനരികിൽ നില്ക്കുന്ന കാര്യം അയാൾ മറന്നിരുന്നു. എന്നാലും വണ്ടിയും വലിച്ച് കുതിര അയാൾക്കു പിന്നാലെ നടന്നു.

അയാൾ വീട്ടിലെത്തിയപ്പോൾ നേരം പുലർന്നിരുന്നു. പരിചാരിക വന്ന് റൊട്ടിയും പഴവും മേശമേൽ വിളമ്പി.

അയാൾ അതെല്ലാം തട്ടിമാറ്റി.

ഭാര്യ നടന്നുവരുന്ന ശബ്ദം അയാൾ കേട്ടു.

"സുപ്രഭാതം" അവൾ പറഞ്ഞു.

അവൾ അയാൾക്കരികിലേക്ക് നടന്ന് ആലിംഗനം ചെയ്യാൻ മുതിർന്നു.

അയാൾ ചാടിയെണീറ്റു.

"ഇന്നുമുതൽ നീ അടുക്കളയിൽ ഉറങ്ങും. അല്ലെങ്കിൽ വീടുവിട്ടു പോകണം."

അല്പനേരത്തെ നിശ്ശബ്ദതയ്ക്കു ശേഷം അയാൾ പറഞ്ഞു.

"ഈ രാത്രി തന്നെ കട്ടിൽ അടുക്കളയിലേക്കു മാറ്റിയില്ലെങ്കിൽ നാളെ രാത്രി മുതൽ നിനക്ക് നോവാക്കിനൊപ്പം കിടക്കാം. അല്ലെങ്കിൽ പുറത്തു കിടക്കാം."

അപ്പോഴാണ് അയാൾക്ക് കുതിരയെയും വണ്ടിയെയും ഓർമ്മ

വന്നത്. അത് ക്ഷമയോടെ തോട്ടത്തിനരികിൽ കാത്തുനില്ക്കുകയായിരുന്നു. അപ്പോൾ നേരം നല്ല വെളുത്തുകഴിഞ്ഞിരുന്നു.

അയാൾ തദ്ദേശ ഭരണവകുപ്പിന്റെ ആസ്ഥാനത്തിലുള്ള തന്റെ ഓഫീസിലേക്ക് വണ്ടി തെളിച്ചു. തന്റെ ക്ലാർക്കായ ജോസഫ് നോവാക്കിനെ അടുത്തുള്ള മുൻസിപ്പാലിറ്റിയിലേക്ക് സ്ഥലം മാറ്റണമെന്ന് സ്വന്തം കൈപ്പടയിൽ, ഇരട്ട മാർജിനിൽ ഒരു പീരങ്കിപ്പടയാളിക്കു മാത്രം കഴിയുന്ന കുട്ടികളുടേതിനു സമാനമായ കൈപ്പടയിൽ, എഴുതിയ കത്ത് കൈയിൽ കരുതിയിരുന്നു. അയാൾക്ക് തന്റെ ക്ലാർക്കിന്റെ സേവനത്തിൽ തൃപ്തി പോരായിരുന്നു. മറ്റാരെയെങ്കിലും പകരം നിയമിക്കണമെന്നാണയാളുടെ ആവശ്യം.

ഈ കത്ത് മുനിസിപ്പാലിറ്റിയിലേക്കയയ്ക്കാൻ അയാൾക്ക് അല്പം മടിയുണ്ടായിരുന്നു. ഒന്നുമില്ലെങ്കിലും അയാൾ പന്ത്രണ്ടുവർഷക്കാലം പീരങ്കിപ്പടയാളിയായി സേവനമനുഷ്ഠിച്ചിരുന്നല്ലോ. അന്തസ്സായ ഒരു സർക്കാർ ജോലിക്ക് അർഹനുമാണ്. അയാളുടെ ഭാര്യയുടെ നിർബ്ബന്ധത്തിനു വഴങ്ങിയാണ് ഈ ജോലി സ്വീകരിച്ചത്. (സർക്കാരാണു പണം നല്കുന്നതെങ്കിലും അയാൾ ഒരു മുനിസിപ്പൽ ജീവനക്കാരനാണ്.)

നേരിട്ട് സർക്കാരിൽനിന്നും ശമ്പളം പറ്റാത്ത ഒരുവനെന്ന നിലയിൽ അയാൾക്കിപ്പോൾ അപകർഷത തോന്നി.

ഓഫീസ് സമയത്തിനു അരമണിക്കൂർ നേരത്തെ അയാൾ എത്തിച്ചേർന്നിരുന്നു. നോവാക് ഓഫീസിലെത്തിയ ഉടൻ ഇൻസ്പെക്ടർ പറഞ്ഞു.

"നീയീ തസ്തിക ഒഴിയണം. എനിക്ക് നിന്റെ ജോലിയിൽ തൃപ്തി പോരാ. നിന്നെ പിരിച്ചുവിടുകയോ സ്ഥലം മാറ്റുകയോ ചെയ്യണമെന്ന് ഞാൻ എഴുതിക്കഴിഞ്ഞു."

ഉൽക്കൃഷ്ടേച്ഛുവായ ആ യുവാവ് പറയാൻ തുടങ്ങി.

"എന്നാൽ....."

"മിണ്ടിപ്പോകരുത്."

ഒരു പീരങ്കിപ്പടയാളിയെന്ന നിലയിൽ അയാൾ ഒരിക്കൽ ചെയ്തിരുന്നപോലെ ഇബിൻസ്കൂസ അലറി വിളിച്ചു.

രേഖകൾ കൈയിലുണ്ട് എന്നയാൾ ഭാവിച്ചു.

യഥാർത്ഥത്തിൽ അയാൾ അയാളുടെ ജീവിതത്തിന്മേൽ ധ്യാനിക്കുകയായിരുന്നു. അപ്പോൾ. ശരി, ഇവനെ ഒഴിവാക്കിക്കിട്ടും. ഭാര്യയുടെ കാര്യത്തിൽ ഇനിമേൽ ഒരു ഉത്തരവാദിത്വവുമില്ല. അവളിനി അടുക്കളയിൽ ഉറങ്ങും... അവളെ ഞാൻ അടിച്ചോടിക്കില്ല. അതിനെപ്പറ്റി ഒരു വിവാദവും ഉണ്ടാക്കില്ല. ഡ്യൂട്ടി കഴിയാതെ ഇനിയൊരിക്കലും അതിർത്തി സത്രത്തിലേക്ക് പോകില്ല, അതു തീർച്ച. ഡ്യൂട്ടി സമയം അല്ലാതെ അഥവാ പോകേണ്ടിവന്നാൽ സർജന്റ് സ്ലാമയെക്കൂടി കൂട്ടും. ഇല്ല. ഞാനൊരിക്കലും ഡ്യൂട്ടി കഴിയാതെ അവിടെ പോകില്ല. ഇത് അന്ത്യ തീരുമാനമാണ്.

പന്ത്രണ്ട്

ക്ലാർക്ക് നോവാക്ക് വോഡ്ഗ്രോസിലേക്ക് സ്ഥലം മാറ്റപ്പെട്ടു എന്നതു നേരുതന്നെ. പക്ഷേ, അത് ഒന്നിന്റെയും അവസാനമായിരുന്നില്ല. റജീന ഇബിൻസ്കൂസ പരിചാരികയ്ക്കൊപ്പം അടുക്കളയിൽ ഉറങ്ങാൻ തുടങ്ങി. എന്നാൽ സർജന്റ് സ്ലാമയ്ക്കൊപ്പം അതിർത്തി സത്രത്തിലേക്കുള്ള അയാളുടെ ഔദ്യോഗിക സന്ദർശനങ്ങളുടെ എണ്ണം ശ്രദ്ധേയാംവിധം വർദ്ധിച്ചുവന്നു.

ശൈത്യകാലമായി. അതികഠിനമായ ഒരു ശൈത്യമായിരുന്നു അത്. ശരത്കാലത്ത് മരങ്ങളിൽനിന്നും പഴുത്ത ഫലങ്ങൾ വീഴുന്നതുപോലെ വീടുകളുടെ കൂരകളിൽനിന്നും കുരുവികൾ ചത്തുവീഴാൻ തുടങ്ങി. നാടൻ കാക്കകളും മലങ്കാക്കകളും ഉണങ്ങിയ ശിഖരങ്ങളിൽ കൂനിക്കൂടിയിരുന്നു. അവ തണുത്തു വിറയ്ക്കുന്നുണ്ടായിരുന്നു. ചില ദിവസങ്ങളിൽ തെർമോമീറ്റർ മുപ്പത്തിരണ്ടു ഡിഗ്രി രേഖപ്പെടുത്തി. ഇത്തരത്തിലുള്ളൊരു ശീതകാലത്ത് ഒരു മനുഷ്യന് വീടില്ലാതെ കഴിയാനാവില്ല. ജില്ലാ ഓഫീസിനു മുന്നിലെ വളപ്പിൽ മഞ്ഞുമഴയേറ്റ് ഇൻസ്പെക്ടർ നിന്നു. അപ്പോഴയാളെ കാണാൻ ഒറ്റമരം പോലെ തോന്നി. പുതിയൊരു ക്ലാർക്ക് എത്തി. ബലിഷ്ഠനും യുവാവും നല്ല പ്രകൃതക്കാരനുമായ അയാൾ എന്നാൽ ഒരു കുഴിമടിയനായിരുന്നു. മെല്ലെ മാത്രമേ അയാൾ കാര്യങ്ങൾ ചെയ്തിരുന്നുള്ളു. സുഖസൗകര്യങ്ങളിലേക്ക് ചുരുണ്ടുകൂടാനുള്ള പ്രവണത അവനുണ്ടായിരുന്നു. സുഖമായിരിക്കാനുള്ള എല്ലാ സൗകര്യങ്ങളും ഓഫീസിൽ ഒരുക്കിയിരുന്നു. റേഡിയേറ്ററിന്റെ വാതിലുകളിലൂടെ ചുവന്ന വെളിച്ചം പുറത്തേക്കു വന്നു. രണ്ടു പച്ചറാന്തലുകൾ വെട്ടം പരത്തി.

മുറിക്കകത്തെ കടലാസുകൾ പോലും പരസ്പരം ഉരസി. ഓഫീസിൽ നിന്നും പുറത്തേക്കിറങ്ങിയ ഇബിൻസ്കൂസയ്ക്ക് എന്താണ് സംഭവിച്ചത്? പേർഷ്യൻ കോളറുള്ള ആട്ടിൻ തോൽക്കോട്ടും മുട്ടറ്റമെത്തുന്ന ബൂട്ടും ധരിച്ച് അയാൾ ജില്ലാ ഓഫീസ് വളപ്പിൽ അപ്പോൾ മാത്രം പ്രകാശിക്കാൻ തുടങ്ങിയ വിളക്കു തൂണുകൾക്കൊന്നിനു ചുവട്ടിൽ നിന്നു. വിളക്കിൽനിന്നും മങ്ങിയ വെളിച്ചം പ്രസരിച്ചുകൊണ്ടിരുന്നു. മങ്ങിയ വെട്ടത്തിൽ പാർക്കിലെ ചെടികളിൽ തുഷാരകണങ്ങൾ പ്രകാശിച്ചു. ആലോചനയിൽ മുഴുകി അയാൾ ഏറെനേരം അങ്ങനെതന്നെ നിന്നു. വീട്ടിലെത്തിയാൽ എന്തൊക്കെയാണ് താൻ കാണാൻ പോകുന്നതെന്ന് സങ്കല്പിച്ചു. സ്റ്റൗവിൽ തീ ജ്വലിക്കുകയും മുറിയിൽ മേശ ഒരുങ്ങുകയും ചെയ്തിട്ടുണ്ടാവും. റിങ് ബർണറുകൾ ജ്വലിക്കുന്നുണ്ടാവും. സ്റ്റൗവിന് അരികിലെ സീറ്റിൽ മഞ്ഞപ്പൂച്ച അലക്ഷ്യമായി കിടക്കുകയാവും. അയാളെത്തിയാലുടൻ കലങ്ങിയ കണ്ണുകളുമായി അയാളുടെ ഭാര്യ അടുക്കളയിലേക്ക് പോവും. യജമാനത്തിയുടെ ദു:ഖം പങ്കിടുന്ന പരിചാരികയും അവൾക്കു പിന്നാലെ ചെല്ലും. മേൽ വസ്ത്രത്തിന്റെ അറ്റംകൊണ്ട് തുടച്ച് അവൾ പാത്രങ്ങൾ മേശമേൽ നിരത്തും. അയാൾ മേശയ്ക്കരികിൽ ഒറ്റയ്ക്കിരിക്കും. പൂച്ചപോലും അയാൾക്കരികിലേക്കെത്തില്ല. മുമ്പാണെങ്കിൽ അയാൾ അടുത്തുവന്ന് തൊടാൻ പാകത്തിൽ ഇരുന്നുകൊടുക്കുമായിരുന്നു. ഇബിൻസ്കൂസയോട് അതിനുപോലും ശത്രുതയുണ്ടാവണം. അവളുടെ മഞ്ഞക്കണ്ണുകളിൽ നിന്നും വെറുപ്പ് പ്രസരിക്കും.

ഇങ്ങനെയൊക്കെ ചിന്തിച്ചു കൂട്ടിയെങ്കിലും ഇബിൻസ്കൂസ ഒടുനിൽ വീട്ടിലേക്ക് തന്നെ പോകാൻ തീരുമാനിച്ചു. വിളക്കു തൂണുകളിൽ നിന്നും പ്രസരിക്കുന്ന മഞ്ഞ വെളിച്ചത്തിൽ തിളങ്ങിക്കണ്ട മഞ്ഞിൻ കൂനകളെ തടിയൻ ബൂട്ടുകൊണ്ട് ചവിട്ടി ഞെരിച്ച് അയാൾ മുന്നോട്ട് നടന്നു. പരിസരത്തൊന്നും ആരെയും കണ്ടില്ല. നടന്നുപോകുന്ന വഴിക്ക് ഏതെങ്കിലുമൊരു ചെറിയ വീട്ടിനു സമീപം തെല്ലുനേരമൊന്നു നില്ക്കുന്നതിൽ പേടിയൊന്നുമില്ല. അങ്ങനെ നിന്നുകൊണ്ട് അയാൾ വീടിനുള്ളിലേക്ക് പാളിനോക്കും. ഇപ്പോഴും സന്ധ്യവെട്ടം കെട്ടുപോയിരുന്നില്ല. അങ്ങനെ നോക്കുമ്പോൾ അയാൾ സന്തുഷ്ടരായ കുടുംബാംഗങ്ങൾ ഒരുമിച്ചിരിക്കുന്നതു കാണും. അവരിൽ ആ വീട്ടിലെ അച്ഛനമ്മമാരും സഹോദരി സഹോദരന്മാരും മുത്തശ്ശി മുത്തച്ഛൻമാരും പേരാക്കിടാങ്ങളുമുണ്ടാകും. അവർ കളിക്കുകയും പൊട്ടിച്ചിരിക്കുകയുമാവും. ചിലപ്പോൾ ചില കുഞ്ഞുങ്ങൾ കരയും. അവരുടെ കരച്ചിൽ പോലും ഒരു അനുഗ്രഹമാണ്. ചിലപ്പോൾ വീട്ടുവളപ്പിൽ നിന്നും പട്ടികൾ കുരയ്ക്കും. അവിടേക്ക് നോക്കിനില്ക്കുന്ന ഇബിൻസ്കൂസയെ കണ്ടിട്ടാവും. എന്തിന്, പട്ടികളുടെ മോങ്ങലിൽപ്പോലും ഗാർഹികമായ എന്തോ ഒന്നുള്ളതായി

അയാൾക്കനുഭവപ്പെട്ടു. അതിൽ സന്തോഷകരമായ എന്തോ ഉണ്ട്. ഈ ചുരുങ്ങിയ കാലംകൊണ്ട് അയാൾ ആ ചെറിയ പട്ടണത്തിലെ മിക്ക വീടുകളെയും പരിചയപ്പെട്ടു കഴിഞ്ഞിരിക്കുന്നു. അവർ എങ്ങനെയാണ് ജീവിക്കുന്നതെന്ന് അയാൾക്കിപ്പോൾ അറിയാം. അവിടെയുള്ള വ്യപാര സമൂഹത്തെ കൂടുതൽ അടുത്തറിയുന്നതിന് ഒരു അളവുതൂക്ക ഇൻസ്പെക്ടറെ സംബന്ധിച്ച് നല്ലതും പ്രയോജനകരവും എന്തിന് ഒഴിവാക്കാനാവാത്തതുമാണെന്ന് അയാൾ കരുതി. അയാളതിനെ വ്യക്തിപരമായ വിവരങ്ങൾ എന്ന ഗണത്തിലാണു പെടുത്തിയതും. അയാൾ മുന്നോട്ടു നീങ്ങി. അങ്ങനെ, ഒടുവിൽ അയാൾ സ്വഭവനത്തിനുമുന്നിൽ എത്തിച്ചേർന്നു. അയാൾ വന്നതറിഞ്ഞ് അയാളുടെ കുതിര മെല്ലെയൊന്നു ചിനച്ചു. എത്ര സ്നേഹമുള്ള ജന്തു. അയാൾക്ക് അതിനോടുള്ള സ്നേഹം അടക്കാനായില്ല.

അയാൾ തൊഴുത്തിൽ കയറി കുതിരയെ തലോടി. അയാൾ പീരങ്കിപ്പടയിലുണ്ടായിരുന്ന കാലം ഓർമ്മിച്ചു. അവിടെ സൈനിക ബാരക്കിൽ നിറയെ കുതിരകളുണ്ടായിരുന്നു. അവ നിരന്നങ്ങനെ നില്ക്കും. ഓരോ കുതിരയ്ക്കും ഓരോ പേരുണ്ടായിരുന്നു. സ്വന്തം കുതിരയെ അയാൾ ജേക്കബ് എന്ന് പേരു നല്കി. തൊഴുത്തിൽ നിന്ന് അയാൾ ജേക്കബ് എന്നു മെല്ലെ വിളിക്കും. കുതിര തലപൊക്കി നോക്കും. കുതിരയുടെ മുതുകിന്മേൽ ഒന്നുരണ്ടാവർത്തി തടവിയ ശേഷം വയ്ക്കോൽ കൂനയിൽ നിന്നും കുറച്ചു വയ്ക്കോൽ അതിനിട്ടുകൊടുക്കും. ഇബിൻസ്കൂസ കുതിരയ്ക്ക് ശുഭരാത്രി നേരാൻ മാത്രമേ ഉദ്ദേശിച്ചിരുന്നുള്ളു. എന്നാൽ പെട്ടെന്ന് സ്നേഹം മാറിയപോലെ അയാൾ പറഞ്ഞു. ഒരുനിമിഷം അതൊരു മനുഷ്യനല്ലായെന്നും കുതിര മാത്രമാണെന്നും അയാൾ മറന്നു. അയാൾ കുതിരവണ്ടി ഷെഡിൽ നിന്നും പുറത്തേക്കിറക്കി. കുതിരയെ പുറത്തേക്കു നയിച്ചു. വിറയ്ക്കുന്ന കൈകൾകൊണ്ട് കുതിരയെ ബ്ലാങ്കറ്റ് പുതപ്പിച്ച് വണ്ടിയിൽ ബന്ധിപ്പിച്ചു. വണ്ടിയിൽ കയറിയിരുന്നു ജേക്കബ് എന്നു വിളിച്ചു. കുതിര നീങ്ങാൻ തുടങ്ങി. പ്രകാശം പ്രസരിക്കുന്ന സ്വന്തം വീടിനു നേരെ അയാൾ വിദ്വേഷത്തോടെ നോക്കി. അയാളെയും കാത്തു കാത്തിരുന്ന മൂന്നു സ്ത്രീകളെയും അയാൾ വെറുത്തു. ഭാര്യ, പരിചാരിക, പിന്നെ പൂച്ച. ഇതായിരുന്നു ആ മൂന്നു സ്ത്രീകൾ. “ജേക്കബ്” അയാൾ വീണ്ടും വിളിച്ചു. അവൻ വണ്ടി വലിക്കാൻ തുടങ്ങി. എങ്ങോട്ടാണ് പോകേണ്ടതെന്ന് കുതിരയ്ക്കറിയാം.

തുഷാരകണങ്ങൾ ഇൻസ്പെക്ടറുടെ മുഖത്തേക്കടിച്ചു കയറുന്നുണ്ടായിരുന്നു. നിശ്ശബ്ദമായൊരു കൊടുക്കാറ്റുപോലെയായിരുന്നു അതിന്റെ വരവ്. സ്ഫടികംപോലെയോ പരൽപോലയോ തെളിഞ്ഞ നീലാകാശത്തിനു ചുവടെയാണിതെല്ലാം നടക്കുന്നത്. റോഡിലേക്ക്

നോക്കണമെന്നതിനാൽ ഒരാൾക്ക് ആകാശത്തെ താരകളെ നോക്കാനാകില്ല. എങ്കിലും തന്റെ തലയ്ക്കുമുകളിൽ ആകാശവും നക്ഷത്രങ്ങളും തെളിഞ്ഞുതന്നെ നില്ക്കുന്നുണ്ടെന്ന് ഒരാൾക്ക് അനുഭവപ്പെടും. അതെല്ലാം തന്നെ മഞ്ഞുകൊണ്ടാണ് മെനഞ്ഞെടുക്കപ്പെട്ടതെന്നും തോന്നിപ്പോകും. ഒരാൾക്ക് അവയെ അനുഭവപ്പെടുംപോലെ അവയ്ക്ക് അയാളെയും അനുഭവപ്പെടുമായിരിക്കും. റോഡിലേക്ക് നോക്കിയിരിക്കുമ്പോഴും ഇതെല്ലാം ഒരാൾക്ക് അനുഭവപ്പെടും. വേഗത്തിൽ കുതിരവണ്ടി ഓടിച്ചുപോകുന്നയാൾക്കുപോലും.

ജേക്കബ് എന്ന വയസ്സൻ കുതിരയുടെ പിറകിലുള്ള വണ്ടിയിലിരുന്ന് ഓരാൾ എങ്ങോട്ടാകും പാഞ്ഞുപോകുന്നത്. അത് സ്വാബിയിലേക്കാണ് കുതിക്കുന്നത്. സ്വാബിയിൽ എവിടേക്കാണ് അവൻ പോകുന്നത്. അവൻ ജാദ്‌ലോക്കറുടെ രാത്രി സത്രത്തിലേക്കാണ് പോകുന്നത്. അവന്റെ യജമാനനെപ്പോലെ അവനും യുഫീമിയ നികിഷ് എന്ന ജിപ്സി പ്പെണ്ണിനെ കാണാൻ ധൃതിയായിപ്പോയെന്ന് ഓരാൾക്ക് വേണമെങ്കിൽ ചിന്തിക്കാം.

പതിമൂന്ന്

ജാദ്‌ലോക്കറുടെ അതിർത്തി സത്രത്തിനുള്ളിലെ നനുത്ത ചൂടിൽ സന്തോഷം നിറഞ്ഞിരുന്നു. ചിലർ മദ്യപിച്ചു. ചിലർ ചീട്ടുകളിച്ചു. മറ്റുചിലർ വെറുതെയിരുന്നു പുക വലിച്ചു. പുരുഷന്മാരുടെ തലയ്ക്കുമുകളിൽ പുക വട്ടംചുറ്റി. അവിടെ സ്ത്രീകളുടെ സാന്നിദ്ധ്യം തെല്ലുമുണ്ടായിരുന്നില്ല. യുഫീനിയ നികീഷല്ലാതെ മറ്റു സ്ത്രികളുടെ സാന്നിദ്ധ്യം ഇബിൻസ്കൂസയ്ക്ക് അസ്സഹനീയമായിരുന്നു. അവളെ കാണാനാണ് താൻ ഇവിടെയെത്തിയത് എന്ന കാര്യം അയാൾക്ക് അറിയുമായിരുന്നില്ല. സത്രത്തിനുള്ളിലെ മേശയ്ക്കരികിലിരുന്ന ഒരിറ്ക്ക് കഴിച്ചശേഷമാണയാൾക്ക് അത് ബോദ്ധ്യമായത്. ഇടയ്ക്കിടയ്ക്ക് ലിബുഷ് ജാദ്‌ലേക്കർ അയാൾക്കടുത്തേക്ക് പറന്നെത്തും. തേനീച്ച കൂട്ടിലേക്ക് എത്തുന്നതുപോലെയും പൂമ്പാറ്റ പൂവിലെത്തും പോലെയും സ്വാഭാവികമായിട്ടായിരുന്നു അത്. മദ്യപിക്കുമ്പോൾ ഇബിൻസ്കൂസ കൂടുതൽ ഗൗരവക്കാരനാകാറാണു പതിവ്. അയാളുടെ മുഖത്ത് ഗൗരവം വന്നുനിറയുന്നത് കാണുന്തോറും ജാദ്‌ലോക്കർ കൂടുതൽ കൂടുതൽ സന്തുഷ്ടനാകും. ഒപ്പം അയാൾക്കുള്ളിൽ പകയും നുരഞ്ഞുപൊന്തും. തനിക്ക് വരുന്ന ഊമക്കത്തുകളിൽ പലതിന്റെയും പിറകിൽ ജാദ്‌ലോക്കറാണെന്ന് കൃത്യമായി അറിയാമായിരുന്നു. അയാളുടെ ശ്രദ്ധ മറ്റുള്ളവർക്കുമേലെ പതിപ്പിച്ച് സ്വയം രക്ഷപ്പെടാനുള്ള അടവാണതെന്നും. ഇബിൻ സ്ലാസയ്ക്ക് അതറിയാമെന്ന് ജാദ്‌ലോക്കർക്കും അറിയാമായിരുന്നു. അതുകൊണ്ടാവാണം സത്രമുടമയുടെ അതിരുകടന്ന സ്നേഹ പ്രകടനം അയാൾ ക്ഷമയോടെയും ശാന്തതയോടെയും സഹിച്ചത്. ജാദ്‌ലോക്കറുടെ മുഖത്ത് പ്രകട

മാകുന്ന പൊള്ളച്ചിരിക്കു പിന്നിലെ നിന്ദ അയാൾക്ക് തിരിച്ചറിയാമായിരുന്നു. അയാളുടെ കാപട്യം അകം കൂർത്തുനില്ക്കുന്ന ചുവന്ന താടിയാൽ അലങ്കരിക്കപ്പെട്ടിരുന്നു. അലങ്കരിക്കപ്പെട്ടിരുന്നു എന്നുതന്നെ പറയണം. കാരണം ആർക്കുമതിനെ വികൃതമാക്കാനാകുമായിരുന്നില്ല. മെഴുകുപുരട്ടി അതിനെ വേണ്ടത്ര മങ്ങിച്ചു കളഞ്ഞിരുന്നു. അത്തരത്തിലുള്ള താടിക്കുള്ളിൽ രണ്ടു ചെറിയ പച്ചക്കണ്ണുകൾ തിളങ്ങി. കെട്ടുപോയെങ്കിലും ഇനിയും ബാക്കിയായ പ്രകാശത്തെ അതനുസ്മരിപ്പിച്ചു. ആയിരക്കണക്കിനു വർഷങ്ങൾക്കു മുമ്പേ കെട്ടുപോയെന്ന് വാനശാസ്ത്രജ്ഞന്മാർ മനസ്സിലാക്കിയ നക്ഷത്രങ്ങൾ നമ്മുടെ കണ്ണുകൾക്ക് ഇപ്പോഴും പ്രകാശിക്കുന്നതായി തോന്നുംപോലെ. അയാളിൽ ജീവിക്കുന്നതായി ശേഷിക്കുന്നത് ആ ഊശാൻ താടി മാത്രമാണ്. മുമ്പെങ്ങോ കെട്ടടങ്ങിയെന്ന് കരുതിയ വസ്തുവിൽ നിന്നും നമ്മെ അതിശയിപ്പിച്ചുകൊണ്ട് തീ ജ്വാല ഉയരുംപോലെയിരുന്നു അത്.

“എന്തു വേണമെങ്കിലും പറഞ്ഞോളു മിസ്റ്റർ ഇൻസ്പെക്ടർ. ഞാനിതാ അങ്ങയുടെ സേവനത്തിനായി.” ലിബുഷ് മേശയ്ക്കരികിൽ എത്തുമ്പോഴെല്ലാം ആവർത്തിച്ചു. ഈ സായാഹ്നത്തിൽ മാത്രമാണ് താൻ ആദ്യമായി ഇൻസ്പെക്ടറെ മുഖാമുഖം കാണുന്നതെന്നു തോന്നും ഇതു കണ്ടാൽ. അയാളുടെ ഈ പെരുമാറ്റത്തിൽ ഇബിൻസ്കൂസയ്ക്ക് വിരോധാഭാസം തോന്നി. തന്റെ മേശയ്ക്കരികിലേക്കെത്തുമ്പോഴൊക്കെ അയാൾ ഒരു ഫുൾ ബോട്ടിൽ മദ്യം കൈയിൽ കരുതിയിരുന്നുവെന്നതും അയാൾ ശ്രദ്ധിച്ചു. ഒരു സത്രം സൂക്ഷിപ്പുകാരന്റെ തൊഴിലിന്റെ ഭാഗമായി അയാളതിനെ കണ്ടു. ജാദ്ലോക്കറുടെ വ്യാജ ഭാര (കട്ടി)ത്തെപ്പറ്റി ഇൻസ്പെക്ടർക്ക് ഓർമ്മ വന്നുടനെ അയാളിങ്ങനെ ചോദിച്ചു.

“എവിടെയാണ് താങ്കളുടെ ബഹുമാന്യ ഭാര്യ” അയാൾക്കതു ചോദിക്കാതിരിക്കാനാവില്ല എന്ന സന്ദർഭം വന്നുചേർന്നതുകൊണ്ടാണങ്ങനെ ചോദിച്ചുപോയത്. അതിന്റെ ആഘാതം താങ്ങാനായി അയാൾ ഒരു കുപ്പി മധുരച്ചാരായത്തിനുകൂടി ഓഡർ നല്കി. അയാൾ മദ്യപിച്ചു കൊണ്ടിരുന്നു. അവസാന പെഗ് അകത്താക്കുമ്പോഴേക്കും നേരം പുലർന്നുകഴിഞ്ഞിരുന്നു. മദ്യപിച്ചു ലക്കുകെട്ട പതിവുകാർ മേശമ്മേൽ തലവെച്ചും തറയിൽ കിടന്നും കൂർക്കം വലിച്ചു. ഓണുഫ്രി അയാളെ അനുഗമിച്ചു.

വണ്ടിയിലേക്ക് കയറുമ്പോഴൊക്കെ ആശ്വാസവും ദു:ഖവും അയാൾക്ക് അനുഭവപ്പെട്ടിരുന്നു. സ്ലോട്ടോഗ്രോദ് നഗരത്തിന്റെ അതിർത്തിയിലേക്ക് കടക്കുമ്പോഴേക്കും ശീതകാലത്തെ നരച്ച പ്രഭാതം പൊട്ടിവിടർന്നു കഴിഞ്ഞിരുന്നു. ഇബിൻസ്കൂസ വീട്ടിലേക്ക് പോയില്ല. അയാൾ നേരേ ലെയ്ഡറുടെ ബാർബർ ഷോപ്പിലേക്ക് പോയി ഷേവ് ചെയ്യിച്ചു. തലയിൽ തണുത്ത വെള്ളം സ്പ്രേചെയ്യിച്ചു. അതിനുശേഷം സ്ലോട്ടോ

ഗ്രോദിലെ ഒരു കഫേയായ ബിസ്രോളിലേക്കു പോയി. ഒരു കോഫിയും രണ്ടു ഫ്രഞ്ചു റോളും കഴിച്ചു. ബേക്കറിയിൽനിന്ന് പുതുതായി ചുട്ടെടുത്ത മണം വിട്ടുമാറിയിരുന്നില്ല. അയാൾ നേരേ ഓഫീസിലേക്ക് വണ്ടിയോടിച്ചു. അവിടെ ശൂന്യമായ മേശയ്ക്കു പിന്നിൽ നിരുന്മേഷനായി ഇരുന്നു. മേശപ്പുറത്ത് പരിശോധയ്ക്കായി കടലാസ്സുകളൊന്നും എത്തിയിരുന്നില്ല. ആ തടിയനും മടിയനുമായ ക്ലാർക്ക് വരുന്നതിനായി അയാൾ കാത്തു. അല്പംനേരം കഴിഞ്ഞ് അയാൾ പുറത്തേക്കിറങ്ങി. തലേ ദിവസം എടുത്തണിഞ്ഞ രോമക്കുപ്പായവും കോട്ടും തന്നെയാണ് ധരിച്ചിക്കുന്നത്. കൈയും മുഖവും കഴുകി. പമ്പിൽ നിന്നും പുറത്തുവന്ന വെള്ളം തണുത്തുറഞ്ഞിരുന്നു. ഓഫീസിലെത്തുന്ന കുതിരകൾക്ക് നല്കാനായിട്ടാണ് ആ പമ്പ് ഓഫീസ് വളപ്പിൽ സ്ഥാപിച്ചിരുന്നത്.

ഇത്തരം പകലുകളിൽ ഇൻസ്പെക്ടർ ഇബിൻസ്കൂസ വളരെ കുറച്ചേ ചിന്തിച്ചിരുന്നുള്ളു. പലപ്പോഴും ഒന്നും ചിന്തിച്ചിരുന്നുമില്ല. അടുത്തുള്ള പള്ളിമണി എട്ടടിച്ചു. തന്റെ ക്ലാർക്ക് എത്തിച്ചേരാൻ സമയമായെന്ന് അയാൾ ഓർമ്മിച്ചു. പട്ടണത്തിലൂടെ സവാരി ചെയ്യണമെന്ന് കരുതി അയാൾ പുറത്തേക്ക് പോയി. പട്ടണം വളരെ ചെറുതായതിനാൽ ആ യാത്ര ചെറുതാകാനേ തരമുള്ളു. ആ ക്ലാർക്ക് എത്തിച്ചേർന്നുടനെ താനിവിടെ ഉണ്ടാകണ്ട എന്ന ഒറ്റക്കാരണമേ ഈ ചുറ്റിയടിക്കലിനു പിന്നിൽ ഉണ്ടായിരുന്നുള്ളു. പട്ടണത്തിലൂടെ മഞ്ഞുമൂടിയ പ്രഭാത്തിൽ ഒന്നു ചുറ്റിയടിച്ചു വന്നാൽ രാത്രി മുഴുവൻ സുഖമായി ഉറങ്ങിയുണർന്നവനെപ്പോലെ തോന്നും എന്നുള്ള ചിന്തയും അയാൾക്കുണ്ടായിരുന്നു.

പ്രഭാതത്തിൽ പട്ടണത്തെരുവുകളെ മൂടിക്കിടന്ന മഞ്ഞിൻ കൂനകളെ ഞെരിച്ചുകൊണ്ട് ആ കുതിരവണ്ടി മുന്നോട്ടു നീങ്ങി. ആദ്യം ജേക്കബും വണ്ടിയും വീട്ടിലേക്കാണെത്തിച്ചേർന്നത്. അപ്പോഴും ജനവാതിലുകൾ തുറക്കാത്ത ആ വീട്ടിലേക്ക് ഒന്നു നോക്കുകപോലും ചെയ്യാതെ അയാൾ കാൽനടയായി ഓഫീസിലേക്ക് പോയി.

പതിനാല്

ഓഫീസിലിരിക്കുമ്പോഴും അയാൾക്ക് യുഫീമിയെ ഓർക്കാതിക്കാനായില്ല. ഔദ്യോഗികമായും വ്യക്തിപരമായും അയാൾക്കുള്ള വെറുപ്പ് വിചിത്രമായ രീതിയിൽ യുഫീമിയയോടുള്ള അഭിവാഞ്ഛയുമായി കൂടിക്കലർന്നു. തനിക്കെന്താണ് സംഭവിച്ചുകൊണ്ടിരിക്കുന്നതെന്ന് പാവം ഇൻസ്പെക്ടർ ഇബിൻസ്കൂസയ്ക്ക് മനസ്സിലായില്ല. അതയാളെ വല്ലാതെ അസ്വസ്തനാക്കി. മനസ്സിനെ ഇളക്കിമറിച്ചു. ജാദ്ലോക്കറുടെ നിയമവിരുദ്ധ പ്രവർത്തനങ്ങൾക്കെതിരെ കർശന നടപടിയെടുക്കുമെന്ന് മനസ്സിലുറപ്പിക്കുമ്പോഴേക്കും അവിടെ തെളിഞ്ഞുവന്നത് യുഫീമിയയുടെ സൗന്ദര്യമായിരുന്നു. രണ്ടുകാര്യങ്ങളും ഒരേ തീവ്രതയോടെയാണയാളുടെ ചിന്താ മണ്ഡലത്തിൽ പ്രവർത്തിച്ചത്. ഒന്നില്ലെങ്കിൽ മറ്റൊന്നില്ല എന്ന തരത്തിൽ പരസ്പരബന്ധിതമായി.

കഠിനമായ ശൈത്യം സത്രൂമിങ്ക നദിയിലെ മഞ്ഞുകട്ടകൾ ഒരിക്കൽക്കൂടി വിണ്ടുകീറി. അയാൾ ആദ്യമായി ഇവിടെ എത്തിച്ചേരുമ്പോൾ അനുഭവപ്പെട്ടതുപോലെ മാർച്ച് മാസത്തിലെ ഒരു രാത്രിയിലാണതും സംഭവിച്ചത്. കാഴ്ച കാണാനും അനുഭവിക്കാനുമായി നാട്ടുകാർ ഇരുകരകളിലും ഓടിക്കൂടി. പ്രായംചെന്ന് വല്ലാതെ മാറിപ്പോയ ഓരാൾക്കു മുമ്പിലാണ് ഇതെല്ലാം നടക്കുന്നതെന്ന് അയാൾക്ക് തോന്നി. വസന്താഗമനം മറ്റു ചില കാരണങ്ങളാലാണ് പ്രാധാന്യമേറിയത്. ശരിക്കും പ്രായം കൂടിയതുപോലെ അയാൾക്കനുഭവപ്പെട്ടു. പുതുവർഷം പിറക്കുകയും ലോകം പുതുക്കുകയും ചെയ്തിരുന്നു. മുമ്പ് അനുഭവപ്പെട്ടതുപോലുള്ള ഒരു പ്രത്യേകതയും ഈ വസന്തം കൊണ്ടുവന്നില്ല. ഇന്നും പുഴ മഞ്ഞിൻ

പുതപ്പ് വലിച്ചെറിഞ്ഞ് ഉണരുന്നത് കാണാനെത്തിയവരുടെ റാന്തൽ വിളക്കുകൾ പ്രകാശിച്ചു. അവർ ഒഴുകിപ്പോയ മഞ്ഞിൻ പാളികളിൽ ചാടിക്കയറി; അവിടെനിന്നും വീണ്ടും കരയിലേക്ക് ചാടി. അതൊരു ഉത്സവമായിരുന്നു. വസന്തകാലം വന്നുചേർന്നിരിക്കുന്നു.

കനം തൂങ്ങിയ മനസ്സുമായി ഇൻസ്പെക്ടർ ഇബിൻസ്കുസ വീട്ടിലേക്ക് പോയി. അയാൾക്ക് എന്താണ് ഈ വസന്തം കൊണ്ടുവന്നത്? അയാളെ സംബന്ധിച്ച് ഇപ്പോൾ എന്താണ് വസന്തം? മൂന്നുദിവസം കഴിഞ്ഞപ്പോൾ അയാളുടെ ഭാര്യ പ്രസവിച്ചു. അടുക്കളയിലായിരുന്നു പ്രസവം. അതൊരു സുഖപ്രസവമായിരുന്നു. വയറ്റാട്ടി എത്തിച്ചേരുന്നതിനുമുമ്പേ ജോസഫ് നോവാക്കിന്റെ പുത്രൻ ഭൂജാതനായി. ഇത്രവേഗത്തിലും സുഖമായും ലോകത്തിലേക്കെത്താൻ ജാരസന്തതികൾക്കു മാത്രമേ കഴിയൂ എന്നയാൾ വിചാരിച്ചു.

ജേസഫ് നോവാക്കിന്റെ പുത്രൻ പിറന്ന രാത്രി അയാൾ അതിർത്തി സത്രത്തിലായിരുന്നു. ആ സായാഹ്നത്തിൽ അയാളുടെ മേശയ്ക്കരികിൽ ജാദ്‌ലോക്കറുടെ സ്ത്രീ എത്തി.

പതിവുപോലെ യുഫീമിയ പറഞ്ഞു.

"താങ്കളൊന്നും കഴിക്കുന്നില്ല."

"ഞാൻ കഴിക്കണമെന്നാണ് നിങ്ങൾ ആഗ്രഹിക്കുന്നതെങ്കിൽ ഞാൻ കഴിക്കും." അയാൾ പറഞ്ഞു.

അവൾ ഒന്നു വിരൽ ഞൊടിച്ചപ്പോഴേക്കും ഒണുഫ്രി ഓടിയെത്തി, ഇൻസ്പെക്ടറുടെ ഗ്ലാസ് നിറച്ചു.

അവളും ഒരു ഗ്ലാസ് ആവശ്യപ്പെട്ടു. അപ്പോൾത്തന്നെ ഗ്ലാസ് മേശയിലെത്തി. അവൾ തൊണ്ണൂറു ഡിഗ്രി ബ്രാണ്ടി ഒറ്റവലിക്ക് അകത്താക്കി.

യുഫീമിയ തന്റെ മുഖം ഇൻസ്പെക്ടറുടെ അടുത്തേക്കു കൊണ്ടുചെന്നു. അവളുടെ കണ്ണുകൾക്കുമുന്നേ കാതുകളിലാടുന്ന കർണ്ണാഭരണം അയാളുടെ കണ്ണിനടുത്തേക്ക് വന്നുവെന്ന് അയാൾ മനസ്സിലാക്കി. സ്വർണ്ണത്തിലുള്ള അവളുടെ കർണ്ണാഭരണങ്ങളുടെ മൃദുവായ കിലുക്കം അയാൾ സൂക്ഷമമായി ശ്രവിച്ചു. ' കർണ്ണാഭരണക്കിലുക്കം കേട്ടിരിക്കുമ്പോൾ അവളുടെ വിരലുകൾ ശക്തിയേറിയതാണെന്ന് അയാൾക്ക് തോന്നി. എന്തിനാണ് താൻ അവളുടെ വിരലുകളെപ്പറ്റി ചിന്തിച്ചതെന്ന് അയാൾക്കറിയുമായിരുന്നില്ല.

പെട്ടെന്നൊരു നിമിഷം ലിബുഷ് ജാദ്‌ലോക്കർ മേശയ്ക്കരികിലെത്തി അവർക്കൊപ്പമിരുന്നു. ശലഭം ഒരു പൂവിൽ ചെലവിടുന്നത്ര സമയം മാത്രം. നിമിഷങ്ങൾക്കുള്ളിൽ അയാൾ പോയിക്കഴിഞ്ഞു. യുഫീ

മിയ ഇൻസ്പെക്ടറിലേക്ക് ചാഞ്ഞ് മെല്ലെ മന്ത്രിച്ചു.

"ഞാനയാളെ സ്നേഹിക്കുന്നില്ല. വെറുപ്പാണെനിക്ക്."

അതുപറഞ്ഞു അവൾ നിവർന്നിരുന്ന് ബ്രാണ്ടി നുകർന്നു. അപ്പോഴും അവളുടെ കർണ്ണാഭരണങ്ങൾ അനങ്ങുകയും ചെറിയ ശബ്ദമുണ്ടാക്കുകയും ചെയ്തു.

ഇബിൻസ്കൂസയ്ക്ക് അത് ഇനിയും സഹിച്ചിരിക്കാനായില്ല. അയാൾ ഒണുഫ്രിക്ക് പണം നല്കിയ ശേഷം പുറത്തേക്കു നടന്നു. വണ്ടിയോടിച്ച് അയാൾ വീട്ടിലേക്ക് പോയി.

യുഫീമിയയോട് ശുഭരാത്രി പറഞ്ഞോയെന്ന് അയാൾക്ക് ഓർക്കാനായില്ല. അപ്പോൾ അക്കാര്യം വളരെ പ്രധാനപ്പെട്ടതായി അയാൾക്ക് തോന്നി.

റോഡിൽ മഞ്ഞിന്റെ കാഠിന്യം ഇപ്പോളും കുറഞ്ഞിട്ടില്ല. കഠിനമായ മഞ്ഞിലൂടെ ആ ചെറിയ ഹിമവണ്ടി പാഞ്ഞു. മഞ്ഞു പെയ്തുകൊണ്ടേയിരുന്നു. മുകളിൽനിന്ന് ചെറിയ കാറ്റ് വീശി. അത് ആകാശത്തിലേക്കു നോക്കുന്ന ഒരാൾക്ക് നക്ഷത്രങ്ങളുടെ നിശ്ചലവും തണുത്തതും കരുണാരഹിതവുമാണെന്ന് ഇനിയെങ്കിലും തോന്നുകയില്ല. നക്ഷത്രങ്ങൾ ഭൂമിയോടു കൂടുതൽ അടുക്കുന്നതായി അയാൾക്ക് അനുഭവപ്പെട്ടു. അപ്പോഴേക്കും സുഖകരമായ ഒരു ചെറുകാറ്റ് വീശിപ്പോയി.

വായുവിൽ അസാധാരണമായ മാധുര്യം തങ്ങിനിന്നിരുന്നു. കുതിര മുമ്പൊരിക്കലുമില്ലാത്ത വേഗത്തിൽ പാഞ്ഞു. എന്നിട്ടും അയാൾ കടിഞ്ഞാൺ മുറുകെ പിടിച്ചില്ല. കുതിര ഇടയ്ക്കിടയ്ക്ക് തലയുർത്തി നോക്കി. യഥാർത്ഥത്തിൽ നക്ഷത്രങ്ങൾ ഭൂമിയിലേക്കടുത്തോ എന്ന് ഉറപ്പു വരുത്താനെന്നപോലെ. വസന്തം ഏറെ അടുത്തു വന്നതായി അയാൾക്കനുഭവപ്പെട്ടു.

അയാൾക്കു മാത്രമാണ് അങ്ങനെയൊക്കെ അനുഭവപ്പെട്ടത്. തിളങ്ങുന്ന ആകാശത്തിനു ചുവട്ടിൽ സുഗമമായ മഞ്ഞിൻ പാളികൾക്കു മുകളിലൂടെ ഹിമവണ്ടിയിൽ ഇങ്ങനെ തെന്നിപ്പോകുമ്പോൾ മ്ലാനത നിറഞ്ഞ അയാളുടെ വീട്ടിൽ ഒരു ജാരസന്തതി തന്നെ കാത്തിരിക്കുന്നുണ്ടെന്ന് അയാൾ ഓർത്തു. എന്നാൽ ഹൃദയത്തിന്റെയുള്ളിൽ അയാളതിൽ സന്തോഷിച്ചു. യുഫീമിയ മൃദുവായ വാക്കുകളിൽ അയാളോട് പറഞ്ഞത് ഇപ്പോഴയാൾക്ക് കൂടുതൽ വ്യക്തമായി കേൾക്കാം.

"ഞാനയാളെ സ്നേഹിക്കുന്നില്ല. വെറുപ്പാണെനിക്ക്."

അപ്പോൾ അവളുടെ കർണ്ണാഭരണങ്ങളുടെ കിലുക്കം അയാളുടെ കാതുകളിലെത്തി.

പതിനഞ്ച്

വീട്ടിൽ കുഞ്ഞിന്റെ കരച്ചിലുയർന്നു. എന്തൊരത്ഭുതം, ഒരു കുഞ്ഞിന്റെ കരച്ചിൽ! താനൊരു ജാരസന്തതിയാണെന്ന കാര്യം അതിനുണ്ടോ അറിയുന്നു! അതിനും ചിണുങ്ങിക്കരയാൻ അവകാശമുണ്ട്. ഇബിൻസ്കൂസയുടെ കാതുകളിൽ കർണ്ണാഭരണത്തിന്റെ കിലുക്കം മുഴങ്ങുന്നുണ്ടായിരുന്നു. കുഞ്ഞിന്റെ കരച്ചിലിനെയും ഭേദിച്ചാണാശബ്ദം കേട്ടുകൊണ്ടിരുന്നത്. ഇബിൻസ്കൂസ ഭാര്യയെയും നോവാക്കിന്റെ കുഞ്ഞിനെയും പറ്റി ചിന്തിച്ചിട്ടേയില്ല.

വീട്ടിൽ എത്തുമ്പോൾ ഇബിൻസ്കൂസയുടെ ഏക പ്രാർത്ഥന വയറ്റാട്ടിയുടെ മുമ്പിൽ ചെന്നുപെടരുതേ എന്നായിരുന്നു. ദൗർഭാഗ്യത്തിന് അതുതന്നെ സംഭവിച്ചു. സന്തോഷവതിയായ അവൾ അയാളുടെ വരവറിഞ്ഞ്, ഇറങ്ങിച്ചെന്ന്, നടന്ന കാര്യങ്ങളെല്ലാം വിശദീകരിച്ചു. അയാൾക്കറിയാൻ ആഗ്രഹമില്ലാത്ത കാര്യങ്ങളായിരുന്നു അതെല്ലാം. എല്ലാം സുഗമമായിരുന്നെന്ന് അവൾ പറഞ്ഞു. അമ്മയും കുഞ്ഞും സുഖമായിരുക്കുന്നതായി അവൾ അറിയിച്ചു.

വിദ്വേഷം ഉള്ളിലൊതുക്കി അയാൾ നന്ദി പറഞ്ഞു. സ്വർണ്ണത്തിലുള്ള കർണ്ണാഭരണം ഉള്ളിൽ കിലുങ്ങി. ആ വീട്ടിൽ അയാൾക്ക് സുരക്ഷിതാബോധം നഷ്ടപ്പെട്ടു. അയാൾ ഇനി മേൽ ഈ വീട്ടിലുള്ളവനല്ല. തന്റെ തകർച്ച മുൻകൂട്ടി കാണാൻ കഴിയുന്നതുപോലെയായിരുന്നു അയാളുടെ ചിന്ത. അയാളുടെ ഉള്ളിൽ എന്തൊക്കയോ ഇളകി മറഞ്ഞു. കാലുകൾ നിലത്തുറയ്ക്കാത്ത പോലെ അനുഭവപ്പെട്ടു. അയാൾക്ക് തല ചുറ്റുന്നതായി തോന്നി. ഇരിക്കുന്ന കസേരയും ഭക്ഷണ മേശയും വീടാകെയും അയാൾക്കൊപ്പം കറങ്ങി. വയറ്റാട്ടി കാരണം അയാൾക്ക് കിടക്കറയിലേക്കു കയറേണ്ടിവന്നു. പ്രസവം മുതൽ അയാളുടെ ഭാര്യയും

കുഞ്ഞും അവിടെയാണ് കിടന്നിരുന്നത്. വയറ്റാട്ടി വഴി കിംവദന്തി പ്രചരിക്കാൻ ആഗ്രഹമില്ല.

ഭാര്യക്ക് നേരെ നോക്കി അലസമായി സുപ്രഭാതം പറഞ്ഞു. വയറ്റാട്ടി എടുത്തുകാണിച്ച നോവാക്കിന്റെ കുഞ്ഞിനെ വെറുപ്പോടെ നോക്കി. കുട്ടി ചിണുങ്ങിക്കരഞ്ഞു. അതിന് മുലപ്പാലിന്റെയും മൂത്രത്തിന്റെയും ഗന്ധമായിരുന്നു. തന്റെ കുഞ്ഞല്ലാത്തതിൽ അയാൾ ഈശ്വരനോട് നന്ദി പറഞ്ഞു. അയാൾ വെറുക്കുന്ന ജോസഫ് നോവാക്കിന്റെ കുഞ്ഞാണ് അത്. അയാൾക്ക് നിഗൂഢമായ ഒരു ആനന്ദമുണ്ടായി. നിഗൂഢാനന്ദത്തെ മറികടന്ന് കർണ്ണാഭരണങ്ങളുടെ കിലുക്കം അയാളുടെ കാതുകളിൽ മുഴങ്ങി.

അന്ന് വൈകുന്നേരം ഔദ്യോഗികാവശ്യങ്ങൾക്കായി അയാൾ സർജന്റ് സ്ലാമയ്ക്കൊപ്പം സ്ലോട്കിയിലേക്കു പോകേണ്ടിയിരിക്കുന്നു. ഔദ്യോഗിക യാത്രകൾ അയാളെ മടുപ്പിച്ചു. എന്തുകൊണ്ട് സ്വാബിയിലേക്ക് പോയിക്കൂടാ? യുഫീമിയയുടെ കർണ്ണാഭരണങ്ങൾ മെല്ലെ കിലുങ്ങി.

സർജന്റ് അയാളെ കൊണ്ടുപോകാനെത്തി. കുതിരകളെ തൊഴുത്തിൽ നിന്നഴിച്ച് വണ്ടിയിൽ കെട്ടി. അതൊരു ഏപ്രിൽ മാസമായിരുന്നു. ഉയിർത്തെഴുന്നേല്പിന്റെ ദിവസം കഴിഞ്ഞതേയുള്ളു. തെളിഞ്ഞ നീലാകാശത്തിൽ ഏതാനും തുണ്ടുമേഘങ്ങൾ പാറിനടന്നു. വായുവിന് യുവത്വത്തിന്റെ പ്രസരിപ്പ്. കാറ്റ് ഇൻസ്പെക്ടർക്ക് നേരെ വീശിയകന്നു. റോഡിനിരുവശങ്ങളിലുമുള്ള പാടങ്ങളിൽ പച്ചത്തലപ്പുകൾ കണ്ടു തുടങ്ങി. കുഴികളിലും മറ്റും ചാരനിറത്തിലുള്ള മഞ്ഞ് ശേഷിച്ചിരുന്നു.

"മീവൽപ്പക്ഷികൾ ഇന്നോ നാളയോ എത്തിതുടങ്ങും." സർജന്റ് പറഞ്ഞു.

ഇബിൻസ്കൂസയ്ക്ക് അത് തികച്ചും അത്ഭുതമായി തോന്നി, തലയിൽ വെച്ചിരുന്ന ഹെൽമറ്റ് ഒന്നിളക്കിയ ശേഷം സർജന്റ് അങ്ങനെ പറഞ്ഞപ്പോൾ.

"ഈ ഭാഗത്തൊക്കെ അവ വൈകിയേ എത്താറുള്ളോ.?"

"അതെ. ഏറെദൂരം താണ്ടിയാണവ വരുന്നത്."

അവർ നിശ്ശബ്ദരായി. കുതിരവണ്ടി മുന്നോട്ടു പോകുന്തോറും തണുത്ത ചെറുകാറ്റ് വീശാൻ തുടങ്ങി. ആകാശം പ്രസന്നമായിരുന്നു. മേഘശലകങ്ങൾ ഭൂമിയിലേക്കു നോക്കിനിന്നു.

അന്ന് വെള്ളിയാഴ്ചയായിരുന്നു. ഇബിൻസ്കൂസയ്ക്ക് വെള്ളിയാഴ്ചകളെ ഇഷ്ടമല്ല. അത് എന്തെങ്കിലും അന്ധവിശ്വാസം കൊണ്ടല്ല. ആ ജില്ലയിലെ ഗ്രാമങ്ങളിൽ ചന്തകൾ കൂടുന്ന ദിവസമാണത്. അന്ന് ധാരാളം പണിയെടുക്കേണ്ടി വരും. അടഞ്ഞ കടകളിലല്ല, തുറസ്സായ ചന്തകളിൽ. സർജന്റും മറ്റ് ഉദ്യോഗസ്ഥരുമെത്തുമ്പോൾ സാധനം വാങ്ങാനെത്തുന്ന

വർ ഓടിയൊളിക്കും. ഈ അവസരത്തിലും സ്ലോഡ്കിയിലെ ചന്തയിൽ വലിയ ഹിമവണ്ടി വന്നടുക്കുന്നതുകണ്ടപ്പോഴേ ചന്തയുടെ കവാടത്തിൽ അവർ ഏർപ്പാടുചെയ്തിരുന്ന ഒരുവൻ വിളിച്ചു കൂവി.

" അവരിതാ വരുന്നു. അവരിതാ വരുന്നു."

വാങ്ങാനായി കൈയിലെടുത്ത മത്സ്യം സ്ത്രീകൾ വീപ്പകളിലേക്കു തിരികെയിട്ടു. അപ്പോൾ മാത്രം തലകളറുത്തു മാറ്റപ്പെട്ട കോഴികൾ ചോര യൊലിപ്പിച്ച് മേശമേൽ പിടഞ്ഞു.

ജീവനുള്ള കോഴികളും ഭയപ്പെട്ടു. കോഴികളും ടർക്കികളും താറാവുകളും കൊക്കിക്കുരച്ചും ചിറകുകൾ കുടഞ്ഞും കാലുകൾ വേഗത്തിൽ ചലിപ്പിച്ചും അവിടം ശബ്ദായമാനമാക്കി. അവ സ്റ്റാളുകൾക്കിടയിലൂടെ പാഞ്ഞു. അധികാരികളെ ഭയപ്പെടേണ്ട ഒരു കാര്യവുമില്ലാത്ത വ്യപാരികളും ഭയപ്പെട്ടോടി. ഉദ്യോഗസ്ഥരോടുള്ള വിശ്വാസക്കുറവും അകാരണ ഭയങ്ങളും അവരെ ഓടാൻ പ്രേരിപ്പിച്ചിട്ടുണ്ടാകണം. ചില വ്യപാരികൾ സ്റ്റാളുകൾ വിട്ട് ഓടിപ്പോകാത്തത് അവരെ സംശയാലുക്കളാക്കി. ചിലർ എന്തുചെയ്യണമെന്ന് അറിയാതെ സ്തംഭിച്ചുനിന്നു. പലരും അവരുടെ തൂക്കുകട്ടികൾ റോഡിലേക്ക് എറിഞ്ഞു. ചിലർ ചെളിക്കുണ്ടിലേക്കും. ഒരു യുദ്ധം പൊട്ടിപ്പുറപ്പെട്ടപോലെ തോന്നും അവിടത്തെ പാച്ചിൽ കണ്ടാൽ. തങ്ങളുടെ ഭാരക്കട്ടികൾ കൈകളിലേന്തി ഇരു ഭാഗങ്ങളിലായി നിന്ന് യുദ്ധം ചെയ്യുന്നവരാണെന്നു തോന്നും അവരെ കണ്ടാൽ.

വളരെ സമാധാനത്തോടെ അവിടെനിന്ന ഒരേ ഒരാൾ ലിബുഷ് ജാദ്ലോക്കറായിരുന്നു. അയാൾക്ക് സ്ലോഡ്കിയിൽ മത്സ്യം വില്ക്കാൻ ലൈസൻസ് ഉണ്ടായിരുന്നില്ല. എന്നിട്ടുമയാളവിടെ മത്സ്യം വിറ്റു. വീപ്പയ്ക്കരികിൽ മറ്റൊരു വീപ്പപോലെ മത്സ്യം വിറ്റുകൊണ്ടയാൾ നിന്നു. അയാൾക്ക് ലൈസൻസ് ഇല്ല എന്നതു നേരുതന്നെ: എന്നാൽ കള്ള തൂക്കും അയാൾക്കില്ലായിരുന്നു. അയാൾ നിയമമറിയുന്നവനാണ്. അളവുതൂക്ക ഇൻസ്പെക്ടർക്ക് ലൈസൻസ് പരിശോധിക്കാനുള്ള അധികാരമില്ലെന്ന് അയാൾക്കറിയാം. അയാൾ അയാൾക്കിഷ്ടമുള്ളപോലെ വന്നു പൊയ്ക്കോട്ടെ. ജാദ്ലോക്കർ തന്റെ വീപ്പയ്ക്കുള്ളിൽ പിടയുന്ന പൈക്,കാർപ്പ് മത്സ്യങ്ങളെ നോക്കിനിന്നു. വിഡ്ഢി മത്സ്യങ്ങൾ, തങ്ങളിപ്പോഴും പുഴയിൽ പുളയുകയാണെന്നാണവറ്റയുടെ ഭാവം; അവയ്ക്ക് തീരെ ബോധമില്ല. ആ ഒരു പാവപ്പെട്ട മനുഷ്യൻ എത്ര ബോധമുള്ളവനായിരിക്കും? ഉദാഹരണത്തിന് ഈ ലിബുഷ് ജാദ്ലോക്കർ.

എല്ലാ നിയമങ്ങളും അതിന്റെ വരുംവരായ്കകളും ഉദ്യോഗസ്ഥരുടെ നടപടിക്രമങ്ങളും ശീലങ്ങളും മനോനിലയും അയാൾക്ക് അറിയാമായിരുന്നെങ്കിലും അയാൾക്ക് അറിയാനാകാത്ത ചില നിയമങ്ങളുണ്ട്. അപ്പോൾ അജ്ഞാതമായ ഒരു ഖണ്ഡിക ഉയർന്നുവരും. അല്ലെങ്കിൽ സംശയാതീതമായ പ്രലോഭനം ഉദ്യോഗസ്ഥന്മാരെ ഇളക്കിമറിക്കും. ഉദ്യോഗസ്ഥരും മനുഷ്യരാണ്.

പതിനാറ്

ഇൻസ്പെക്ടർ ഇബിൻസ്കൂസയും കേവലം ഒരു മനുഷ്യൻ മാത്ര മായിരുന്നു. യുഫീമിയയുടെ കർണ്ണാഭരണക്കിലുക്കം അയാൾക്ക് മറക്കാനായില്ല. അയാൾ അറിയാതെ സ്വന്തം ചെവിയിൽ തൊട്ടു. എന്നാൽ കിലുക്കം ഹൃദത്തിനുള്ളിലാണ്. പുറത്തല്ല. അയാൾക്ക് ഇനിയും അത് താങ്ങാനാവില്ല. ചന്തയിലെ പരിശോധനകൾ കൃത്യമായി നടന്നാൽ സ്വാബിയിലേക്ക് ഹിമവണ്ടിയോടിക്കാൻ ഇനിയും സമയമുണ്ടാകും.

ചന്തയിലെ ചപ്പുചവറുകൾക്കിടയിലൂടെ ഹിമവണ്ടി നീങ്ങി. ആളുകൾ പുറത്തേക്കെറിഞ്ഞുകളഞ്ഞ കള്ളത്തൂക്കകട്ടികൾക്കു മുകളിലൂടെ പാഞ്ഞപ്പോൾ അവ ചെളിയിലേക്കാണ്ടു. ചന്തയുടെ ഒത്ത നടുവിൽ ഇബിൻസ്കൂസയുടെ ഹിമവണ്ടി നിന്നു. മെഴുകു പ്രതിമകൾ മാതിരി വ്യാപാരികൾ ചന്തയിലെ സ്റ്റാളുകളിൽ നിശ്ചലരായി നിലയുറപ്പിച്ചു. ഇബിൻസ്കൂസ സ്റ്റാളിൽനിന്നും സ്റ്റാളുകളിലേക്ക് നീങ്ങി. ഒപ്പം സർജന്റും. ആളുകൾ അളവുതൂക്ക ഉപകരണങ്ങൾ അയാൾക്ക് പരിശോധനയ്ക്കായി നല്കി. അവയെല്ലാം തന്നെ കൃത്യമായവയായിരുന്നു. എല്ലാവർക്കുമറിയാം അതുപയോഗിച്ചാണ് അവർ അളവുകളും തൂക്കങ്ങളും നടത്തുന്നതെന്ന്. അയാൾ തൂക്കക്കട്ടികളിലെ സീൽ പരിശോധിച്ചു. അളവുപകരണങ്ങൾ നീരിക്ഷണത്തിനു വിധേയമാക്കി. അലമാരകളും മേശവലിപ്പുകളും സാധനങ്ങൾ വാരിക്കൂട്ടിയിരിക്കുന്ന മൂലകളും പരിശോധിച്ചു. ചാപ്ക്കിസ് എന്നു പേരുള്ള ഒരു വൃദ്ധമാതാവിന്റെ കോഴിയിറച്ചിക്കടയിൽനിന്നും ഏഴ് കള്ള പൗണ്ടുകളും ഒരു കിലോ തൂക്കുപടിയും കണ്ടെത്തി. അവരുടെ പേര് കുറിച്ചെടുക്കുന്നയവസരത്തിലും അയാൾക്ക് അവരോട് സഹതാപം തോന്നുന്നുണ്ടായിരുന്നു. അവർ മെലിഞ്ഞ് എല്ലും തോലുമായ ഒരു വൃദ്ധയായിരുന്നു. ഒരു ജൂതയായിരുന്നു. ചുവന്ന കണ്ണു

കളും ഉറച്ച മൂക്കും ചുക്കിച്ചുളിഞ്ഞ ശരീരവുമായിരുന്നു അവർക്ക്. ഓരാളുടെ ശരീരത്തിൽ ഇത്രയേറേ ചുളിവുകളുണ്ടാകുമോ എന്നയാൾ അതിശയിച്ചു. ആ പാവപ്പെട്ട അമ്മയോട് അയാൾക്ക് കരുണ തോന്നി. എന്നിരുന്നാലും അയാൾക്കവരുടെ പേര് എഴുതിയെടുക്കാതിരിക്കാനായില്ല. ചിലപ്പോൾ ആ തൂക്കുകട്ടി തൂക്കിയെടുത്തെറിഞ്ഞു കളയാനാവാത്തിനാലാവാം അവരത് കടയിൽ സൂക്ഷിച്ചത്.

ആ സ്ത്രീ നിലവിളിക്കാൻ തുടങ്ങി. "കൊലപാതകം; കൊലപാതകം; ഓടിവരൂ;" ഓടിവരൂ; അവർ ഒരു പ്രകോപനവും കൂടാതെ വിളിച്ചുകൂവി. കാക്കകൾ, ചീവിടുകൾ എന്നിവയുടെ കരച്ചിൽ പോലെ ഇടവിടാതെ. "എന്റെ പേര് ബുക്കിലെഴുതരുത്." അവർ വിളിച്ചുപറയുകയും കരയുകയും ചെയ്തു. അവർ കരഞ്ഞുകൊണ്ടു നെഞ്ചത്തടിച്ചു. തയ്യാറാക്കി വെച്ചിരുന്ന കോഴിയിറച്ചിയും അവശിഷ്ടങ്ങളും റോഡിലേക്ക് വാരിയെറിഞ്ഞു. കുറെ ഇറച്ചിക്കഷണങ്ങൾ ചെളിക്കുണ്ടിൽ വീണു. "കള്ളന്മാർ; കൊലപാകികൾ;" അവർ വിളിച്ചുകൂവി. "എനിക്കുള്ളതെല്ലാം എടുത്തുകൊണ്ടുപോ; എന്റെ ജീവനും. " എന്നിട്ടവർ ഹൃദയം പൊട്ടുമാറ് തേങ്ങാൻ തുടങ്ങി. അവരെ സമധാനിപ്പിക്കാൻ പോകുന്തോറും അവർ കൂടുതൽ അക്രമാസക്തയായി കൊണ്ടിരുന്നു. കണ്ണീർ അവരുടെ കവിളിലൂടെ പെരുമഴ വെള്ളംപോലെ ഒലിച്ചിറങ്ങി. അപ്പോഴും സാധനങ്ങൾ ഒന്നൊന്നായി പുറത്തേക്കെറിഞ്ഞുകൊണ്ടിരുന്നു. കൈയിൽ കിട്ടിയതെല്ലാം വലിച്ചെറിയപ്പെട്ടു. ചായക്കപ്പുകൾ, കരണ്ടികൾ, ഒടുവിലൊരു സമോവാർ. ഇൻസ്പെക്ടർ ഇബിൻസ്കൂസ അവരെ സമാധാനിപ്പിക്കാൻ നോക്കി. എന്നാലതു വിഫലമായി. ഒടുവിൽ ആ സ്ത്രീ ഇറച്ചിവെട്ടുന്നൊരു കത്തി കൈയിലെടുത്തു. തലയിൽവെച്ചിരുന്ന കൃത്രിമമുടി പറന്നുപോയി. അപ്പോൾ അവരുടെ തലയിലെ നരച്ച മുടികൾ വെളിവായി. ഇൻസ്പെക്ടർ ഒരുചുവടു മുന്നോട്ടുവെച്ചു. കത്തിയെ ലക്ഷ്യമാക്കിയായിരുന്നില്ല ആ നീക്കം. പറന്നുവന്ന കൃത്രിമമുടി പിടിക്കാനായിരുന്നു അത്. സർജന്റ് ചലനരഹിതനായി നിന്നു. അയാളുടെ കൈകൾ തോക്കിൽ ബലമായി അമർത്തിപ്പിടിച്ചു.

"ഇവളെ കൊണ്ടുപോയേ പറ്റൂ."

അയാൾ പറഞ്ഞു. അവരുടെ ഉയർത്തിപ്പിടിച്ച കൈകൾ അയാൾ പിടികൂടി. അപ്പോഴേക്കും സ്റ്റാളുകളിൽനിന്നും മറ്റു വ്യാപാരികൾ ഓടിക്കൂടി. ഭയജനകമായ ഒരന്തരീക്ഷം സംജാതമായി. ചാച്ക്കീസ് മുത്തശ്ശിയുടെ പിന്നാലെ ലോകം മുഴുവൻ വന്നുകൂടുന്നതായി അയാൾക്ക് തോന്നി. സർജന്റ് സ്ലാമ അതിവേഗത്തിൽ വേറൊരു നീക്കം നടത്തി. അയാൾ ആ വൃദ്ധയുടെ കൈകളിൽ വിലങ്ങിട്ടു. ഹിമവണ്ടിയിലേക്കുള്ള വഴിയിൽ അവർ എല്ലാ ശാപവചനങ്ങളും ഉരുവിട്ടു. ഇൻസ്പെക്ടർ ഇബിൻസ്കൂസയ്ക്കും സർജന്റ് സ്ലാമയ്ക്കും നടുവിലൂടെ ആ വൃദ്ധ നടന്നുനീങ്ങി.

ഇൻസ്പെക്ടർ വല്ലാതെ ക്ഷുഭിതനായിരുന്നു. ജൂതയായ പാവപ്പെട്ട

ആ വിഡ്ഢിത്തള്ളയെ ലോക്കപ്പിലാക്കാൻ അയാൾ ആഗ്രഹിച്ചതല്ല. അയാളും ഒരു ജൂതനായിരുന്നു. നീണ്ട താടി വളർത്തിയിരുന്ന തന്റെ മുത്തശ്ശനെ അയാൾക്ക് ഓർമ്മ വന്നു. അൻസെമിന് അന്ന് എട്ടുവയസ്സ് മാത്രമായിരുന്നു. മുത്തശ്ശന്റെ ശവസംസ്കാരം പോലും അയാൾ വ്യക്തമായി ഓർത്തു. അതൊരു ജൂത സംസ്കാരമായിരുന്നു. ശവക്കച്ചയിൽ പൊതിഞ്ഞ് ശവക്കുഴിയിൽ വെച്ചു. ശവപ്പെട്ടി ഉണ്ടായിരുന്നില്ല. വേഗത്തിൽ ശവക്കുഴി മൂടപ്പെട്ടു.

ഇൻസ്പെക്ടർ തികച്ചും മോശപ്പെട്ട ഒരു സാഹചര്യത്തിൽ പെട്ടുപോയിരുന്നു. തന്റെ വിധിയോർത്ത് അയാൾ ആഴത്തിൽ വേദനിച്ചു. എങ്കിലും നിയമം ഉയർത്തിപ്പിടിക്കാൻ തന്നെ അയാൾ തീരുമാനിച്ചു. അയാൾ അന്തസ്സുള്ള ഒരുവനായിരുന്നു. വളരെ കണിശ്ശക്കാരനും. എങ്കിലും ഹൃദയാലുവും. കണിശ്ശതയ്ക്കും താപത്തിനും ഇടയിൽ അയാൾക്ക് എന്താണ് ചെയ്യാനാവുക? അപ്പോഴേക്കും കർണ്ണാഭരണങ്ങളുടെ കിലുക്കം അയാളുടെ നെഞ്ചകത്തേക്കൊഴുകിയെത്തി.

തന്നെയാണ് വിലങ്ങണിയിച്ചത് എന്നതുപോലെയാണ് അയാൾ നടന്നത്. എന്നിട്ടും അയാൾക്ക് ഒന്നോ രണ്ടോ സ്റ്റാളുകളിൽക്കൂടി കയറേണ്ടിവന്നു. ഇതിനിടെ ചാച്ക്കീസ് മുത്തശ്ശി അലറിവിളി ഉച്ചത്തിലാക്കി. വിലങ്ങണിയിച്ച അവരുടെ കൈകളിൽ പിടിച്ചുവലിച്ച് സർജന്റ് ഇബിൻസ്കൂസയ്ക്കൊപ്പം നടന്നു. അയാൾ കുറെ സ്റ്റാളുകളിൽ കയറി അളവുകളുകളും തൂക്കങ്ങളും പരിശോധിച്ചു. അതെല്ലാം വേഗത്തിൽ കഴിച്ചു. ഈ പ്രവർത്തി തന്റെ ഔദ്യോഗിക സൈനിക മനഃസാക്ഷിക്കെതിരായിരുന്നു എന്നയാൾക്കറിയാം. പക്ഷേ, ഇത്തരമൊരു സാഹചര്യത്തിൽ മറ്റെന്തു ചെയ്യാനാകും?

സ്ത്രീകളുടെ ശബ്ദം ഉയരുംതോറും മറ്റു വ്യപാരികൾ ഭീക്ഷണിയുടെ നോട്ടങ്ങളയക്കാൻ തുടങ്ങി. കാര്യങ്ങൾ പെട്ടെന്നു ചെയ്തു തീർക്കാൻ അയാൾ ആഗ്രഹിച്ചു. അയാൾ വലിയ പരിഗണനയോടും കാരുണ്യത്തോടും അവരെ സമീപിക്കാൻ ശ്രദ്ധിച്ചു. അപ്പോഴൊക്കെയും അവർ നിലവിളിച്ചുകൊണ്ടിരുന്നു. അയാളുടെ ഹൃദയത്തിൽ അപ്പോൾ കർണ്ണാഭരണങ്ങളുടെ മന്ത്രണം ഉയർന്നുകേട്ടു.

ഒടുവിൽ ചാച്ക്കീസ് മുത്തശ്ശിയെ മോചിപ്പിക്കാൻ അയാൾ സർജന്റിനോടാവശ്യപ്പെട്ടു.

“ഈ നിലവിളി നിർത്താമെങ്കിൽ നിങ്ങളെ ഞാൻ മോചിപ്പിക്കാം. സമ്മതിച്ചോ?” സർജന്റ് ചോദിച്ചു.

അവൾ മോചിതയായി. കൈകൾ ആട്ടിക്കൊണ്ട് ആ വൃദ്ധ റോഡിലൂടെ തന്റെ സ്റ്റാൾ ലക്ഷ്യമാക്കി ഓടി. അപ്പോഴവരെ കണ്ടാൽ ഓടിപ്പോകുന്ന ഒരു കൊക്കിനെപ്പോലെ തോന്നി.

ഒടുവിൽ ഇബിൻസ്കൂസ ജാദ്‌ലോക്കറുടെ മീൻ വീപ്പയ്ക്കരികിലെത്തി.

“നിങ്ങളെന്താണിവിടെ ചെയ്യുന്നത്? ” നിങ്ങൾക്ക് മത്സ്യം വില്ക്കാൻ അനുമതിയുണ്ടോ?” അയാൾ ചോദിച്ചു.

"ഇല്ല."

ജാദ്‌ലോക്കർ മറുപടി നല്കി.

അയാളുടെ പ്രസന്നമായ മുഖത്ത് ചിരി പടർന്നു. അത്യാഹിതത്തിൽ പെട്ടുപോയ ചെറിയൊരു സൂര്യനെപ്പോലെയായി ആ മുഖം. അല്ലെങ്കിൽ അത്യാഹിത സൂര്യൻ.

"ഇല്ല. ഞാൻ എന്റെ കൂട്ടുകാരന്റെ സഹായിയായി എത്തിയതാണ്. മീൻ കച്ചവടക്കാരനായ ഷാകെറിനെ."

"രേഖകളെവിടെ?" താനെന്തിനാണ് പാവം ജാദ്‌ലോക്കറിനോട് ഇത്ര ദേഷ്യം കാട്ടുന്നതെന്ന് അയാൾക്കറിയില്ലായിരുന്നു. ജാദ്‌ലോക്കറിന് അയാളുടേതായ വിധത്തിൽ നിയമമറിയാം.

"രേഖകൾ ചോദിക്കാൻ താങ്കൾക്ക് അധികാരമില്ല."

"എന്റെ കൃത്യനിർവ്വഹണത്തിന് നിങ്ങൾ തടസ്സം സൃഷ്ടിക്കുകയാണ്."

ഇൻസ്‌പെക്ടർ ഇടപ്പെട്ടു.

താനെന്തുകൊണ്ടാണ് ജാദ്‌ലോക്കറെ ഇത്രയേറെ വെറുക്കുന്നതെന്നും അയാൾക്കറിയില്ല. തന്റെ ഹൃദയത്തിൽ, തലച്ചോറിൽ എന്തിന് ശരീരമാകമാനം കർണ്ണാഭരണക്കിലുക്കം അനുഭവപ്പെടുന്നത് എന്തുക്കൊണ്ടാണെന്നും അയാൾക്കറിയില്ല.

"ഔദ്യോഗിക കൃത്യനിർവ്വഹണം തടസ്സപ്പെടുത്തുന്നോ" എന്ന വാക്കു കേട്ടയുടൻ സർജന്റ് കർമ്മനിരതനായി.

"നിങ്ങൾ എവിടന്നു വരുന്നു."

അയാൾ ജാദ്‌ലോക്കറോടു ചോദിച്ചു.

"എനിക്കറിയാം" സർജന്റ് സ്ലാമ പറഞ്ഞു. "ഞാൻ നിങ്ങളുടെ സത്രത്തിൽ വന്നിട്ടുണ്ട്. ഞങ്ങളിപ്പോൾ സംസാരിക്കുന്നത് ഔദ്യോഗികമായിട്ടാണ്. ഒരു സൗജന്യവും പ്രതീക്ഷിക്കേണ്ട. മനസ്സിലായോ?"

അസ്തമിക്കാൻ തുടങ്ങിയ സൂര്യനുകീഴിൽ സ്ലാമ അങ്ങനെ നിന്നു. സൂര്യൻ ചന്തയ്ക്കുള്ളിൽ അതിന്റെ അവസാന ശക്തിപ്രകടനത്തിലാണ്. ചന്തയ്ക്കുള്ളിൽ പ്രത്യക്ഷപ്പെട്ട മേഘക്കീറിനിടയിൽ അത് തിളങ്ങി. അതോടൊപ്പം തന്നെ സർജന്റിന്റെ കൈയിലിരുന്ന വിലങ്ങ് കിലുങ്ങുന്നതും കേട്ടു. എന്തിന് അയാളുടെ തോക്കിന്റെ ബയണറ്റുപോലും തിളങ്ങി.

ലിബുഷ് ജാദ്‌ലോക്കർക്ക് എന്താണ് സംഭവിച്ചതെന്ന് ആർക്കും മനസ്സിലായില്ല. കൈയിൽ മീൻ കത്തിയുമായി അയാൾ സർജന്റിനു നേരെ പാഞ്ഞു. അപ്പോഴയാൾ രാജാവിനും ഭരണകൂടത്തിനും നിയമങ്ങൾക്കും എന്തിന്, ദൈവത്തിനു നേരെപോലും ചീത്ത വിളിക്കുന്നുണ്ടായിരുന്നു.

ഇൻസ്‌പെക്ടർ ഇബിൻസ്കൂസയും സർജന്റ് സ്ലാമയും ചേർന്ന് അയാളെ വേഗത്തിൽ കീഴ്പ്പെടുത്തി. ഈ സമയം സർജന്റ് സ്ലാമ തന്റെ പക്കൽ സൂക്ഷിച്ചിരുന്ന നീളമുള്ള ചങ്ങല പുറത്തെടുത്തു. സുദൃഢമായ ഒന്ന്.

അവർ പ്രാദേശിക ജയിലായ സ്ലോച്ചോവിലേക്കു ഹിമ വണ്ടിയോടിച്ചു.

സ്വാബിയെപ്പറ്റി ആരുമൊന്നും സംസാരിച്ചില്ല. യുഫീമിയയുടെ കർണ്ണാഭരണങ്ങൾ ഇബിൻസ്കൂസയുടെ ചെവികളിൽ കിലുങ്ങാൻ തുടങ്ങി.

പതിനേഴ്

സ്ലോച്ചോവിൽ അത്രസുഖകരമായ കാര്യങ്ങളായിരുന്നില്ല ഇൻസ്പെക്ടർ ഇബിൻസ്കുസയെയും സർജന്റ് സ്ലാമയെയും കാത്തിരുന്നത്. അവർ അവിടെ എത്തിച്ചേർന്നപ്പോൾ തന്നെ തളർന്ന് അവശരായിരുന്നു. അക്രമസ്വഭാവക്കാരനും ഭീമാകാരനുമായ ലീബുഷ് ജാദ്ലോക്കറെ രണ്ടുപേർക്കുമാത്രം സഞ്ചരിക്കാൻ കഴിയുന്ന ചെറിയ കുതിരവണ്ടിയിൽ കയറ്റിക്കൊണ്ടു പോകുന്നത് ചില്ലറ വൈഷമ്യമല്ല ഉണ്ടാക്കിയത്. സർജന്റിന്റെ കാല് മരവിച്ചുപോയി. വരുന്ന വഴിയിൽ ജാദ്ലോക്കർ ഇരുവരുടെയും മുഖങ്ങളിലേക്കു തുപ്പി. ഇൻസ്പെക്ടർക്കും സർജന്റിനും ഇടയിലായിരുന്നു അയാളെ ഇരുത്തിയിരുന്നത്. അയാൾ അവിടെയിരുന്ന് കാണിക്കാത്ത വിക്രിയകളൊന്നുമില്ല. അയാൾ തന്റെ ബലിഷ്ഠമായ കാലുകൾ ഇരുവശത്തേക്കും വികസിപ്പിച്ച് ഇരുവരെയും ഞെരുക്കി. വണ്ടിയിൽ നിന്നും പുറത്തേക്കു തെറിച്ചുവീഴുമോയെന്നുപോലും അവർ ഭയപ്പെട്ടു. മൂന്നു മണിക്കൂറത്തെ യാതന നിറഞ്ഞ യാത്രയ്ക്കൊടുവിൽ അവർ സ്ലോച്ചോവിൽ എത്തിച്ചേർന്നു. സ്ലാമ വിസിൽ മുഴക്കിയപ്പോൾ രണ്ടു മുൻസിപ്പൽ പൊലീസുകാരും ഒരു സർജന്റും ജാദ്ലോക്കറെ കൈകാര്യം ചെയ്യാനായി എത്തിച്ചേർന്നു. വിയർത്തു കിതച്ച് സംഘം ജില്ലാക്കോടതിയിലെത്തിയപ്പോൾ മണി ആറുകഴിഞ്ഞിരുന്നു. മജിസ്ട്രേറ്റ് വീട്ടിലേക്ക് പോകാനുള്ള തിരക്കായിരുന്നതിനാൽ ഒട്ടും പ്രസന്നതയിലായിരുന്നില്ല. എങ്കിലും കേസ് കേൾക്കാൻ ഒരുക്കങ്ങൾ നടത്തി. അടുത്ത ദിവസം രാവിലെ ഹാജരാകാൻ അദ്ദേഹം ഇൻസ്പെക്ടർക്കും സർജന്റിനും ഉത്തരവു നല്കി. ദ ഗോൾഡൻ ക്രൗൺ എന്ന സത്രത്തിൽ

ഉറക്കമില്ലാത്ത ഒരു രാത്രിയാണ് അവർ തള്ളിനീക്കിയത്. അവിടെ മുറിയൊന്നും ഒഴിവില്ലാത്തതിനാൽ അവർക്ക് പത്തായപ്പുരയിൽ കിടക്കേണ്ടിവന്നു. മാത്രമല്ല ഉദ്യോഗസ്ഥരോട് നല്ല സമീപനമല്ല അവർക്കുണ്ടായിരുന്നത്.

അടുത്തദിവസം നടപടിക്രമങ്ങൾക്കു പുറമെ നടപടി ക്രമങ്ങളായിരുന്നു. ഇൻസ്പെക്ടറെ സംബന്ധിച്ച് കാര്യങ്ങൾ നല്ല രീതിയിലല്ല നടന്നിരുന്നത്. ഗുരുതരമായ എന്തോ തനിക്ക് സംഭവിച്ചിരിക്കുന്നു എന്ന തോന്നൽ അയാളെ വേട്ടയാടി. എന്തിനാണയാളിത്ര പരിഭ്രമിക്കുന്നത്? ജാദ്ലോക്കർ അയാൾക്കൊന്നുമല്ല. മനുഷ്യരാരും മറ്റുള്ളവർക്ക് ദൗർഭാഗ്യങ്ങൾ കൊണ്ടുവരാൻ ബോധപൂർവ്വം ശ്രമിക്കുകയില്ലല്ലോ. അങ്ങനെയാണ് ഇൻസ്പെക്ടർ ഇബിൻസ്കൂസ ചിന്തിച്ചത്. അപ്രകാരം തന്നെയായിരുന്നു സ്ലാമയുടെയും ചിന്ത. കാര്യങ്ങൾ പഴയപടിയാക്കാനാവുമോ? ഇല്ല, അത് അസാദ്ധ്യമാണെന്നായിരുന്നു സ്ലാമയുടെ മറുപടി. നടപടിക്രമങ്ങൾ, മജിസ്ട്രേറ്റിന്റെ പരിശോധന, വാദങ്ങൾ. ഒടുവിലായി താൻ ദൈവത്തെയും ഭരണകൂടത്തെയും ഉദ്യോഗസ്ഥരെയും ചീത്തവിളിച്ചു എന്ന ജാദ്ലോക്കറുടെ കുമ്പസാരവും.

സ്ലോട്ടോഗ്രോദിലേക്ക് വണ്ടി പായിച്ചുപോകുമ്പോൾ ഇൻസ്പെക്ടർക്കും സർജന്റിനുമിടയിൽ ഒരു സഹോദരഭാവമുണർന്നു. എന്നാൽ കാര്യങ്ങളെ വരുന്നിടത്തുവെച്ച് കാണാമെന്ന സ്ലാമയുടെ നിലപാട് ഇബിൻസ്കൂസയിൽ അസൂയയുണ്ടാക്കി. ഇൻസ്പെക്ടർ ചെയ്തത് നിയമപരമായി ശരിതന്നെയാണെന്ന് അയാൾക്കറിയാം. ദൈവത്തെ നിന്ദിക്കുകയും ഉദ്യോഗസ്ഥരെ ഉപദ്രവിക്കുകയും ചെയ്യുന്നവർ ചുരുങ്ങിയത് രണ്ടുവർഷക്കാലം ജയിലിൽ കിടക്കേണ്ടിവരും എന്നും അയാൾക്കറിയാം. അതിൽ സ്ലാമയ്ക്ക് യാതൊരു അലോസരവും തോന്നിയില്ല എന്നതാണ് ശ്രദ്ധേയം.

അവർ സ്ലോട്ടോഗ്രോദ് ഹൈവേയിലേക്ക് കടക്കുമ്പോൾ സായാഹ്നം രാത്രിക്ക് വഴിമാറിത്തുടങ്ങി. നേർത്തൊരു കാറ്റ് കുതിരവണ്ടിയെ മറികടന്നുപോയി. കുതിരയുടെ കുഞ്ചിരോമങ്ങൾ ഇളകി. സ്ലോട്ടോഗ്രോദ് കഴിഞ്ഞ് കൃത്യം മൂന്നു കിലോമീറ്റർ പിന്നിടുമ്പോൾ അവിടെനിന്നും വനപ്രദേശത്തേക്ക് തിരിയുന്നൊരു ചെറിയ റോഡുണ്ട്. ആ വഴി സ്വാബിയിലേക്കും അതിർത്തി സത്രത്തിലേക്കുമുള്ളതാണ്. കടിഞ്ഞാൺ പിടിച്ചിരുന്ന ഇൻസ്പെക്ടർ വേഗത കുറച്ചു. രാത്രി കനക്കുന്നതിനുവേണ്ടി അയാൾ കാത്തു. എന്നിട്ടയാൾ ചോദിച്ചു.

"നമുക്ക് സ്വാബിയിലേക്ക് പോയാലെന്താ;? എന്നിട്ട് നമുക്ക് യുഫീമിയോട് നടന്നതെല്ലാം പറയാം. നമുക്ക് സാമാന്യ മനുഷ്യത്വം കാട്ടേണ്ടേ?"

'സമാന്യ മനുഷ്യത്വം' എന്ന പ്രയോഗം സർജന്റിനിഷ്ടമായി. അയാൾക്ക് ഭാര്യയെ കാണണമെന്ന ആഗ്രഹമുണ്ട്. നാളെ ഡ്യൂട്ടിക്ക് ഹാജരാകുകയും വേണം. എന്നിട്ടുമയാൾ പറഞ്ഞു.

"എന്നാലങ്ങനെയാവട്ടെ. നമുക്ക് സ്വാബിയിലേക്ക് വിടാം."

യുഫീമിയ കടന്നുവരുമ്പോൾ ഇബിൻസ്കൂസയും സ്ലാമയും മേശയ്ക്കരികിൽ ഇരിക്കുകയായിരുന്നു. അവൾ ദൃഷ്ടികൾ മേശമ്മേൽ ഊന്നി നിന്നു. ഇരുവരെയും മാറിമാറി നോക്കിയശേഷം അവൾ പറഞ്ഞു.

"അദ്ദേഹത്തോട് ഇതെല്ലാം ചെയ്തിട്ട് നിങ്ങൾ ഇവിടേക്കു തന്നെ എത്തി. സ്വാഗതം..."

അവൾ ഏറെ മൃദുവായാണതു പറഞ്ഞത്. ചുറ്റും നോക്കിയ ശേഷം അവൾ പോയി. വേഗത്തിൽ മടങ്ങിയെത്തി. മേശയ്ക്കരികിൽ ഇരുന്ന ശേഷം മേശമേൽ വിരൽകൊണ്ട് തട്ടി മദ്യത്തിന് ഓഡർ നല്കി. യാദൃച്ഛികമായി അവളുടെ കാൽമുട്ടുകൾ ഇൻസ്പെക്ടറുടെ കാൽമുട്ടുകളിലുസരി. അയാൾ പെട്ടെന്ന് കാലുകൾ പിന്നോട്ടു വലിച്ചു. ഇതൊന്നും കാര്യങ്ങൾ മാറ്റാൻ പോകുന്നില്ലെന്ന് അയാൾക്കറിയാം. ചെയ്തു ചെയ്തു. ഇപ്പോഴയാൾ കർണ്ണാഭരണങ്ങളുടെ ശബ്ദം കേൾക്കാൻ തുടങ്ങി. അയാളുടെ ഹൃദയത്തിലും ശരീരത്തിലാകമാനവും അത് മുഴങ്ങിക്കൊണ്ടിരുന്നു.

"ഞങ്ങളോടു ദേഷ്യം തോന്നണ്ട. ജാദ്‌ലോക്കർക്ക് ജയിൽശിക്ഷയുണ്ടാവും. അതയാളുടെ കുറ്റം കൊണ്ടാണ്."

ഇതു പറയുമ്പോൾ അയാൾ യഥാർത്ഥത്തിൽ രണ്ടു മനുഷ്യരായിരുന്നു. ഒന്ന് മേശയ്ക്കുമേലും മറ്റൊന്ന് മേശയ്ക്കു കീഴിലും. മേശയ്ക്കുമേലുള്ള അയാൾ കുടിക്കുകയും സംസാരിക്കുകയും ചെയ്യുന്നുണ്ടായിരുന്നു. മേശയ്ക്കിടയിലെ ഇരുട്ടിൽ മേശവിരിപ്പിനടിയിൽ അയാളുടെ കാൽമുട്ടുകൾ യുഫീമിയയുടെ കാൽമുട്ടുകളുമായുരസാൻ കൊതിക്കുകയായിരുന്നു. അയാൾ മുട്ടുകൾ മെല്ലെ നീക്കി. ദൗർഭാഗ്യത്തിന് അത് ചെന്ന് മുട്ടിയത് സർജന്റിന്റെ കാൽമുട്ടിലായിരുന്നു.

"ക്ഷമിക്കൂ."

അയാൾ പറഞ്ഞു. അത് പറയുമ്പോൾ യുഫീമിയയുടെ മിഴിക്കോണിൽ വിരിഞ്ഞ പുഞ്ചിരി അയാൾക്ക് കാണാതിരിക്കുവാനായില്ല. അതയാളെ ആശയക്കുഴപ്പത്തിലാക്കിയെങ്കിലും മുന്നോട്ടു പോകാനുള്ള ധൈര്യം പകർന്നു.

അയാൾ പറഞ്ഞു.

"ഞങ്ങളിരുവർക്കും വിഷമമുണ്ട്, യുഫീമിയ. എന്നാൽ ഞങ്ങൾക്ക്

മറിച്ചൊന്നും ചെയ്യാൻ കഴിയുമായിരുന്നില്ല. നിങ്ങൾ ഒറ്റയ്ക്കായി എന്ന കാര്യത്തിൽ ഞങ്ങൾ അത്യധികം വ്യസനിക്കുന്നു."

"എനിക്കങ്ങനെ അധികകാലം ഒറ്റയ്ക്കു കഴിയുവാൻ കഴിയുമെന്നു തോന്നില്ല. ചുരുങ്ങിയതു നിങ്ങൾ രണ്ടുപേർക്കെങ്കിലും എന്നിൽ താല്പ ര്യമുള്ള സ്ഥിതിക്ക്."

അത് പറയുമ്പോൾ അവൾ ഇബിൻസ്കൂസയ്ക്കു നേരെമാത്രമേ നോക്കിയുള്ളൂ.

അവൾ എഴുന്നേറ്റ് നടന്ന് പടിക്കെട്ടുകൾ കയറി മുകളിലേക്കു പോയി. അവളുടെ കടുംചുവപ്പുള്ള പാവാടയുടെ ഞൊറികളുടെ ഇളക്കം സത്രത്തിലെ ബഹളങ്ങൾക്കിടയിലും ഉയർന്നുകേട്ടു. ഇരുവരും സ്ലോട്ടോ ഗ്രോദിലെ വീട്ടിലേക്കു പോകുമ്പോൾ രാത്രിയേറെ വൈകിയിരുന്നു. പോകുന്ന വഴിയിൽ സ്ലാമ പറഞ്ഞു.

"ഞാനവളെ ശ്രദ്ധിക്കാറില്ല."

"ഞാനും."

ഇബിൻസ്കൂസയും പെട്ടെന്നു പറഞ്ഞെങ്കിലും അതിലയാൾക്ക് ഉടൻ പശ്ചാത്താപം തോന്നി.

"അപ്പോ ഇതുവരെ അവളെ കിട്ടിയില്ലേ?"

സർജന്റ് ചോദിച്ചു.

"എങ്ങനെ ധൈര്യം വന്നു, അങ്ങനെ ചോദിക്കാൻ."

"എന്തുകൊണ്ടങ്ങനെയായിക്കൂട?"

"എനിക്കറിയില്ല."

"അതെങ്ങനയോ ആകട്ടെ. ആ ജാദ്‌ലോക്കറെ നമ്മൾ ഒഴിവാക്കി. അതു നന്നായി. ചുരുങ്ങിയതു രണ്ടു കൊല്ലത്തേക്കെങ്കിലും."

സർജന്റ് പറഞ്ഞു നിറുത്തി.

പതിനെട്ട്

സ്ലോച്ചോവിൽ ജാദ്‌ലോക്കറുടെ കേസ് വേഗത്തിൽ തീർപ്പാക്കിയില്ല. മറിച്ച് സുദീർഘമായൊരു വിചാരണയിലേക്കാണത് കടന്നത്. മറ്റുള്ളവരെ ഉപദ്രവിക്കൽ, ഉദ്യോഗസ്ഥരെ അപമാനിക്കൽ, സിവിൽ അധികാരത്തെ വെല്ലുവിളിക്കൽ, എന്തിന് ദൈവനിന്ദപോലും അയാൾക്കുമേൽ ചാർത്തപ്പെട്ടു. കേസ് നീണ്ടുപോകാനുള്ള കാരണങ്ങളിലൊന്ന്, സാധാരണയായി സെഷൻസ് കോടതിയിലെ മജിട്രേറ്റുമാർക്ക് ദീർഘകാലമായി രസകരമായ കേസുകളൊന്നും കിട്ടാറില്ലായിരുന്നു. ഇവിടത്തെ പ്രാദേശിക കോടതികളിൽ വലിയ തിരക്കാണ്. നിസാര കേസുകളാണെല്ലാം. ആരോ ആർക്കോ ഇത്ര പണം നല്കിയില്ല. ആരോ ആരുടെയോ മുഖത്തടിച്ചു. അങ്ങനെയെത്രയോ കാര്യങ്ങൾ. ഇനിയും ചിലരുണ്ട്. അവർ മറ്റുള്ളവരുടെ ഇടി ചോദിച്ചു വാങ്ങിക്കുന്നവരാണ്. മറ്റുള്ളവരെ പ്രകോപിപ്പിക്കാനുള്ള കല അവർക്ക് വശമുണ്ട്. ഒരു കാര്യമില്ലെങ്കിൽ മറ്റൊന്ന് പറഞ്ഞ് അവർ അവരെ പ്രകോപിപ്പിച്ച് തല്ലു വാങ്ങും. എന്നിട്ട് ആശുപത്രിയിലേക്ക് പോകും. മെഡിക്കൽ സർട്ടിഫിക്കറ്റ് ഹാജാരാക്കും. ചിലപ്പോൾ ഒന്നോ രണ്ടോ പല്ല് കൊഴിഞ്ഞെന്നിരിക്കും. ഡോക്ടറുടെ സർട്ടിഫിക്കറ്റിൻ പ്രകാരം മുറിവ് ഉറപ്പാക്കിയാൽ അവർക്ക് കോടതിയിലെത്തി നഷ്ടപരിഹാരം നേടാം. നീതിക്കൊപ്പം നഷ്ടപരിഹാരവും ലഭിക്കും. അതുകൊണ്ടവർ വർഷങ്ങളോളം ജീവിക്കും.

ഇതൊക്കെയാണ് പ്രാദേശിക കോടതിയിലെ സർവ്വസാധാരണ വ്യവഹാരങ്ങൾ. സെഷൻ കോടതികൾക്ക് കാര്യമായൊന്നും ചെയ്യാനുണ്ടാവില്ല. കൊലപാതകമോ കൊള്ളയോ നടന്നാൽപോലും അത്

പൊലീസിന്റെ ശ്രദ്ധയിൽ പെടാറില്ല. ആ ജില്ലയിൽ കൊലപാതകങ്ങളും കൊള്ളയും അങ്ങനെയുണ്ടാകാറുമില്ല. അവിടെ വഞ്ചനാക്കുറ്റങ്ങളാണേറെ എത്തുന്നത്. ഏകദേശം എല്ലാരുംതന്നെ അവിടെ വഞ്ചകരാണ്. ആരും ആർക്കെതിരെയും കേസെടുക്കില്ല. അതിനാൽ സെഷൻ കോടതികൾക്ക് വളരെക്കുറച്ചേ അവിടെ ചെയ്യാനുള്ളു. അതുകൊണ്ട് ജാദ്‌ലോക്കറുടെ കേസ് കിട്ടിയപ്പോൾ കോടതിക്ക് സന്തോഷമായി.

ധാരാളം സാക്ഷികളെ വിസ്തരിക്കേണ്ടിവന്നു എന്നതാണീ കേസിലെ സവിശേഷത. ചന്തയിലുണ്ടായിരുന്ന മിക്കവരും സാക്ഷി പറയാനെത്തിച്ചേർന്നു. അതിനർത്ഥം അവർക്ക് യാത്രപ്പടിയും സാക്ഷിഫീസും ലഭിച്ചിരുന്നുവെന്നാണ്. ഒരു ക്രോണും മുപ്പതു ഷെല്ലറുമായിരുന്നു സാക്ഷിക്കുള്ള ഫീസ്. കുറ്റാരോപിതനായ ജാദ്‌ലോക്കർക്ക് അനുകൂലമായി എന്തെങ്കിലും പറഞ്ഞാൽ സാക്ഷിക്കുള്ള ഫീസ് മുഴുവനും കിട്ടില്ലെന്ന് അവർ ഭയപ്പെട്ടു. അതുകൊണ്ടവർ അയാൾക്കെതിരായ കാര്യങ്ങളേ പറഞ്ഞുള്ളൂ. എന്തിനു പറയുന്നു, ഈ സംഭവങ്ങൾക്കെല്ലാം കാരണക്കാരിയായ ചാച്ക്കീസ് മുത്തശ്ശിപോലും ഇൻസ്പെക്ടർ ഇബിൻസ്കൂസയും സർജന്റ് സ്ലാമയും തന്നോട് കരുണയോടെയാണു പെരുമാറിയതെന്ന് മൊഴി നല്കി.

സർക്കാരിന്റെ അധികാരങ്ങൾക്കുനേരെ പ്രതിഷേധം സൃഷ്ടിച്ചതിനും ദൈവനിന്ദയ്ക്കും എതിരായ കുറ്റപത്രം വായിക്കപ്പെട്ടു. ഇൻസ്പെക്ടറും സർജന്റും ഇതിന്മേൽ സത്യവാങ്മൂലം നല്കി.

ജാദ്‌ലോക്കർക്കുവേണ്ടി ഹാജരായ വക്കീൽ വാദങ്ങൾ നിരത്തി. മുനിസിപ്പൽ ജീവനക്കാരൻ മാത്രമായ അളവുതൂക്ക ഇൻസ്പെക്ടർക്ക് ജാദ്‌ലോക്കറോട് ലൈസൻസ് ചോദിക്കാൻ യാതൊരു അധികാരവുമില്ല. ഇല്ലാത്ത അധികാരം പ്രയോഗിച്ച് ജാദ്‌ലോക്കറെ അറസ്റ്റ് ചെയ്തതിന് ഇൻസ്പെക്ടറെയും സർജന്റിനെയും ശിക്ഷിക്കണം. പൊതുവായ ദൈവത്തിനെതിരായല്ല ജാദ്‌ലോക്കർ നിന്ദിച്ച് സംസാരിച്ചത്. ഉദ്യോഗസ്ഥരുടെ ദൈവത്തെ അതായത് 'നിങ്ങളുടെ ദൈവത്തെ' എന്നാണയാൾ പറഞ്ഞത്. വക്കീൽ പറഞ്ഞു നിർത്തി.

ദൗർഭാഗ്യവശാൽ ജാദ്‌ലോക്കർ ഒഡേസയിൽ നിന്നും രക്ഷപ്പെട്ടുവന്നയാളാണെന്നും വർഷങ്ങൾക്കു മുമ്പ് ഒരാളെ ഐസ് ക്യൂബ് ഉപയോഗിച്ച് അയാൾ തലയ്ക്കടിച്ച് കൊലപ്പെടുത്തിയെന്നും വെളിവാക്കപ്പെട്ടു. ജാദ്‌ലോക്കറുടെ പങ്കാളി യുഫീമിയ നികീഷിന്റെ മൊഴികളും ചില ധാരണകളുറപ്പിക്കാൻ സഹായിച്ചുവെങ്കിലും കേസിന്റെ പുരോഗതിഫ് സഹായകരമായില്ല. കോടതിയുടെ വിധിയൊന്നും അവൾക്ക് തടസ്സമായില്ല, ജാദ്‌ലോക്കറുമായുള്ള തന്റെ അവിശുദ്ധബന്ധത്തിന്റെ കഥ വെളിപ്പെടുത്താൻ. അയാൾ പ്രേകോപനകരമാംവിധം അക്രമാസക്തനും അവിശ്വാ

സിയുമാണെന്നവൾ വിളിച്ചു പറഞ്ഞു.

പാവം ജാദ്‌ലോക്കർ നിസ്സഹായനായി രണ്ടു പൊലീസുകാർക്കിടയിൽ നിലകൊണ്ടു. അയാൾ സ്വയം പ്രതിരോധിക്കാൻ നോക്കിയില്ലെന്നു മാത്രമല്ല തനിക്കതിനുള്ള കെൽപ്പുണ്ടാകുമെന്നും അയാൾ കരുതിയില്ല. സ്വന്തം ജീവിതമാകെ കൊള്ളയടിക്കപ്പെട്ടു. അയാൾ റഷ്യയിൽ നിന്നും കുടിയേറിയവനാണെന്ന് വെളിപ്പെട്ടു. വർഷങ്ങൾക്കു മുമ്പ് അയാൾ പഞ്ചസാരക്യൂബുകൊണ്ട് ഓരാളെ കൊലപ്പെടുത്തിയതും വെളിവാക്കപ്പെട്ടു.

എന്നാൽ അയാൾ പലരെയും കൊന്നിട്ടുള്ളതിനാൽ നിശ്ശബ്ദനായി നില്ക്കുക മാത്രമേ ചെയ്തുള്ളു. അയാളുടെ യഥാർത്ഥ പേര് ജാദ്‌ലോക്കർ എന്നല്ല. ക്രാമ്രിഷ് എന്നാണെന്നു തെളിഞ്ഞു. വ്യജരേഖകളുണ്ടാക്കിയാണ് അയാൾ പേര് മാറ്റിയത്. യഥാർത്ഥ പേര് അയാൾ കൊലപ്പെടുത്തിയ ഒരുവന്റേതായിരുന്നു.

രണ്ടുവർഷത്തെ തടവിനും ആഴ്ചയിലൊരിക്കൽ നിർബ്ബന്ധിത ഉപവാസത്തിനും അയാൾ ശിക്ഷപ്പെട്ടു. വെള്ളിയാഴ്ച അതായത് അയാൾ കുറ്റം ചെയ്ത ദിവസമായിരുന്നു ഉപവസിക്കേണ്ടത്.

നിശ്ശബ്ദനായും ഉറച്ചതീരുമാനത്തോടെയും അയാൾ ജയിലിലേക്കു പോയി.

പത്തൊൻപത്

താൻ കാരണം ജാദ്‌ലോക്കർ ശിക്ഷിക്കപ്പെടാൻ പാടില്ലായിരുന്നു എന്ന് ഇബിൻസ്കൂസയ്ക്ക് തോന്നി. എന്തുകൊണ്ടങ്ങനെ തോന്നിയെന്ന് അയാൾക്കറിയില്ല. ഇനിയൊരിക്കലും ആ അതിർത്തി സത്രത്തിലേക്ക് പോകേണ്ട എന്നയാൾ തീരുമാനിച്ചു. എങ്കിലും പരിസരത്തെവിടെയെങ്കിലും അവൾ ഉണ്ടോയെന്നയാൾ പരതി. അവൾ അപ്രത്യക്ഷയായി കഴിഞ്ഞിരുന്നു. നിഗൂഢമാംവിധത്തിൽ!

സർജന്റ് സ്ലാമയ്ക്കൊപ്പം അയാൾ നിശ്ശബ്ദനായി യാത്ര ചെയ്തു. നീണ്ട പതിമൂന്നു കിലോമീറ്ററുകൾ അവർക്ക് പിന്നിടേണ്ടതുണ്ട്. സർജന്റ് സംസാരത്തിലേർപ്പെടാൻ കിണഞ്ഞു ശ്രമിക്കുന്നുണ്ടായിരുന്നെങ്കിലും ഇബിൻസ്കൂസ മൗനിയാകാനാണാഗ്രഹിച്ചത്. വിചാരണ സ്ലാമയെ അതീവ സന്തുഷ്ടനാക്കിയപ്പോൾ ഇബിൻസ്കൂസ അങ്ങേയറ്റം വിഷണ്ണനായയാണ് കാണാപ്പെട്ടത്.

അയാൾ അസാധാരണമായൊരു മാനസികാവസ്ഥയിലായിരുന്നു. പാവം ജാദ്‌ലോക്കറെപ്പറ്റി കാരുണ്യത്തോടെ ഓർത്തു. അയാൾക്ക് ഏറെ വ്യസനവും തോന്നി. ആ തോന്നൽ യാഥാർത്ഥ്യമാവുകയായിരുന്നു. എന്നാൽ ജാദ്‌ലോക്കർക്ക് രണ്ടുകൊല്ലത്തെ തടവുശിക്ഷ ലഭിച്ചതിൽ അയാൾ ഉള്ളുകൊണ്ട് സന്തോഷിക്കുകയും ചെയ്തു. എന്തുകൊണ്ടങ്ങനെയെന്ന് അയാൾക്കറിയില്ല. എന്നാൽ അക്കാര്യം സ്വയം സമ്മതിക്കാൻ അയാൾ തയ്യാറുമായിരുന്നില്ല.

യഥാർത്ഥ ആഗ്രഹം പുറത്തുകാട്ടാതിരിക്കാൻ അയാൾ ആവുന്നത്ര ശ്രമിച്ചു. പോകുന്നവഴിയിൽ സ്ലാമ വേണ്ടതോന്ന്യാസങ്ങളെല്ലാം പറഞ്ഞുകൊണ്ടേയിരുന്നു. മുമ്പൊരിക്കലും ഇബിൻസ്കൂസ സ്ലാമയിൽ നിന്നും ഇത്തരത്തിലുള്ള വങ്കത്തരങ്ങൾ കേട്ടിട്ടുണ്ടായിരുന്നില്ല.

സായാഹ്നമായി. രണ്ട് രാജ്യാതിർത്തികൾക്കിടയിലെ വനത്തിന് നടു

വിലുള്ള ചെമ്മൺ പാതയിലൂടെ കുതിരവണ്ടിയോടിച്ചു. പടിഞ്ഞാറൻ ദിശയിലേക്കാണവർ സഞ്ചരിച്ചുകൊണ്ടിരുന്നത്. ചുവന്നുതുടുത്ത സായാഹ്ന സൂര്യന്റെ മൃദുകിരണങ്ങൾ അവരുടെ മുഖത്തേക്കു വീണു. സുവർണ്ണ കിരണങ്ങൾ മോന്തി മത്തുപ്പിടിച്ചപോലെ റോഡിനിരുവ ശവുംനിന്ന് പൈൻ മരങ്ങൾ ആടിക്കൊണ്ടിരുന്നു. പക്ഷികളുടെ കൂജന വും ഇലകളുടെ മർമ്മരങ്ങളും കാറ്റിലൂടെ ഒഴുകിയെത്തിയ വനപുഷ്പ ങ്ങളുടെ സൗരഭ്യവും അന്തരീക്ഷത്തിൽ ലയിച്ചുനിന്നിരുന്നു. കുതിരയെ തെളിയിച്ചിരുന്ന ഇബിൻസ്കൂസ അതിനെ ചാട്ടകൊണ്ട് മെല്ലെ തട്ടി വേഗ ത്തിൽ പോകാൻ പ്രേരിപ്പിച്ചു. എന്നാൽ എങ്ങോട്ടേക്കാണയാൾ ധൃതി പ്പെട്ട് പോകുന്നത്? വീട്ടിലേക്കോ? അയാൾക്ക് യഥാർത്ഥത്തിൽ വീടുണ്ടോ? വീട്ടിൽനിന്നും ഉയരുന്ന കുഞ്ഞിന്റെ കരച്ചിൽപോലും അയാൾക്ക് അന്യമാണ്. നോവാക്കിന്റെ കുഞ്ഞിനെ കാണാനാണോ ധൃതി യിൽ പോകുന്നത്? പാവം അളവുതൂക്ക ഇൻസ്പെക്ടർ. അയാൾക്കുണ്ടോ ഇതിന് ഉത്തരമറിയുന്നു. ഇബിൻസ്കൂസയ്ക്ക് താൻ നഗ്നനായതുപോലെ തോന്നി. വിധി തന്റെ വസ്ത്രങ്ങൾ ഊരിക്കളഞ്ഞി രിക്കുന്നു. അയാൾ അപമാനംകൊണ്ട് പുകഞ്ഞു. എന്തിനാണ് താൻ അപമാനിതനാകുന്നതെന്ന് അയാൾക്ക് അറിയുമായിരുന്നില്ല. തൊട്ടു മുമ്പ് കുതിരയെ വേഗത്തിലോടാൻ പ്രേരിപ്പിച്ചിരുന്നെങ്കിൽ അയാളിപ്പോ ഴിതാ അതിനെ മെല്ലെ പോകാൻ പ്രേരിപ്പിക്കുന്നു. അവിടെ ആകാശത്ത് നക്ഷത്രങ്ങൾ വെട്ടിത്തിളങ്ങി. ഇടയ്ക്കിടയ്ക്ക് അകലെ നക്ഷത്രങ്ങൾക്കു നേരെ പകച്ചുനോക്കി. അവ വളരെ അടുത്താണെന്നും അവയിൽ നിന്നും സമാധാനം ഒഴുകിയെത്തുമെന്നും അയാൾ കരുതുംപോലെ തോന്നി. മുമ്പൊക്കെയാണെങ്കിൽ അയാൾ നക്ഷത്രങ്ങളെ നോക്കുകപോലുമില്ല, പിന്നെയല്ലേ ഇഷ്ടപ്പെടുവാൻ? ഇപ്പോൾ അയാൾക്ക് തോന്നുന്നു, നക്ഷ ത്രങ്ങൾ ജീവിതത്തിൽ പ്രധാനപ്പെട്ട പങ്കുവഹിച്ചിട്ടുള്ളതായി. ഒരുരീതി യിൽ നോക്കിയാൽ ദൂരക്കാഴ്ചയ്ക്ക് അതു ശരിയായിരുന്നു. എന്നാൽ മറ്റൊരു രീതിയിൽ നോക്കിയാൽ അതിനു വിദൂരസാദ്ധ്യതയേയുള്ളു. അപ്പോൾ അവർ സ്ലോട്ടോഗ്രോദിലേക്ക് പോകുകയായിരുന്നു.

"ഞാൻ വീട്ടിലാക്കണോ?" ഇബിൻസ്കൂസ സ്ലാമയോട് ചോദിച്ചു.

"തീർച്ചയായും. ഞാനാകെ തളർന്നിരിക്കുന്നു."

സർജന്റ് സ്ലാമ നഗരത്തിന്റെ പ്രാന്തദേശത്താണ് പാർക്കുന്നത്. അവിടെനിന്നാണ് സ്വാബിയിലേക്കുള്ള പാത ആരംഭിക്കുന്നത്. സ്വാബിയെ സൂചിപ്പിക്കുന്ന വെളുത്ത ചൂണ്ടുപലക തെളിഞ്ഞു കാണ പ്പെട്ടു. രാത്രിയുടെ നീലവെളിച്ചത്തിൽ അതു തിളങ്ങി.

സർജന്റ് വഴിയിലിറങ്ങി. അയാൾക്ക് വീട്ടിലേക്ക് പോയേ മതിയാവൂ. ഇൻസ്പെക്ടർക്കോ? അയാൾക്കു മുന്നിൽ സ്വാബിയിലേക്കുള്ള ചൂണ്ടു പലക ഒരിക്കൽക്കൂടി തിളങ്ങി. ഇബിൻസ്കൂസ കുതിരയെ സ്വാബിയിലെ അതിർത്തി സത്രത്തിലേക്ക് തെളിച്ചു.

ഇരുപത്

അതിർത്തിസത്രത്തിനായി ജാദ്‌ലോക്കർ നിരവധി വായ്പകൾ വാങ്ങിയിരുന്നു. അക്കാര്യം ഈ അവസരത്തിൽ പൊങ്ങിവന്നു. ജാദ്‌ലോക്കർ ജയിലിലായതോടെ ഇനി ആരാകും ഈ സത്രം ഏറ്റെടുക്കാൻ പോകുന്നതെന്ന വർത്തമാനം സ്ലോട്ടോഗ്രോദിൽ നിറഞ്ഞുനിന്നു. ഔദ്യോഗികമായ താല്ക്കാലികമാണെങ്കിലും ഫലത്തിൽ സ്ഥിരമായിട്ടായിരിക്കും സർക്കാർ ഏറ്റെടുക്കുന്നതെന്ന് എല്ലാവർക്കും അറിയാമായിരുന്നു. നല്ല രീതിയിൽ നടന്നുവന്ന സ്ഥാപനമായിരുന്നു അത്. പലർക്കും ജാദ്‌ലോക്കറോട് കടുത്ത അസൂയയും ഉണ്ടായിരുന്നു. അന്നു വൈകുന്നേരം യാതൊരു മുന്നറിയിപ്പുമില്ലാതെ വായ്പ നല്കിയവർ അഞ്ചുപേരും ഒരേ സമയത്ത് എത്തിച്ചേർന്നു. ഒരോരുത്തരും മറ്റുള്ളവരെ ഭയപ്പെട്ടിരുന്നു എന്നതാണ് നേര്. ഇക്കൂട്ടത്തിൽ സമ്പന്നൻ കപ്തുറാക്കായിരുന്നു.

അയാളാണ് അഭയാർത്ഥികളെ ഇവിടെ എത്തിച്ചിരുന്നത്. യഥാർത്ഥത്തിൽ അവരെ കച്ചവടം ചെയ്യലായിരുന്നു അയാളുടെ തൊഴിൽ. സത്രത്തിന്റെ ഇടപാടുകളെപ്പറ്റി അയാൾക്കു മാത്രമേ അറിവുണ്ടായിരുന്നുള്ളു. കാരണം അതിർത്തിക്കപ്പുറത്ത് റഷ്യയിൽ അയാളും ഒരു സത്രം നടത്തിപ്പോന്നു. വായ്പ നല്കിയവരായ മറ്റുള്ളവർ തികച്ചും തുടക്കക്കാരായിരുന്നു. പൈജനിക് എന്ന പേരുകാരൻ ഒരു പവിഴപ്പുറ്റ് വ്യാപാരിയായിരുന്നു. ബാലബൻ ഒരു മത്സ്യക്കച്ചവടക്കാരനും മേനസ് ഒരു വാടകവണ്ടിക്കാരനും ഓസ്ട്രസ്റ്റർ ഒരു പാലുല്പന്ന വ്യപാരിയുമായിരുന്നു.

അവരൊന്നും കപ്തുറാക്കിനെപ്പോലെ കൗശലക്കാരായിരുന്നില്ല. യുഫിമിയ നികീഷ് ഒരു മേശയ്ക്കരികിൽ ഇരുന്നു. അവൾ സത്രത്തി

ലുള്ളവളാണ്. വായ്പക്കാർ അവൾ കേൾക്കാനായി സംസാരിച്ചു. വില പേശൽ നടക്കുന്നതിനിടയിൽ അവരാരും യുഫിമീയയുടെ നേരെ നോക്കിയില്ല. പക്ഷേ, അവർക്കറിയാം അവൾ അവിടെ ഇരിക്കുകയാണെന്ന്. അവൾ അവിടെ ഉണ്ടെന്ന് മാത്രമല്ല, എല്ലാം കേൾക്കുന്നുമുണ്ട്. അവരാരും അവളിൽ താല്പര്യം ജനിപ്പിച്ചില്ല. മെലിഞ്ഞുണങ്ങിയ പൈജനിക്കോ തടിയനായ ബാബലനോ വണ്ടിക്കാരനായ മേനസ്സോ ഊശാൻ താടിക്കാരനായ ഓസ്ട്രസ്റ്ററോ. അവരിൽ അവൾക്കിഷ്ടമുള്ളത് ഉയരം കുറഞ്ഞവനെങ്കിലും കരുത്തനും ധനവാനുമായ കപ്തുറാക്കിനോടാണ്. അവൾ അയാൾക്കരികിലാണ് ഇരുന്നിരുന്നത്. അവർ ജയിൽശിക്ഷ ഏറ്റു വാങ്ങിയ ജാദ്‌ലോക്കറുടെ ആരോഗ്യത്തിനായി ഗ്ലാസുകൾ കൂട്ടിമുട്ടിച്ച് പാനം ചെയ്തു. അപ്പോൾ പുറത്ത് ഒരു കുതിരവണ്ടി വന്നുനില്ക്കുന്ന ശബ്ദം യുഫിമീയ കേട്ടു. അവൾക്കറിയാം അത് ഇൻസ്പെക്ടറുടെ വണ്ടിയാണ്. അവൾ എഴുന്നേറ്റു. വാസ്തവത്തിൽ അവൾ അയാളെ ഇഷ്ടപ്പെട്ടു തുടങ്ങിയിരുന്നു. അവൾ പണത്തെയും സംരക്ഷണത്തെയും സത്രത്തെയും അതിനോടനുബന്ധിച്ചുള്ള കടയേയും ജയിൽശിക്ഷ അനുഭവിക്കുന്ന പാവം ജാദ്‌ലോക്കറെയും ഇഷ്ടപ്പെട്ടു. അവസാനം പറഞ്ഞയാളെ ഇഷ്ടപ്പെട്ടത് അയാൾക്കൊപ്പം കഴിഞ്ഞ ഭൂതകാലത്തെ ഓർത്താണ്. ചപലചിത്തരായ മനുഷ്യരോട് അവൾക്ക് പ്രത്യേക പ്രതിപത്തിതന്നെയുണ്ടായിരുന്നു. ചില ഓർമ്മകൾ അവളെ വിഷാദഭരിതയും പ്രണയാതുരയുമാക്കാറുണ്ട്. ഇൻസ്പെക്ടറുടെ വണ്ടിയാണതെന്നറിഞ്ഞ് അവൾ പുറത്തേക്ക് കുതിച്ചു. തലയെടുപ്പോടും അധികാരത്തോടും അയാൾ സത്രത്തിനുള്ളിലേക്ക് കാലുകുത്തവെ മറ്റുള്ളവരൊക്കെ തീർത്തും അപ്രസക്തരായി. അയാളുടെ സുന്ദരമായ താടി അവിടെ ജ്വലിച്ചുകൊണ്ടിരുന്ന എണ്ണവിളക്കുകളെക്കാൾ തിളങ്ങി. അവിടെയിരുന്ന അഞ്ചുപേരും ഇൻസ്പെക്ടറെ കണ്ടയുടൻ ചാടിയെഴുന്നേറ്റു. എന്നാൽ അയാൾ അവരെ ശ്രദ്ധിച്ചില്ല. അയാൾ സ്വന്തം അധികാരത്തെപ്പറ്റി തികഞ്ഞ ബോദ്ധ്യമുള്ള ഒരുവന് ഇണങ്ങുംവിധം അവിടെ ഇരുന്നു. തിളയ്ക്കുന്ന ബയണറ്റ് ഘടിപ്പിച്ച തോക്കും പിടിച്ച് തൊപ്പിയും ധരിച്ച് സാർജന്റ് സ്ലാമ സമീപത്ത് നില്ക്കുന്നതായി സങ്കല്പിച്ചാണ് ഇരുപ്പെന്ന് തോന്നും അയാളെ അപ്പോൾ കണ്ടാൽ.

സംസാരം അവസാനിച്ചു. വായ്പക്കാർ സ്ഥലം വിട്ടു. തങ്ങളെ ചവിട്ടിപ്പുറത്താക്കിയ പോലെയാണവർക്ക് തോന്നിയത്. അവരപ്പോൾ നായകളെപ്പോലെ ഒറ്റ മനസ്സുള്ളവരായി.

ഇരുപത്തിയൊന്ന്

സ്വാബിയിലെ അതിർത്തി സത്രം സാധാരണ ഒരു സത്രമായിരുന്നില്ല. സർക്കാരിനും അതിലൊരു താല്പര്യമുണ്ടായിരുന്നു. റഷ്യയിൽനിന്നും ദിവസേന ഒളിച്ചോടിവരുന്ന അഭയാർത്ഥികൾ തങ്ങുന്ന ഈ സത്രത്തിൽ എത്രപേർ എത്തിയെന്നറിയാൻ സർക്കാരിന് താല്പര്യമുണ്ട്.

സർക്കാരിന്റെ താല്പര്യം നിരന്തരം മാറിക്കൊണ്ടിരിക്കും. അത് ചാച്കീസ് മുത്തശ്ശിയുടെ കോഴിയുടെമേൽ ഒരുദിവസം താല്പര്യം കാട്ടിയെങ്കിൽ അടുത്ത ദിവസമത് ബാലബന്റെ തൂക്കത്തോടായിരിക്കും. വേറൊരുദിവസം നിസ്സേൻ പൈജെനിക്കിന്റെ സ്കൂൾ പ്രായത്തിലുള്ള കുട്ടികളോടായിരിക്കും. സർക്കാരിന് പ്രതിരോധ കുത്തിവയ്പ്പുകളിലും നികുതിയിലും വിവാഹങ്ങളിലും വിവാഹമോചനങ്ങളിലും വില്പത്രങ്ങളിലും തോട്ടങ്ങളിലും കള്ളക്കടത്തിലും കള്ളപ്രമാണക്കാരിലും എല്ലാമുണ്ട് താല്പര്യങ്ങൾ. പിന്നെന്തുകൊണ്ടതിന് ജാദ്ലോക്കറുടെ അതിർത്തി സത്രത്തിന്മേൽ താല്പര്യമുണ്ടായിക്കൂടാ? അവിടെയാണല്ലോ അതിർത്തിക്കപ്പുറത്തുനിന്ന് ഒളിച്ചെത്തുന്നവർ തമ്പടിക്കുന്നത്. ജില്ലാ അധികാരികൾക്ക് ആ സത്രത്തിന്മേലുള്ള രാഷ്ട്രീയ താല്പര്യം സർക്കാരിന്റെ രഹസ്യ നിരീക്ഷണത്തിൻകീഴിലായിരുന്നു അതെപ്പോഴുമെന്ന കാര്യമാണ്. അക്കാര്യം മനസ്സിൽവച്ചാണ് സർക്കാർ സ്ലോട്ടോഗ്രോദ് മുനിസിപ്പാലിറ്റിയെ സമീപിച്ചത്. അതനുസരിച്ച് സ്ലോട്ടോഗ്രോദ് മുനിസിപ്പാലിറ്റി, ഇൻസ്പെക്ടർ ഇബിൻസ്കൂസയെ അതിർത്തി സത്രത്തിന്റെ താല്ക്കാലിക മാനേജരായി നിയമിച്ചു.

ഇതിന്റെ ഫലമായി ഇബിൻസ്കൂസ വലിയ സന്തോഷവും കടുത്ത മാനസിക സംഘർഷവും അനുഭവിച്ചു. എന്തുകൊണ്ടാണ് സന്തുഷ്ടനായതെന്ന് അയാൾക്ക് അറിയുമായിരുന്നില്ല. അയാൾ ഭയപ്പെട്ടിരുന്നു.

എന്നാൽ എന്തിനെയാണ് ഭയപ്പെട്ടിരുന്നതെന്നും അയാൾക്ക് അറിയുമായിരുന്നില്ല. തികച്ചും രഹസ്യസ്വഭാവമുള്ളത് എന്ന മുഖക്കുറിപ്പുള്ള ഒരു രേഖ അയാൾ കൈപ്പറ്റി. "സർക്കാർ നിർദ്ദേശിച്ച പ്രകാരം അതിർത്തി സത്രത്തിന്റെ മേൽനോട്ടവും അതുമായി ബന്ധപ്പെട്ട് അതിന്റെ ഉടമയായ ജാദ്‌ലോക്കർക്കുള്ള താല്പര്യങ്ങളും അയാളുടെ അഭാവത്തിൽ ഏറ്റെടുത്തു നടത്താൻ മുനിസിപ്പാലിറ്റി താങ്കളെ ചുമതലപ്പെടുത്തുന്നു." ഇതായിരുന്നു ആ രേഖയിൽ വ്യക്തമാക്കിയിരുന്നത്. ഒരേ കാര്യത്തിൽ ഒരേ സമയം അയാൾക്ക് ഭാഗ്യവും ദൗർഭാഗ്യവും വന്നുചേർന്നിരിക്കുന്നു. തുറന്ന മൈതാനത്തിൽ നില്ക്കുന്നവനുനേരെ വടക്കൻ കാറ്റും തെക്കൻ കാറ്റും ആഞ്ഞുവീശുന്നതുപോലെയായി അയാളുടെ അവസ്ഥ. മധുരമുള്ള സന്തോഷവും കയ്പുള്ള സങ്കടവും ഒരേസമയം അനുഭവിക്കും പോലെ. അയാൾക്ക് വേണമെങ്കിൽ, തീർച്ചയായും, ആ നിയമനം നിരസിക്കാവുന്നതാണ്. ആ കത്തിൽ ഇത്രമാത്രം സൂചിപ്പിക്കപ്പെട്ടിരുന്നു. ആ നിർദ്ദേശം അംഗീകരിക്കുന്നുവോ നിരസിക്കുന്നുവോ എന്ന് മറുപടി നല്കേണ്ടതാണ്. ഇത് അയാളെ കൂടുതൽ വിഷമത്തിലാക്കി. തീരുമാനങ്ങൾ കൈക്കൊണ്ടുള്ള അനുഭവം അയാൾക്കില്ലായിരുന്നു, അനുസരിച്ചുമാത്രമാണ് ശീലം. പട്ടാളത്തിലായിരുന്നെങ്കിൽ ഇപ്പോഴും ബാരക്കിൽ കഴിയാമായിരുന്നു!

തൊപ്പിയൂരി കൈയിൽപ്പിടിച്ച് കുനിഞ്ഞ ശിരസ്സുമായി അയാൾ വീട്ടിലേക്കുപോയി. ആവശ്യത്തിനു സമയമുണ്ട്. വീട്ടിലേക്കുള്ള വഴി പതിവിലും ദൂരെയാണെന്നയാൾക്കുതോന്നി. അത്ഭുതമെന്നു പറയാം അയാൾക്കിപ്പോൾ വീട്ടിലേക്കുപോകാൻ ഒരു മടിയും ഉണ്ടായില്ല. അതിനകത്ത് അയാളുടെ ഭാര്യയും ഒരു ജാരസന്തതിയും ഉണ്ടെന്നതൊന്നും അയാളെ അപ്പോൾ അലട്ടിയതേയില്ല. പിറന്നദിവസം വയറ്റാട്ടിയുടെ കൈകളിൽവച്ചു കണ്ടതിൽപ്പിന്നെ ആ കുഞ്ഞിനെ അയാൾ കണ്ടിട്ടേ ഉണ്ടായിരുന്നില്ല. അയാൾ വീട്ടിലുള്ള സമയങ്ങളിൽ ഭാര്യയെയും കണ്ടിട്ടില്ല. ചിലപ്പോഴെല്ലാം കുഞ്ഞിന്റെ കരച്ചിൽ അയാൾ കേൾക്കാറുണ്ട്. അതൊരുതരം സന്തോഷം അയാൾക്കുനല്കി. അത്ഭുതമെന്നു പറയാം അയാൾക്കപ്പോൾ ആ കുഞ്ഞിനോട് ഒരു ദേഷ്യവും തോന്നിയിരുന്നില്ല. ചെറിയൊരു കുഞ്ഞിന്റെ കരച്ചിൽ കേൾക്കുമ്പോൾ അയാൾ അയാളോടുതന്നെ ചിരിക്കാറുണ്ട്. കുട്ടി കരയുന്നു എന്നുപറഞ്ഞാൽ അത് ക്ഷമ നശിച്ചാണ് കരയുന്നതെന്നർത്ഥം. അതിന്റെ അമ്മയുടെയും ക്ഷമ നശിച്ചിട്ടുണ്ട്. വേലക്കാരിയുടെയും. അവരുടെയെല്ലാം ക്ഷമ എന്നെന്നേക്കുമായി നശിച്ചുപോകട്ടെ!

ഈ രാത്രിയിൽ അടഞ്ഞ മുറിയിലേക്ക് ഒരു ശബ്ദവും കടന്നുവന്നില്ല. പരിചാരിക ജാഡ്‌വിഗ ഒന്നും മിണ്ടാതെ കടന്നുവന്ന് ഇറച്ചിയും സൂപ്പും വച്ചിട്ടുപോയി. വൈകുന്നേരം ഒറ്റ പ്രാവശ്യം മാത്രമേ അവൾക്ക് ആ മുറിയിൽ പ്രവേശനം അനുവദിച്ചിരുന്നുള്ളൂ. അയാൾ ധൃതിയിൽ പകുതി വാരിത്തിന്നു. ബാക്കി പാത്രത്തിൽത്തന്നെ വച്ചു. കുഞ്ഞിന്റെ

കരച്ചിലും ഭാര്യയുടെ താരാട്ടും അയാൾക്കു കേൾക്കുവാനായില്ല.

ഭക്ഷണസമയത്ത് അയാൾ രഹസ്യം എന്നെഴുതിയ കത്തെടുത്ത് ഒരിക്കൽക്കൂടി വായിച്ചു. വാക്കുകൾക്കിടയിൽനിന്നും പുതിയ വ്യാഖ്യാനങ്ങൾ പിറന്നേക്കുമെന്നയാൾ കരുതി. ഒന്നുരണ്ടു പ്രാവശ്യം ശ്രദ്ധയോടെ വായിച്ചപ്പോൾ അയാൾക്കുറപ്പായി അതിൽ നിഗൂഢമായി ഒന്നും ഒളിച്ചിരിപ്പില്ലെന്ന്.

അയാൾക്ക് ഒരു തീരുമാനമെടുത്തേ മതിയാവൂ. അതിൽ സംശയമില്ല. പാതി കൊഴിഞ്ഞ പാത്രം അയാൾക്കുമുന്നിൽത്തന്നെയിരുന്നു. നിമിഷങ്ങൾക്കുള്ളിൽ അയാൾ എഴുന്നേറ്റു. അയാൾ പുറത്തേക്കിറങ്ങി വണ്ടി തയ്യാറാക്കി.

അയാൾ കുതിരവണ്ടി ഓടിച്ചുപോയി. വണ്ടിക്കുള്ളിൽ ഇടുപ്പിൽ കൈകൾകുത്തി അയാൾ സമാധാനത്തോടെ ഇരുന്നു. കടിഞ്ഞാൺ അയഞ്ഞ് കുതിരയ്ക്കുമേൽ നിന്നു. അതിന്റെ ഒരറ്റം ബ്രേക്ക് ഹാന്റിലിൽ കുരുങ്ങി. ഇടതുവശത്ത് ചവിട്ടി അതിന്റെ തുകൽപ്പിടിയോടു ചേർന്നുകിടന്നു.

നിയന്ത്രണമോ ചമ്മട്ടിപ്രയോഗമോ ഒന്നുമില്ലാതെതന്നെ കുതിര സ്വാബിയിലേക്ക് കടന്ന് അതിർത്തി സത്രത്തിനുമുന്നിൽനിന്നു.

ഇബിൻസ്കൂസ ഉടനടി യുഫീമിയയെ വിളിച്ചു. അയാൾ ഇരുന്നില്ല. സത്രത്തിന്റെ നടത്തിപ്പ് ഏറ്റെടുക്കുകയെന്ന ഔദ്യോഗിക കർത്തവ്യം നിറവേറ്റാൻ മാത്രമാണ് താൻ എത്തിയതെന്ന് അയാൾക്ക് ഉറപ്പിക്കേണ്ടിയിരുന്നു. തൊപ്പി ധരിച്ച് അയാൾ പടിക്കെട്ടുകൾക്കു ചുവടെ ഔദ്യോഗിക ഗരിമയോടെ നിലകൊണ്ടു. അവൾ എത്തിച്ചേരുന്നതിന് ഏതാനും നിമിഷങ്ങൾ എടുത്തു. അപ്പോൾ അയാൾ അവളുടെ കിളരംകൂടിയ ചെരുപ്പിന്റെ ശബ്ദം കേൾക്കാൻ തുടങ്ങി. അയാൾ തല ഉയർത്തി നോക്കിയില്ല. അവളുടെ പാദങ്ങളിലേക്കയാൾ നോക്കി. നീണ്ടുമെലിഞ്ഞ കാലുകളിൽ അതിനൊത്ത ഷൂ ധരിച്ചിരിക്കുന്നു. പെട്ടെന്ന് അവളുടെ പാവാട ഞൊറികൾ ഇളകുന്ന ശബ്ദവും കേൾക്കായി. അവളുടെ ഉറച്ച ചുവടുകളിലേക്ക് നോക്കിനിന്നതിനാൽ അയാൾ തല ഉയർത്തിയില്ല, അതിനൊട്ട് ആഗ്രഹിച്ചുമില്ല. അവൾ നടക്കുന്നതും പല മടക്കുകളുള്ള പാവാട ഞൊറികൾ ഇളകുന്നതും അയാൾക്കിപ്പോൾ സങ്കല്പിക്കാം. പടിക്കെട്ടിന് കുറെക്കൂടി പടവുകൾ ഉണ്ടായിരുന്നെങ്കിലെന്ന് അയാൾ ആഗ്രഹിച്ചുപോയി. അവളിപ്പോൾ പടിക്കെട്ടിറങ്ങി അയാളുടെ മുന്നിലെത്തിക്കഴിഞ്ഞു. അയാൾ തൊപ്പിയിളക്കി അഭിവാദ്യം ചെയ്തു.

അവളുടെ മുടികളിലേക്ക് ദൃഷ്ടികളൂന്നി അവളുടെ മുഖത്തേക്ക് ശ്രദ്ധിക്കാതെ അയാൾ പറഞ്ഞു.

"പ്രത്യേകിച്ച് ചില കാര്യങ്ങൾ എനിക്ക് പറയാനുണ്ട്."

"എന്നാലിരിക്കൂ."

"ഇല്ല, വളരെ പ്രധാനപ്പെട്ട കാര്യമാണ്. ഇവിടെ വേണ്ട."

"എന്നാൽ പുറത്തേക്കിറങ്ങാം."

അവൾ വഴി കാട്ടുവാനെന്നോണം മുന്നേനടന്നു. ആകാശത്ത് മുഴു ചന്ദ്രൻ പ്രകാശിച്ചു.

പട്ടി നിർത്താതെ കുരച്ചു. കെട്ടിയിട്ട നിലയിൽ ആലോചനാ മഗ്ന നായി നില്ക്കുന്നപോലെ കുതിരയെ കണ്ടു. അക്കേഷ്യപ്പൂവുകളുടെ ഗന്ധം അന്തരീക്ഷത്തിൽ നിറഞ്ഞുനിന്നു. വസന്തത്തിന്റെ എല്ലാ ഗന്ധ ങ്ങളും ഈ സ്ത്രീയിൽനിന്നും പ്രവഹിക്കുന്നതായി അയാൾക്കുതോന്നി. അവൾക്കുമാത്രമേ രാത്രിയിൽ ഇത്രയേറെ സുഗന്ധംപരത്താനാകൂ. ചന്ദ്രനും അക്കേഷ്യപ്പൂക്കളും അവൾതന്നെ.

"ഔദ്യോഗിക ചുമതലയുമായാണ് ഞാനെത്തിയത്. യൂഫീമിയ, നിങ്ങളെ വിശ്വാസമുള്ളതുകൊണ്ടുമാത്രമാണ് ഇതുപറയുന്നത്. വായ്പക്കാരെയാരെയും ഈ സത്രത്തിൽ ഇനിമേൽ കയറ്റരുത്. ഞാൻ ഇതിന്റെ മേൽനോട്ട ചുമതല ഏറ്റെടുക്കുകയാണ്. നിങ്ങൾക്ക് സമ്മത മെങ്കിൽ നമുക്ക് ഒന്നിച്ചുനീങ്ങാം."

"തീർച്ചയായും നമുക്കെന്തുകൊണ്ട് അത്ഭുതകരമായി മുന്നോട്ടു പോകാനാകില്ല?"

സത്രത്തിന്റെ പരിസരത്ത് ചന്ദ്രന്റെ നീലവെളിച്ചത്തിനു കീഴിൽ നില്ക്കുമ്പോൾ അവളുടെ സ്വരം വേറിട്ടു നില്ക്കുന്നതായി അയാൾക്ക് തോന്നി. ആ ശബ്ദം വ്യക്തവും ഉയർന്നതും കയറ്റിറക്കങ്ങളില്ലാത്തതു മായിരുന്നു. അവളുടെ ശബ്ദം കാണാനാകുന്നെന്നും കൈപ്പിടിയിൽ ഒതു ക്കാനാകുമെന്നും അയാൾ സങ്കല്പിച്ചു. ആ ശബ്ദം അയാൾ അയാൾക്കു മുകളിൽ ഒരു കമാനം സൃഷ്ടിച്ചുവെന്നും അതിനുകീഴിലാണ് താൻ നില്ക്കുന്നതെന്നും അയാൾക്കു തോന്നി.

ആ തോന്നൽ മാഞ്ഞുപോയി.

"നമുക്ക് ഒന്നിച്ചു നീങ്ങാം. എന്തുകൊണ്ടതിനു കഴിയാതിരിക്ക ണം." എന്നവൾ പറയുന്നതുകേട്ടു.

"ഇതു തികച്ചും രഹസ്യമാണ്. അത് ഓർമ്മവേണം. ആരോടും ഇതേപ്പറ്റി ഒറ്റയക്ഷരം മിണ്ടിപ്പോവരുത്."

"ഇല്ല ആരോടും പറയില്ല."

അതുപറഞ്ഞ് അവൾ അയാളുടെ നേർക്ക് കൈകൾ നീട്ടി. വൃത്തി യുള്ള വെളുത്ത കൈകൾ. അത് വെള്ളിവെളിച്ചത്തിലൂടെ നീന്തുന്ന തായി തോന്നി.

അയാൾ കുറെനേരം ആ കൈകളെ നോക്കിനിന്നു. എന്നിട്ട് സ്വന്തം കൈകളിലേക്കതിനെ സ്വീകരിച്ചു. ആ കൈകൾക്ക് ഒരേസമയം തണുപ്പും ചൂടുമുണ്ടായിരുന്നു. ഒത്ത ഉള്ളംകൈക്ക് ചൂടും പുറംകൈക്ക് തണുപ്പുമാണെന്നയാൾ കണ്ടെത്തി. അയാൾ കുറേനേരം ആ കൈകൾ പിടിച്ചുനിന്നു. കൈകൾ വിട്ടപ്പോൾ യുഫീമിയ ചിരിക്കുന്നുണ്ടായിരുന്നു. ചന്ദ്രികയിൽ അവളുടെ പല്ലുകൾ തിളങ്ങി.

അവൾ വേഗത്തിൽ തിരിഞ്ഞു. അവളുടെ പാവാട ഞൊറികളിളകി. വസ്ത്രത്തിനും അതിന്റേതായ ജീവിതമുണ്ട്. അത് ജീവനുള്ള ഒരു

മാന്ത്രികക്കൂടാരമാണ്. പാവാടഞൊറികൾ മൃദുവായി മന്ത്രിക്കുകയും കിലുങ്ങുകയും ചെയ്തു. ഇൻസ്പെക്ടർ സത്രത്തിനുള്ളിലേക്ക് കടന്നപ്പോൾ ഒരു മേശയ്ക്കിരുവശവുമായി സർജന്റ് സ്ലാമയും കപ്തുറാക്കും ഇരുന്ന് ചീട്ടുകളിക്കുന്നതുകണ്ടു. ഇബിൻസ്കൂസ അവരോടൊപ്പം ചേർന്നു.

"പാവം ജാദ്‌ലോക്കർ, അല്ലേ മിസ്റ്റർ ഇൻസ്പെക്ടർ?"

കപ്തുറാക്ക് ചോദിച്ചു. ഇൻസ്പെക്ടർ അതിനു മറുപടി പറഞ്ഞില്ല. എന്നാൽ അക്ഷമയോടെ സ്ലാമ പറയാൻ തുടങ്ങി.

"ഞങ്ങൾ താങ്കളേയും ഒരുനാൾ പൂട്ടും, കപ്തുറാക്ക്. വേറൊരു വട്ടംകൂടി കളിക്കുന്നുണ്ടോ?"

ഇരുപത്തിരണ്ട്

അവരവരെപ്പറ്റി ഒരു തരിയും തിരിയാതെയാണ് മിക്കവരും ഈ ലോകം വിട്ടുപോകുന്നത്. ചിലപ്പോൾ അവരത് പരലോകത്തുനിന്നും അറിയുമായിരിക്കും. ചിലർ ഈ ലോകത്തുവച്ച് തന്നെ ആത്മജ്ഞാനം നേടാൻ അനുഗ്രഹിക്കപ്പെട്ടവരാണ്. അക്കൂട്ടത്തിൽപ്പെട്ട ഒരാളാണ് ഇൻസ്പെക്ടർ ഇബിൻസ്കൂസ.

പൊടുന്നനെയാണ് വേനൽ എത്തിയത്. മാറ്റത്തിന്റെ ലക്ഷണം കാണിക്കാതെയാണ് വരവ്. അന്തരീക്ഷം വരണ്ടതും ചൂടേറിയതുമായിരുന്നു. വേനൽ അതിന്റെ കൊടുങ്കാറ്റുമായി എത്തിയിരുന്നു. അത് വേഗത്തിൽ വ്യാപിക്കുകയും കൂടുതൽ ചൂട് കൊണ്ടുവരികയും ചെയ്തു. അരുവികളിൽ വെള്ളം വറ്റി. കുടിവെള്ളത്തിന് ക്ഷാമം നേരിട്ടുതുടങ്ങി. മേച്ചിൽ സ്ഥലങ്ങളിൽ പുല്ലുകൾ പെട്ടെന്ന് മഞ്ഞനിറമാർന്നു. താമസിയാതെ അവ മാഞ്ഞുപോയി. പക്ഷികൾ കുടിവെള്ളമില്ലാതെ ചത്തുവീഴാൻ തുടങ്ങി. ആ പരിസരങ്ങളിൽ ധാരാളം പക്ഷികളുണ്ടായിരുന്നു. വേനൽക്കാലങ്ങളിൽ ഇവിടെ ഉണ്ടായിരിക്കുമ്പോഴൊക്കെ ഇബിൻസ്കൂസ അവയുടെ കൂജനം കേട്ടിരുന്നു. ഈ വേനലിൽ എന്നാൽ, പക്ഷികളെയൊന്നും കണ്ടില്ല. അവയുടെ സംഗീതം നഷ്ടപ്പെട്ടതായി അയാൾ കരുതി. മുമ്പെപ്പോഴെങ്കിലും അയാൾ പക്ഷികളുടെ സംഗീതത്തിനു ചെവികൊടുത്തിരുന്നോ? പിന്നെങ്ങനെ ഇത്രവേഗത്തിൽ അയാൾക്ക് പ്രകൃതിയുടെ മാറ്റം മനസ്സിലാക്കാനാകുന്നു? പീരങ്കിപ്പടയാളിയായ ഇബിൻസ്കൂസയ്ക്ക് പ്രകൃതിയെന്നാൽ മുമ്പ് എന്തായിരുന്നു? നല്ലതോ മോശമോ ആയ ഒരു വെറും കാഴ്ച. ഒരു പരേഡ് മൈതാനം. ഒരു ഓവർക്കോട്ട് ധരിക്കുകയോ കൈയിൽ കരുതുകയോ ചെയ്യും. അതുംകൊണ്ട് നടക്കണമോ ധരിക്കണമോ? ഒരാൾ തന്റെ തോക്കുകൾ രണ്ടു പ്രാവശ്യം തുടച്ചുമിനുക്കി വയ്ക്കണമോ? ഇതൊക്കെ മാത്രം

നോക്കിയിരുന്ന ഒരാൾ പെട്ടെന്നെങ്ങനെ പ്രകൃതിയുടെ മാറ്റങ്ങളെപ്പറ്റി ബോധവാനായി? പിന്നെങ്ങനെയയാൾ വേനൽക്കാലത്ത് തളിർത്ത് പച്ച യായി പടർന്നു പന്തലിച്ച് നില്ക്കുന്നു. ചെസ്നട്ട് മരങ്ങളെ ശ്രദ്ധിക്കാൻ തുടങ്ങി? ചെസ്നട്ട് കായകളുടെ ഗന്ധം ഇത്ര ശക്തമായി അയാളുടെ ഇന്ദ്രിയങ്ങളെ ഉദ്ദീപിപ്പിച്ചു?

അയാളുടെ കുഞ്ഞ്, അതായത് ക്ലാർക്ക് നോവാക്കിന്റെ കുഞ്ഞ്, ചെറിയ ഉന്തുവണ്ടിയിൽ പുറത്തേക്ക് കൊണ്ടുപോകപ്പെട്ടു. അയാൾ ഓഫീസിൽനിന്നും വീട്ടിലേക്ക് വരുന്ന വഴിയിൽ ചിലപ്പോഴെല്ലാം കുഞ്ഞിനെ ഉന്തിക്കൊണ്ടുപോകുന്ന അയാളുടെ ഭാര്യയെ കാണാറുണ്ട്. കല്ലുപാകിയ തറയ്ക്ക് അപ്പോഴും നല്ല ചൂടായിരിക്കും. ഭാര്യയെ കണ്ട യുടൻ അയാൾ ഒപ്പം നടക്കാൻ തുടങ്ങും. പലപ്പോഴും ഉന്തുവണ്ടിക്കു പിന്നിലായിരിക്കും അയാളുടെ സ്ഥാനം. എന്നാൽ അയാൾ ഒരു വാക്കു പോലും ഉരിയാടുകയില്ല. അയാൾക്കിപ്പോൾ കുഞ്ഞിനോടോ അതിന്റെ അമ്മയോടോ യാതൊരു വെറുപ്പുമില്ല. അയാൾ അവരോട് തികഞ്ഞ അവ ഗണന പുലർത്തി. ചിലപ്പോഴെല്ലാം അവരോട് അനുകമ്പയും തോന്നാ റുണ്ട്. കുഞ്ഞിനെ ഉന്തിക്കൊണ്ടുപോകുന്ന ചെറിയ വണ്ടിക്കു പിന്നാലെ നടക്കുന്നതിന് ഒരു കാരണമേയുള്ളു. എല്ലാം ശരിയായി നടക്കുന്നുവെന്ന് നാട്ടുകാരെ ബോധിപ്പിക്കൽ. പെട്ടന്നയാൾ അവരെ വിട്ട് വീട്ടിലേക്ക് തിരി ക്കും. പരിചാരിക ഭക്ഷണം വിളമ്പും. അയാൾ അശ്രദ്ധമായി എന്നാൽ ധൃതിയിൽ വാരിക്കഴിക്കും. അയാളുടെ മനസ്സിൽ അപ്പോൾ കുതിരയും കുതിരവണ്ടിയും സ്വാബിയിലേക്കുള്ള യാത്രയും അതിർത്തി സത്രവും മാത്രമായിരിക്കും.

അയാൾ പുറത്തിറങ്ങി വണ്ടിയിറക്കി ഓടിച്ചുപോയി. മഞ്ഞിന്റെയും മണലിന്റെയും സ്വർണ്ണനിറത്തിലുള്ള പൊടിപടലങ്ങൾക്കിടയിലൂടെ പായുമ്പോൾ അയാളുടെ തൊണ്ടവരണ്ടു. സൂര്യന്റെ ആയിരം കുന്ത ങ്ങൾ അയാളുടെ വയ്ക്കോൽത്തൊപ്പിയെയും തുളച്ച് തലയിൽ കത്തി ക്കയറിക്കൊണ്ടിരുന്നു. വഴിയിൽ പല സത്രങ്ങളുണ്ടായിരുന്നു. അയാൾക്കുവേണമെങ്കിൽ അവിടെയിറങ്ങി ദാഹശമനം നടത്താമായി രുന്നു. എന്നാൽ അയാൾ ഒരിടത്തും നിർത്തിയില്ല. സ്വന്തം അമ്മാവി നെപ്പോലെതന്നെ ദാഹവും വിശപ്പുംപേറി അയാൾ സ്വാബിയിലേക്കു പാഞ്ഞു. അയാൾക്ക് അതിർത്തി സത്രത്തിൽ എത്തിച്ചേർന്നാൽമതി എന്നുതോന്നി.

അവിടെ എത്തിച്ചേരാൻ അയാൾ തികച്ചും രണ്ടുമണിക്കൂറെടുത്തു. കുതിര അപ്പോഴേക്കും കിതയ്ക്കുന്നുണ്ടായിരുന്നു. അത് വെള്ളംകുടി ക്കാൻ വെമ്പി. അതിന്റെ പള്ള പിടയ്ക്കുന്നുണ്ടായിരുന്നു. കുതിരകളെ പരിചരിക്കുന്നവൻവന്ന് കുതിരയെ വണ്ടിയിൽനിന്നഴിച്ചുമാറ്റി. ജോദ്‌ലോക്കർ ജയിലിലായതോടെ അയാൾ ഇബിൻസ്കുസയെ സത്ര ത്തിന്റെ നിയമപ്രകാരമുള്ള യജമാനനായി കണ്ടുതുടങ്ങി. അയാൾ പ്രായം ചെന്നവനും നല്ലവനുമായ ഒരു റുതേനിയക്കാരൻ കർഷകനാ

യിരുന്നു. ഒണുഫ്രി എന്നായിരുന്നു അയാളുടെ പേര്. അയാൾ അടിമുടി ബധിരനായിരുന്നു. അയാൾക്ക് ഒന്നും മനസ്സിലായില്ലെന്ന് ആളുകൾ കരുതി. എന്നാൽ അയാൾക്ക് എല്ലാം മനസ്സിലായി. ബധിരനും വൃദ്ധനും ആയതിനാലാവാം അങ്ങനെ. കേൾവി കുറഞ്ഞവരുടെ നിരീക്ഷണപാടവം അപാരമായിരിക്കും.

ജനാലയ്ക്കരികിലെ മേശയ്ക്കരികിൽ ഇൻസ്പെക്ടർ ഇരുന്നു. അയാൾ മധുരച്ചാരായവും വറുത്ത നിലക്കടലയും കഴിച്ചു. കപ്തുറാക് വിനീത സൗഹൃദം നടിച്ച് അയാൾക്കരികിലെത്തി. വേറെ കാര്യമൊന്നുമില്ല. വെറുതെ സമയം കളയാൻ. അയാളുടെ ഈ വിനീത ഭാവം ഇൻസ്പെക്ടർക്ക് തീരെ പിടിച്ചിരുന്നില്ല. പ്രകൃതിയിലുണ്ടാകുന്ന മാറ്റങ്ങളും മനുഷ്യരുടെ കാപട്യങ്ങളും താൻ തിരിച്ചറിയാൻ തുടങ്ങുന്നതായി അയാൾ മനസ്സിലാക്കി. ജാദ്‌ലോക്കർ ജയിലിൽ കിടക്കുമ്പോൾ ഈ മനുഷ്യനിങ്ങനെ ചുറ്റിയടിക്കുന്നത് അനീതിയാണെന്ന് ഇൻസ്പെക്ടർക്കുതോന്നി. കപ്തുറാക് നിയമം ലംഘിച്ച് ജയിലിലടയ്ക്കപ്പെടാൻ പഴുതു നല്കാത്തത് കഷ്ടമായിപ്പോയി. അയാൾക്ക് തുറന്നുവച്ച കടകളോ അളവുതൂക്ക ഉപകരണങ്ങളോ ഇല്ല. ഒരുദിവസം അയാൾ പിടികൂടപ്പെടുക തന്നെ ചെയ്യും.

അല്പനേരം മദ്യപിച്ചിരുന്ന ശേഷം അയാൾ എഴുന്നേറ്റുചെന്ന് പരിചാരികയോട് യുഫീമിയയെ വിളിച്ചുകൊണ്ടുവരാൻ ആവശ്യപ്പെട്ടു. അയാൾ അവളെയും കാത്ത് പടിക്കെട്ടിനു ചുവട്ടിൽ നിലയുറപ്പിച്ചു.

കപ്തുറാക് ഇപ്പോഴും എല്ലാദിവസവും അഭയാർത്ഥികളെ സത്രത്തിൽ കൊണ്ടുവന്നുകൊണ്ടിരുന്നു. അത് ലാഭകരമായ കച്ചവടമായിരുന്നു. അവർ നിരാശരും പ്രതീക്ഷയറ്റവരുമാകയാൽ നന്നായി പണം ചെലവഴിച്ചു. അവർക്കിടയിൽ ചാരന്മാരും ഉണ്ടായിരുന്നു. തന്റെ കൂടെയുള്ളവരുടെ ദൗർഭാഗ്യങ്ങളിൽ ചാരന്മാർ അവരെ തള്ളിപ്പറഞ്ഞു. അതിർത്തിക്കപ്പുറത്തെ സകലവിവരങ്ങളും കൈമാറി. പൊലീസുകാരെപ്പോലെ നിരീക്ഷണം നടത്തേണ്ടത് ഒരു അളവുതൂക്ക ഇൻസ്പെക്ടറുടെ ചുമതലയല്ലെന്ന് അയാൾക്കറിയാം. അത് ഇബിൻസ്കൂസയുടെ സ്വഭാവവുമല്ല. എങ്കിലും അവരുടെ സംസാരങ്ങളിൽനിന്നും മുഖഭാവങ്ങളിൽനിന്നും അയാൾ ചിലതെല്ലാം വായിച്ചെടുത്തു. ചുമതലയല്ലെങ്കിലും അയാളതു ചെയ്തു.

യുഫീമിയ മുകളിലെ അവളുടെ മുറിയിൽ ഉണ്ടായിരുന്നില്ല. അവൾ അടുത്തമുറിയിലെ പലചരക്കുകടയിലായിരുന്നു. അവിടെ കൃഷിക്കാർക്ക് ആവശ്യമായ ടർപ്പന്റൈൻ, പലചരക്കുകൾ, പുകയില, മത്തി, ചാള, ഗ്രീസ്പാളികൾ, വെള്ളിക്കടലാസുകൾ, നീലം എന്നിവ വിറ്റിരുന്നു. ആഴ്ചയിൽ രണ്ടുദിവസം മാത്രമേ ആ കട തുറന്നിരുന്നുള്ളൂ, തിങ്കളും വ്യാഴവും. അന്ന് വ്യാഴാഴ്ചയായിരുന്നു. പടിക്കെട്ടിനു താഴെ ഇബിൻസ്കൂസ വെറുതെ കാത്തുനിന്നു. യുഫീമിയ ഓർക്കാപ്പുറത്തെത്തി. അവൾ അയാൾക്കുനേരെ കൈനീട്ടി. ആ കൈകൾ എങ്ങനെയാണ് തനിക്കു

നേരെ നീണ്ടുവരുന്നതെന്ന് അയാൾക്കറിയാം. ഒന്നുരണ്ടാഴ്ചകൾക്കുമുമ്പൊരു നിലാവുള്ള രാത്രിയിൽ അത് തനിക്കുനേരെ നീണ്ടുവന്നതിന്റെ ഓർമ്മകൾ മാഞ്ഞുപോയിരുന്നില്ല. അയാൾ ആ കൈകൾ കവർന്ന് ഏറെ നേരം നിന്നു. അങ്ങനെ നില്ക്കുന്നതിൽ ശരികേട് തോന്നുംവരെയും. പക്ഷേ അയാൾക്കെന്തുചെയ്യാനാവും?

"എന്തുവേണം."

യുഫീമിയ ചോദിച്ചു.

ഔദ്യോഗിക ചുമതലയുടെ ഭാഗമായി എത്തിയതാണെന്നു പറയാൻ അയാൾ ആഗ്രഹിച്ചു. എന്നാൽ പറഞ്ഞതാകട്ടെ,

"നിന്നെ വീണ്ടും കാണാൻ തോന്നി."

"കടയിലേക്കുവരൂ. എനിക്കവിടെ പിടിപ്പതു പണിയുണ്ട്. ആളുകൾ കാത്തുനില്ക്കുന്നു."

അയാൾ കടയ്ക്കകത്തേക്കു കയറി.

സായാഹ്നം ചുവന്നുതുടുത്തു.

അഭയാർത്ഥികൾ സത്രത്തിലേക്ക് വന്നുതുടങ്ങുന്നു. അവർ ചായയും മധുരച്ചാരായവും കുടിച്ചു. ഓരോ ഇറക്കിനുശേഷവും അവർ ചുണ്ടുകളിൽ നിന്നും മധുരം തുടച്ചുമാറ്റി. ഓരോരുത്തരുടെ കഴുത്തിലും ഓരോ ടൗവ്വൽ ചുറ്റിയിട്ടുണ്ട് അവർ പാട്ടുപാടുന്നുണ്ടായിരുന്നു. യുഫിമീയയും ഇൻസ്പെക്ടറും പുറത്തേക്കുകടന്നപ്പോൾ അവർ തങ്ങളുടെ പാട്ട് ഏതാനും നിമിഷത്തേക്ക് മാറ്റി നിർത്തി വച്ചു. ആ ചെറിയ കടയിൽ കാത്തുനിന്നവരിൽ ഏറെയും കർഷകരോ ജൂതന്മാരോ ആയിരുന്നു. അവർക്കുവേണ്ടത് ടർപ്പനും മെഴുകും ശബത്തിനാവശ്യമുള്ള മെഴുകുതിരികളും കടലാസുകളും പുകയിലയും മത്തിയും ചാളയും നീലപെയ്ന്റുമായിരുന്നു. ഇൻസ്പെക്ടർ മുമ്പ് പലപ്പോഴും ഈ കടയിൽ വന്നിട്ടുണ്ട്. അതൊക്കെ തന്റെ കൃത്യനിർവ്വഹണത്തിനായിരുന്നു. അളവുതൂക്ക ഉപകരണങ്ങൾ പരിശോധിക്കാനായിരുന്നു അത്. അയാൾ ഇപ്പോൾ അപ്രതീക്ഷിതമായി യുഫിമീയുടെ വില്പന കൗണ്ടറിന്റെ പുറകിൽ നില്ക്കുകയാണ്. ഒരു സഹായിയോടെന്നപോലെ അവൾ, അതെടുത്തു വരൂ..! ഇതെടുത്തു വരൂ..! എന്നെല്ലാം അയാളോടു പറയുന്നുണ്ടായിരുന്നു.

ഇൻസ്പെക്ടർ അതനുസരിച്ചു. മറ്റെന്തുചെയ്യാനാകും, അനുസരിക്കുകയല്ലാതെ. അയാൾ അതെല്ലാം അനുസരിക്കയാണെന്ന് അയാൾക്ക് അറിയുമായിരുന്നില്ല.

സാധനം വാങ്ങാനെത്തിയവർ പോയി. യുഫിമീയയും ഇബിൻസ്കൂസയും അവിടെ ശേഷിച്ചു. അവർ സത്രത്തിൽ നിന്നും മൂന്നു പടികൾമാത്രം അകലെയായിരുന്നു. എന്നാൽ അവിടേക്കെത്താൻ തനിക്ക് ഏറെദൂരം താണ്ടേണ്ടതുള്ളതുപോലെ അയാൾക്ക് അനുഭവപ്പെട്ടു. തണുത്ത ദേവനൽക്കാല രാത്രി അപ്പോഴേക്കും ആഗതമായിക്കഴിഞ്ഞിരുന്നു.

ഇരുപത്തി മൂന്ന്

ആ രാത്രി പുലരുവോളവും അയാൾ അതിർത്തി സത്രത്തിൽ തങ്ങി. പ്രഭാതസൂര്യൻ പൊട്ടിവിടരുവോളവും അഭയാർത്ഥികളെ പിടികൂടാനായി മുനിസിപ്പൽ പൊലീസ് കോൺസ്റ്റബിൾ അർബിഷ് എത്തിച്ചേരുവോളവും അയാൾ അവിടെത്തന്നെ കഴിഞ്ഞു. പല ആഴ്ചകൾക്കൊടുവിൽ ഈ പുലരിയിൽ ആകാശം മേഘാവൃതമായി കാണപ്പെട്ടു. ഇബിൻസ്കൂസ സത്രത്തിനു പുറത്തിറങ്ങിയപ്പോൾ സൂര്യൻ വലിപ്പം കുറഞ്ഞ് ഒരു ചുവന്ന ഓറഞ്ചുപോലെ ആകാശത്തുകാണായി. ഏറെ പ്രതീക്ഷിച്ച വേനൽമഴയ്ക്കൊടുവിൽ അന്തരീക്ഷം ഈർപ്പമുള്ളതും സുഗന്ധപൂരിതവുമായി അനുഭവപ്പെട്ടു. ഒരു മന്ദമാരുതൻ ഇബിൻസ്കൂസയെ തഴുകിയകന്നു. ആ രാത്രിമുഴുവൻ മദ്യപിക്കുകയായിരുന്നെങ്കിലും അയാൾക്ക് താൻ ഉന്മേഷവാനും ഭാരം നഷ്ടപ്പെട്ടവനും ആയി അനുഭവപ്പെട്ടു. അയാൾക്ക് താൻ വളരെ ചെറുപ്പമായി തോന്നി. ജീവിതത്തിൽ ഇന്നുവരെ തോന്നാത്ത ഒരനുഭവമായിരുന്നു അയാൾക്കത്. അയാളുടെ ജീവിതം ഇതാ തുടങ്ങാൻ പോവുന്നതേയുള്ളൂ.

ഒരുമണിക്കൂറായി അയാൾ യാത്ര ചെയ്യുകയാണ്. വീട്ടിലേക്കുള്ള ദൂരത്തിൽ പാതി പിന്നിട്ടുകഴിഞ്ഞിരുന്നു. അപ്പോഴേക്കും മഴപെയ്യാൻ തുടങ്ങി. ആദ്യം മെല്ലെയും പിന്നെപ്പിന്നെ ശക്തമായും. ചുറ്റുമുള്ളതെല്ലാം നന്മയുടെ ഈർപ്പം ശ്വസിക്കുന്നതായി അയാൾക്കു തോന്നി. പോകുന്ന വഴിയിൽ കാണപ്പെട്ടതെല്ലാം മഴയ്ക്കുവിധേയമായി നില്ക്കുന്നതായി കണ്ടു. വഴിയോരങ്ങളിലെ വൃക്ഷനിരകൾ തലകുമ്പിട്ടു നിലകൊണ്ടു. ചെളിപിടിച്ച വഴിയരികിലെ കാട്ടുപുല്ലുകൾ സുബ്രോവ്ക്കയിലാകമാനം തലയുയർത്തുന്നതായും മഴത്തുള്ളികളേറ്റ് വിറകൊള്ളുന്നതായും അയാൾക്കുതോന്നി. അപ്പോഴേക്കും പക്ഷികളുടെ കളകൂജനം

കേൾക്കായി. ഏറെക്കാലമായി ഈ ശബ്ദം കേട്ടിട്ട്. കറുത്ത പക്ഷികൾ ഉച്ചത്തിൽ പാടി. ഈ പെരുമഴയിലും പക്ഷികൾ ആർത്തുല്ലസിക്കുന്നത് ആദ്യമായി കാണുകയാണെന്ന് അയാൾ സ്വയം പറഞ്ഞു. ഒരുപക്ഷേ, തന്നെപ്പോലെ അവയും മഴയെ വരവേല്ക്കുകയാവാം. മഴ അയാളിൽ എന്താണ് ചെയ്തുകൊണ്ടിരിക്കുന്നത്? ഈ പരിസര പ്രദേശത്തേക്കു കടന്നപ്പോൾ ഞാൻ അത്ഭുതകരമായി മാറിപ്പോയിരിക്കുന്നു. മഴ എന്താണെന്നോട് ചെയ്തത്? പക്ഷികൾ എങ്ങനെയെന്റെ മനോഭാവത്തിലേക്കു കടന്നുവന്നു!

എന്തുകൊണ്ടെന്ന് അയാൾക്കുതന്നെയറിയില്ല, അയാൾ കുതിര വണ്ടി വഴിയിൽ നിർത്തി. ഇൻസ്പെക്ടർ ആ പെരുമഴയത്ത് സീറ്റിൽത്ത ന്നെയിരുന്നു. മഴത്തുള്ളികൾ തലയിൽ ധരിച്ചിരുന്ന വയ്ക്കോൽത്തൊപ്പി യിലും കോട്ടിലും വീണു ചിതറി. ഇത്തരമൊരു സാഹചര്യത്തിൽ സാധാ രണ മറ്റുള്ളവർ ചെയ്യുന്നതുപോലെ വണ്ടിയോടിച്ചു പോവുകയല്ല അയാൾ ചെയ്തത്.

എന്തോ ഓർത്തിട്ടെന്നപോലെ പെട്ടന്നയാൾ കുതിരവണ്ടി തിരിച്ചു. അരമണിക്കൂറിനുള്ളിൽ അയാൾ സ്വാബിയിലെത്തിച്ചേർന്നു. അപ്പോഴും മഴ തിമിർത്തു പെയ്തുകൊണ്ടേയിരുന്നു.

അയാൾ സത്രത്തിലൊരു മുറിയെടുത്തു. ഒണുഫ്രിയോടയാൾ പറ യാൻ തുടങ്ങി:

“വഴിയിലാകെ പെരുവെള്ളവും ചെളിക്കെട്ടുമാണ്. ഇന്നിനി യാത്ര ചെയ്യാനാകുമെന്ന് തോന്നുന്നില്ല. ഇന്നുരാത്രി മഴ തീരുംവരെ ഇവിടെ തങ്ങുകയാണ്.”

അന്ന് അയാൾ ഭാരരഹിതനായും സ്വപ്നങ്ങളിൽ മുഴുകിയും കിട ന്നുറങ്ങി. സായാഹ്നമാകുന്നതുവരെയും ഉറക്കം തുടർന്നു.

മഴ തീർന്നിട്ട് നേരമേറെ ആയിരുന്നു.

പുറത്തെ മരങ്ങളിലെ പച്ചിലച്ചാർത്തുകളിൽ ഈർപ്പം ഉണങ്ങിക്കഴി ഞ്ഞിരുന്നു. തോട്ടത്തിൽ പാകിയിരുന്ന കല്ലുകൾ ഉണങ്ങി. സൂര്യൻ അതിന്റെ പൂർണ്ണ ഗരിമയോടെ അസ്തമിക്കാൻ തുടങ്ങുകയാണ്. ആകാശം മേഘങ്ങളൊഴിഞ്ഞു കാണപ്പെട്ടു.

ഇൻസ്പെക്ടർ പാർലറിലേക്കു നടന്നു.

ഇരുപത്തിനാല്

അയാൾ യുഫീമിയെ കാത്തിരുന്നു. അവൾ വന്നില്ല. താടിയിൽ കൈകൾ താങ്ങി അയാളങ്ങനെ ഇരുന്നു. അവിടെ താനെന്താണു ചെയ്യുന്നതെന്ന് അയാൾക്ക് അറിയുമായിരുന്നില്ല. മറ്റ് അതിഥികൾ ഉണ്ടാക്കിയ ബഹളത്തിനിടയിൽ അയാൾ ചുമർഘടികാരത്തിന്റെ ടിക് ടിക് ശബ്ദം മാത്രം കേട്ടു. സ്വന്തം ഇഷ്ടപ്രകാരം വന്നതല്ലെന്നും ആരോ ഇവിടെ കൊണ്ടുവന്നാക്കിയതാണെന്നും അയാൾക്കു തോന്നി. ആരാണതെന്നു മാത്രം അയാൾക്ക് ഓർത്തെടുക്കാനായില്ല.

വാതിൽ തുറന്നപ്പോൾ ശുദ്ധവായു ഉള്ളിലേക്കിരച്ചുകയറി. ഒപ്പം കപ്തുറാക്കും. അയാൾ നേരെ ഇൻസ്പെക്ടറുടെ മേശയ്ക്കരികിലെത്തി.

"ഒരു കളി തുടങ്ങിയാലോ?"

അയാൾ ചോദിച്ചു.

"അതുകൊള്ളാം. നമുക്ക് കളിക്കാം."

അങ്ങനെ അയാൾ ചീട്ടുകളിക്കാൻ തുടങ്ങി. ഒരുവട്ടമല്ല മൂന്നുവട്ടം. എല്ലാ കളികളിലും അയാൾ തോറ്റു.

പകൽ നഷ്ടമായിരിക്കുന്നു. രാത്രിയും. എന്തുചെയ്യണമെന്നറിയാതെ അയാൾ പകച്ചിരുന്നു.

അയാൾ കപ്തുറാക്കിനോടുപോലും ഒന്നും മിണ്ടിയില്ല.

യുഫീമിയയ്ക്കുവേണ്ടി കാത്തിരുന്നു.

അവൾ എത്തിയതുമില്ല.

പുലർച്ചെ മൂന്നുമണിയായപ്പോൾ ഒരു അഭയാർത്ഥി ‘‘അതു ഞാനാണ്, നിന്നെ പ്രണയിക്കുന്നവൻ.... എന്നു തുടങ്ങുന്ന പാട്ട് അക്കോഡിയനിൽ വായിക്കാൻ തുടങ്ങിയതും മറ്റുള്ളവർ കരയാൻ തുടങ്ങി. ഉപേക്ഷിച്ചുപോന്ന മാതൃഭൂമിയെ ഓർത്ത് അവർ കരഞ്ഞു. ആ നിമിഷങ്ങ

ളിൽ സ്വാതന്ത്ര്യത്തെക്കാൾ മാതൃഭൂമിയെയാണവർ ഏറെ കൊതിച്ചത്.

അവരുടെ മിഴികളിൽ കണ്ണീർത്തുള്ളികൾ തുളുമ്പിനിന്നു. കപ്തുറാക്കിന്റെ കണ്ണുകൾ മാത്രം വറണ്ടുണങ്ങിയിരുന്നു. അക്കോഡിയന്റെ സംഗീതംപോലും അയാളെ സ്പർശിച്ചില്ല. അയാളാണ് അഭയാർത്ഥികളെ അതിർത്തി കടത്തിക്കൊണ്ടുവരുന്നത്. അതാണയാളുടെ ജീവിതമാർഗ്ഗം. അഭയാർത്ഥികളുടെ ഗൃഹാതുരതയും സ്വാതന്ത്ര്യദാഹവുമാണയാൾക്ക് ജീവിതം നല്കുന്നത്.

ഇൻസ്പെക്ടർ ഇബിൻസ്കൂസയും വിഷാദഭരിതനായി. അയാൾ 'അത് ഞാനാണ്. നിന്നെ പ്രണയിക്കുന്നവൻ' എന്ന ഈരടികൾക്ക് ചെവികൊടുത്തു. അയാളുടെ കണ്ണുകൾ നനഞ്ഞു. അതേ സമയത്ത് ആരോ വീണ്ടും അക്കോഡിയൻ വായിക്കാൻ തുടങ്ങി. കപ്തുറാക് ഇബിൻസ്കൂസയോട് അടുത്തൊരുവട്ടം കളികൂടി തുടങ്ങാമോയെന്നു ചോദിച്ചു.

"പിന്നെന്താ.."

എന്നായിരുന്നു മറുപടി.

അവർ നാലാംവട്ടം കളി ആരംഭിച്ചു. ഇബിൻസ്കൂസ ഒരിക്കൽക്കൂടി തോറ്റു.

ഇബിൻസ്കൂസ മേശവിട്ട് എഴുന്നേല്ക്കാൻ തുടങ്ങുമ്പോൾ വെളുപ്പാൻകാലം ആയിരുന്നു. അയാൾ പടിക്കെട്ടിലേക്കു കടന്നു. ഇരുകൈകളും കൈവരിയിൽ പിടിച്ചുകൊണ്ട് ഏറെനേരം നിന്നു. പിന്നെ ആടിയാടി മുറിക്കുള്ളിലേക്കു പോയി. മുമ്പ് പട്ടാളത്തിലുണ്ടായിരുന്നപ്പോൾ യുദ്ധസമയത്ത് ചെയ്തിരുന്നപോലെ വസ്ത്രങ്ങളെല്ലാം ധരിച്ച് അയാൾ കിടക്കയിലേക്കു വീണു. സ്വപ്നങ്ങളൊന്നും കാണാതെ ശാന്തനായി ഉറങ്ങി. പുലർച്ചയ്ക്ക് ആദ്യത്തെ കിളി കരഞ്ഞപ്പോൾ അയാൾ ചാടിയെഴുന്നേറ്റു. എവിടെയാണ് താൻ കിടക്കുന്നതെന്ന് അയാൾക്ക് ഓർമ്മവന്നു. ഇവിടെ ഈ അതിർത്തി സത്രത്തിലാണ് താൻ. അത് അയാളെ ഒട്ടും സംശയിപ്പിച്ചില്ല.

അയാൾ കുളിച്ചില്ല. ഷൗരം ചെയ്തില്ല. അതയാളെ അസ്വസ്ഥനാക്കി. അയാൾ പ്രസന്നരഹിതനായും ക്ഷീണിതനായും കാണപ്പെട്ടു. ഇതൊക്കെയാണെങ്കിലും അയാൾ പടിക്കെട്ടുകളിറങ്ങി താഴേക്കുപോയി.

തുറന്ന പാതയിലൂടെ ഗ്രീഷ്മസൂര്യന്റെ തീക്ഷ്ണജ്വാലകൾ അകത്തേക്കു കടന്നുകഴിഞ്ഞിരുന്നു. അഭയാർത്ഥികൾ തറയിൽ വീണുറങ്ങുന്നു. സൂര്യരശ്മികൾക്കും അവരെ ഉണർത്താനായില്ല.

കറുത്തപക്ഷികളുടെ കരച്ചിലിനുപോലും അതിനു കഴിഞ്ഞില്ല.

തന്റെ കാല്ച്ചുവട്ടിൽ ഉറങ്ങിക്കിടക്കുന്ന അഭയാർത്ഥികൾക്കിടയിലിരുന്ന് ഇൻസ്പെക്ടർ ഇബിൻസ്കൂസ ചായകുടിച്ചു.

ഒണുഫ്രി അയാൾക്ക് വിളമ്പി.

"യുഫീമിയ എവിടെ?"

അയാൾ ചോദിച്ചു.

"എനിക്കറിയില്ല."

"അവളെയെനിക്കു കാണണണം. പ്രധാനപ്പെട്ടൊരു കാര്യം പറയാനുണ്ട്."

"ശരി."

ഒണുഫ്രി പറഞ്ഞു.

ഇബിൻസ്കൂസ അവിടെത്തന്നെയിരുന്നു. അവൾ വേഗമെത്തി. മുഖംകഴുകാതെയും ഷൗരം ചെയ്യാതെയും അവൾക്കുമുന്നിൽ നില്ക്കാനിടയായതിൽ അയാൾ ലജ്ജിച്ചു.

"രാത്രി മുഴുവൻ ഞാൻ കാത്തിരിക്കുകയായിരുന്നു."

അയാൾ പറഞ്ഞു.

"അതിനെന്താ ഇപ്പോൾ കണ്ടോളൂ. ഇന്നലെ രാത്രി ഇവിടെ കഴിയുകയായിരുന്നോ?"

താനിവിടെ തങ്ങാനായി എത്തിയിരിക്കുകയാണെന്നകാര്യം അയാൾക്ക് പൂർണ്ണമായി ഗ്രഹിക്കാനായില്ല. എത്ര ലളിതമായിരുന്നു അത്. അയാളുടെ വീട്ടിൽ അയാൾക്കായി കാത്തിരിക്കുന്നത് എന്താവും?

"അതെ." തുറന്നുകിടക്കുന്ന വാതിലിലേക്കുനോക്കി തന്നോടെന്നപോലെ അയാൾ പറഞ്ഞു.

തറയിൽ കിടന്നിരുന്ന അഭയാർത്ഥികൾ ഓരോരുത്തരായി ഉണരാൻ തുടങ്ങി. അവർ നിരുന്മേഷവാന്മാരായി എഴുന്നേറ്റിരുന്നു. നേരം പുലർന്നുവെന്ന് അപ്പോഴാണവർക്ക് മനസ്സിലായത്. അവർ മുഖം കഴുകാനായി മുറ്റത്തെ കിണറിനടുത്തേക്കു നടന്നു.

ബാർ പാർലറിൽ ഇബിൻസ്കൂസ യുഫീമിയയോടൊപ്പം ഏകനായിരുന്നു. ആ സല്ക്കാരമുറി കൂടുതൽ കൂടുതൽ വലുതായി വരുന്നതായി അയാൾക്കു തോന്നി. എല്ലാ പുലർച്ചയ്ക്കും ഇതിങ്ങനെയായിരിക്കും എന്നയാൾ കരുതി. പുലരിയുടെയും തലേദിവസത്തിന്റെയും സമ്മിശ്ര ഗന്ധം മനുഷ്യരുടെയും അവരുടെ വസ്ത്രങ്ങളുടെയും ഉറക്കത്തിന്റെയും ബ്രാന്റിയുടെയും മധുരചാരായത്തിന്റെയും ഗന്ധത്തിനോടൊപ്പം കലർന്നു. ഒപ്പം വേനലിന്റെയും യുഫീമിയയുടെയും ഗന്ധവും പാവം ഇബിൻസ്കൂസയെ എതിരേറ്റു. അതയാളെയാകെ ആശയക്കുഴപ്പത്തിലാക്കി.

അയാളുടെ മനസ്സിലൂടെ പലകാര്യങ്ങൾ കടന്നുപോയി. അയാൾക്കു പറയാനായി യാതൊന്നും ശേഷിച്ചിരുന്നില്ല. യുഫീമിയ അയാൾക്കരികിലുണ്ടായിരുന്നു. അയാൾ പെട്ടെന്ന് ഹൃദയപൂർവ്വം നിറഞ്ഞ പ്രലോഭനത്തോടെ അവളെ കെട്ടിപ്പുണരാനും ചുംബിക്കാനും തുടങ്ങി. വാതിൽ തുറന്ന് ആളുകൾ അകത്തേക്ക് പ്രവേശിക്കാൻ തുടങ്ങിയതോടെ അയാൾ ലളിതമായി എന്നാൽ സമൃദ്ധമായി ഇങ്ങനെ പറഞ്ഞു.

"ഞാൻ നിന്നെ സ്നേഹിക്കുന്നു."

ഇത്രയും പറഞ്ഞ് അയാൾ എഴുന്നേറ്റു. കുതിരയെ വണ്ടിയിൽ ബന്ധിച്ചു. തന്റെ സാമാനങ്ങൾ എടുക്കാനായി അയാൾ വീട്ടിലേക്കു കുതിച്ചു.

ഇരുപത്തിയഞ്ച്

വേനലറുതിവരെ ഇബിൻസ്കൂസ സന്തുഷ്ടനായിരുന്നു. പ്രണയവും അത് ഒരു പുരുഷനിൽ സൃഷ്ടിക്കുന്ന ചലനങ്ങളും അയാളിലും വലിയ മാറ്റങ്ങൾ കൊണ്ടുവന്നു. സത്യസന്ധനും ലാഘവചിത്തനുമായ അയാൾ തന്റെ ആദ്യ പ്രലോഭനത്തെ അത്യാഹ്ലാദത്തോടെ വരവേറ്റു. നീണ്ട വേനൽപ്പകലുകൾ മാത്രം സജീവവും ഹ്രസ്വവുമായ പകലുകൾക്ക് പിന്നുരരചിച്ചു. യുഫീമിയയില്ലാത്ത പകലുകളിൽ ഒരാൾ എന്തു ചെയ്തു എന്നകാര്യം ഗണനീയമേ ആയിരുന്നില്ല.

ആഴ്ചയിലൊരിക്കൽ ഇബിൻസ്കൂസ സ്വന്തം വീട്ടിലേക്കു പോകും. അയൽക്കാർ മുഖേന സൃഷ്ടിക്കപ്പെടുന്ന ചുമതലാബോധം മാത്രമായിരുന്നു അതിനുപിന്നിൽ. അയാൾ ജാദ്‌ലോക്കറുടെ പെണ്ണിനൊപ്പമാണ് കഴിയുന്നതെന്ന് അയൽക്കാർക്കെല്ലാം അറിയാമായിരുന്നു. എന്നാൽ അയാൾ അവർക്കുനേരെ പുലർത്തിയിരുന്ന വിരക്തിയാണവർ അയാൾക്കുനേരെയും പുലർത്തിയിരുന്നത്. അയാളിൽ നിക്ഷിപ്തമായിരുന്ന ചുമതലകളെപ്പറ്റി അയാൾ ഉൽക്കണ്ഠപ്പെട്ടിട്ടില്ല. സത്രവും അനുബന്ധമായുള്ള കടയും നോക്കിനടത്തിയിരുന്നത് യുഫീമിയ ഒറ്റയ്ക്കായിരുന്നു. അതിർത്തിക്കപ്പുറത്തുനിന്നു വന്ന കടലാസ്സുകളും അവളാണ് നോക്കിയിരുന്നത്. തന്റെ വിലക്ഷണമായ കൈപ്പടയാൽ അവൾ എല്ലാ കടലാസുകളിലെയും വിവരങ്ങൾ രജിസ്റ്ററിൽ ചേർക്കും. പരിശോധനയ്ക്കെത്തുന്ന പൊലീസുകാർ പേരിനുവേണ്ടി മാത്രമേ അതു നോക്കുകയുള്ളൂവെങ്കിലും.

അങ്ങനെ ശരത്കാലവും വന്നുചേർന്നു. എല്ലാ ശരത്കാലത്തുമെന്നപോലെ ഈ ശരത്തിലും ചെസ്നട്ട് വറുക്കുന്ന പാത്രങ്ങളും ഒപ്പം സെമഷ്കിനും എത്തിച്ചേർന്നു. സെമഷ്കിൻ ബസ്സറാബിയയിലെ ഉഷ്ന

യിൽനിന്നും ഇവിടെയെത്തുന്നവനാണ്. എല്ലാ വിരുന്നു വേളകളിലും അവൾ പറയുമായിരുന്നു ഈ സെമഷ്കിൻ അവളുടെ അകന്ന ഒരു ബന്ധുവാണെന്ന്. അവൻ അവളുടെ കാമുകനായിരുന്നു. ലോകത്തിനാകെ അതറിയാം. അതൊരു രഹസ്യമേ ആയിരുന്നില്ല. ജാദ്ലോക്കർ പോലും അവനോട് പൊരുത്തപ്പെട്ടിരുന്നു. സെമഷ്കിൻ എല്ലാ ഒക്ടോബർ മാസങ്ങളിലും എത്തിച്ചേരാറുണ്ട്. ശീതകാലംവരെ തുടരും. നിരവധി ചാക്കുകൾ നിറയെ ചെസ്നട്ടും അത് വറുത്തെടുക്കാനുള്ള പാത്രവും അയാൾ ഒപ്പം കൊണ്ടുവരും. വറവുപാത്രത്തിന് നാലു കറുത്ത കാലുകളുണ്ടാകും. അയാളെയും വറുത്തെടുത്തതെന്നാണ് പലരും കരുതിയത്. അത്രയും അപരത്വം ആളുകൾക്ക് അനുഭവപ്പെട്ടിരുന്നു. ബസ്സറാബിയയും കാക്കസസും ക്രീമിയയും അയാളോടു കാണിച്ചതാണത്. അയാളുടെ കണ്ണുകൾ ചെസ്നട്ട് വറുത്തെടുക്കുന്ന കരിയെ അനുസ്മരിപ്പിച്ചു. അയാളുടെ നേർത്തിടുങ്ങിയ താടി മുടിപ്പിന്നിനെ ഓർമ്മിപ്പിച്ചു. അത് ഇരുമ്പടുപ്പിനെക്കാൾ കറുത്തതായിരുന്നു. അയാളുടെ കൈകാലുകൾ തവിട്ടുനിറത്തിലുള്ള ചെസ്നട്ടിനെപ്പോലെ കാണപ്പെട്ടു. അയാൾ തലയിൽ എപ്പോഴും ഒരു രോമത്തൊപ്പി ധരിച്ചിരുന്നു. ശരീരത്തിനുചുറ്റും സാധാരണ ജിപ്സികൾ ഉപയോഗിക്കുന്ന ആട്ടിൻതോൽ പുതച്ചിരുന്നു. അയാളുടെ വീതിയേറിയ പാദങ്ങളിൽ തടിയൻ ബൂട്ടുണ്ടായിരുന്നു. ആ ബൂട്ടുകൾ മുട്ടുവരെ നീണ്ടു. ബെൽറ്റിനോട് ചേർന്ന് ചെറിമരശിഖരത്തിന്റെ നാലുമുനകളുള്ള ചെറിയ ഒരു കുന്തം പറ്റിപ്പിടിച്ചിരുന്നു. ചുരുക്കത്തിൽ കടുത്തൊരു തണുപ്പുകാലത്തെ നേരിടാൻവിധം അണിയിച്ചൊരുക്കപ്പെട്ട നിലയിലായിരുന്നു അയാൾ കാണപ്പെട്ടത്.

അയാൾ സൽസ്വഭാവിയായ മൃദുലചിത്തനായിരുന്നു. പലഭാഷകളുടെ സങ്കരമായിരുന്നു അയാൾ സംസാരിച്ചിരുന്നത്. ആ ജില്ലക്കാർക്ക് അയാൾ പറയുന്നതൊന്നും മനസ്സിലായില്ല. അവർക്കയാൾ വെറുമൊരു ജിപ്സി മാത്രമാണ്. അയാളുടെ പേരുതന്നെ സെമഷ്കിൻ ആണെന്ന് ചുരുക്കം പേർക്കേ അറിയുമായിരുന്നുള്ളൂ. അയാളുടെ മുഴുവൻ പേര് കോൺസ്റ്റന്റീൻ സെമഷ്കിൻ എന്നായിരുന്നു. ഒരു ഡ്രയറിന് അയാൾ ഇരുപത് ചെസ്നട്ടാണ് വിറ്റിരുന്നത്. അയാൾ അയാളുടെ ചരക്കുകൾ നുറുക്കിനല്കി. എപ്പോഴും ചിരിച്ചുകൊണ്ടാണിരിപ്പ്. വലിയ പല്ലുകൾ കറുത്ത താടിക്കിടയിൽ തിളങ്ങി. ഒരു വെളുത്ത പിയാനക്കട്ടപോലെ ആളുകളതിനെ കണക്കാക്കി.

ആ ജില്ലയിൽ ചെസ്നട്ട് വറുക്കുന്നവർ വേറെയും രണ്ടുപേരുണ്ടായിരുന്നു. എന്നാൽ അവർക്കൊന്നും സെമഷ്കിൻ എന്ന ജിപ്സിയുടെ കീർത്തിയുണ്ടായിരുന്നില്ല. ജില്ലയുടെ ഇതരഭാഗങ്ങളിൽനിന്നും ആളുകൾ അയാളുടെ വറുത്ത ചെസ്നട്ട് തേടിയെത്തി. വറുക്കാത്ത ചെസ്നട്ട് ഒരു പൗണ്ടിന് അയാൾ പത്ത് ഫെന്നിങ് ഈടാക്കി.

സെമഷ്കിൻ യുഫീമിയയുടെ കാമുകനായിരുന്നെന്ന കാര്യം തീർച്ചയായും ഇബിൻസ്കൂസയ്ക്ക് അറിയാമായിരുന്നു. സെമഷ്കിൻ അയാ

ളുടെ ചെസ്നട്ടുമായി മറ്റ് ജില്ലകളിലും മറ്റ് രാജ്യങ്ങളിലും പോകും. ശീതകാലത്ത് അയാൾ ഓരോവർഷവും പലപല ദേശങ്ങളിലായിരിക്കും തങ്ങുക. എന്നാൽ അടുത്ത കുറേക്കാലങ്ങളായി അയാൾ ഇക്കാലത്ത് സ്വാബിയിലെത്തിച്ചേരും. അത് യുഫീമിയയോടുള്ള കടുത്ത ആരാധന ഒന്നുകൊണ്ടുമാത്രമാണ്. വേനൽക്കാലത്ത് അയാൾ ബസറാബിയയിലെ ഉച്നയിൽ ചില കൂലിവേലകളെല്ലാമെടുത്ത് കഴിഞ്ഞുകൂടും. ചിലപ്പോൾ കരിയുണ്ടാക്കുന്നവരെയും അതൊന്നുമല്ലെങ്കിൽ കിണർ കുഴിക്കുന്നവരെയും ചവറ്റുകുഴിയെടുക്കുന്നവരെയും സഹായിച്ച് അന്നന്നത്തേക്കുള്ള അന്നം തേടും. കിഷ്നീവിനെക്കാൾ വലിയ നഗരം അയാൾ ഇനിയും കണ്ടിട്ടില്ല. ആരെയും എതിർക്കാത്ത അയാളുടെ വിചാരം യുഫീമിയ അയാളുടെ കാര്യത്തിൽ സത്യസന്ധയാണെന്നായിരുന്നു. എല്ലാ വേനൽക്കാലത്തും അയാൾ പരിചയക്കാരോടെല്ലാം പറയും ശീതകാലമാകുമ്പോൾ അയാൾ സ്വാബിയിലെ അതിർത്തി സത്രത്തിൽ ജോലി ചെയ്യുന്ന തന്റെ ഭാര്യയെക്കാണാൻ പോകുമെന്ന്. തിരികെയെത്തുമ്പോഴാകട്ടെ അയാൾ പറയും അവൾക്ക് തന്നോടൊപ്പം പോരാനായില്ലെന്നും. മറ്റുള്ളവർ വസന്തകാലത്തിനായി കാത്തിരിക്കുംപോലെയാണയാൾ ശരത്കാലത്തെ കാത്തിരിക്കുന്നത്.

സെമഷ്കിന്റെ ഗുണങ്ങളിൽ ഇബിൻസ്കൂസ അല്പമെങ്കിലും അംഗീകരിച്ചിരുന്നത് അയാളുടെ നല്ല മനസ്സിനെയാണ്. എന്നാൽ സെമഷ്കിൻ ഒരു തെമ്മാടിയായിരുന്നെങ്കിലെന്ന് അയാൾ ആശിച്ചു. യുഫീമിയയും സെമഷ്കിനും പരസ്പരം ആശ്ലേഷിച്ചത് നിസ്സഹായതയോടും കടുത്ത ദുഃഖത്തോടും മാത്രമേ അയാൾക്ക് കണ്ടുനില്ക്കാനായുള്ളു. അവർ പരസ്പരം അപരന്റെ നീട്ടിപ്പിടിച്ച കൈകളിലേക്ക് ചെന്നുവീഴുകയായിരുന്നു. ആ ജിപ്സിയുടെ തവിട്ടുനിറത്തിലുള്ള നീണ്ട കൈകൾ യുഫീമിയയുടെ നിതംബത്തിൽ അമർത്തിപ്പിടിച്ച് അയാളിലേക്കു ചേർത്തുനിർത്തി. മാത്രമല്ല ഇബിസ്കൂസയെ ഞെട്ടിച്ചുകൊണ്ട് അവളുടെ മുലകൾ അവന്റെ നെഞ്ചോടു ചേർത്തുപിടിച്ചു. അവനതിന് അവകാശമുണ്ടെന്നപോലെ.

എല്ലാവർഷത്തെയുംപോലെ സെമഷ്കിൻ തന്റെ സാമഗ്രികളെല്ലാം ഒരു ഉന്തുവണ്ടിയിലാണ് കൊണ്ടുവന്നത്. ഒരു നായയാണ് ആ വണ്ടി വലിച്ചത്. അയാൾ തന്റെ ഉന്തുവണ്ടിയെയും നായയെയും സത്രത്തിന്റെ ചായ്പ്പിലാക്കി. തന്റെ ചെസ്നട്ടുകളും വറവുചട്ടിയുമായി അയാൾ സത്രത്തിന്റെ മുന്നിലൊരിടത്ത് സ്ഥാനമുറപ്പിച്ചു. പെട്ടെന്ന് അവിടെമാകെ ശരത്കാല ഗന്ധം നിറഞ്ഞു. അവിടമാകെ സെമഷ്കിൻ ധരിച്ചിരുന്ന ആട്ടിൻതോലിന്റെയും ജ്വലിക്കുന്ന കരിയുടെയും വറുത്തെടുത്ത ചെസ്നട്ടിന്റെയും മണം പരന്നു. ഇതെല്ലാം കൂടിച്ചേർന്ന അന്തരീക്ഷം സെമഷ്കിന്റെ വരവിനെ കുറിച്ചു.

ഒരുമണിക്കൂർ പിന്നിട്ടതേയുള്ളു. നാനാഭാഗത്തുനിന്നും ആളുകൾ വറുത്ത ചെസ്നട്ട് വാങ്ങാൻ സ്വാബിയിലേക്ക് എത്താൻ തുടങ്ങി.

സെമഷ്കിൻ വറുത്തതും വറുക്കാത്തതുമായ ചെസ്നട്ട് തൂക്കിവിൽക്കുന്ന സ്ഥലത്ത് ഒരു ആൾക്കൂട്ടം രൂപപ്പെട്ടു. ആൾക്കൂട്ടത്തിന്റെ ഒത്ത നടുവിലായി കല്ക്കരി പഴുത്തു ചുവന്നു. അതിന്മേലാണ് ചെസ്നട്ട് വറുത്തെടുത്തത്. ഇനിയും അവിടെ ഒരു സംശയവും ബാക്കിവയ്ക്കാതെ ശീതകാലം എത്തിക്കഴിഞ്ഞു. സ്വാബിയയിൽ ഇപ്പോൾ തണുപ്പാണ്. ശീതകാല ആഗമനത്തോടെ ഇബിൻസ്കുസയുടെ വേദനകളും ആരംഭിക്കുകയാണ്.

ഇരുപത്തിയാറ്

അതെ, അപ്പോഴാണ് ഇൻസ്പെക്ടർ ഇബിൻസ്കൂസയുടെ യാതനകൾ ആരംഭിച്ചത്.

"ഇവിടെ ഇനിമുതൽ നിങ്ങൾക്കിങ്ങനെ താമസിക്കാനാകില്ല. നിങ്ങൾക്കറിയാമല്ലോ സെമഷ്കിൻ എത്തിക്കഴിഞ്ഞു."

ഒരുദിവസം യുഫീമിയ പറഞ്ഞു.

"അയാൾ എനിക്കാരാണ്? നിങ്ങൾക്കും?"

"സെമഷ്കിൻ എല്ലാ ശീതകാലത്തും വരുന്നതാണ്. ഞാൻ അയാളുടേതാണ്."

"നിന്നെ കരുതിയാണ് എന്റെ വീടുവിട്ടത്. ഭാര്യയെയും മകനെയും ഉപേക്ഷിച്ചത്. (എന്റെ മകനെയും എന്നു പറയാതിരിക്കാൻ അയാൾ ശ്രദ്ധിച്ചു.) ഇപ്പോൾ നീയെന്നെ ഇറക്കിവിടുകയാണോ?"

"അതങ്ങനെതന്നെയാണ്."

അവൾ കിടക്കയിൽ എഴുന്നേറ്റിരുന്നു. ജനാലയിലൂടെ തിളങ്ങിനില്ക്കുന്ന ചന്ദ്രനെ കാണാം. അയാൾക്കവളോട് പ്രിയംതോന്നി. മുമ്പൊരിക്കലും അയാൾ അവളെ ഇത്രമാത്രം പരിഗണിച്ചിട്ടില്ല. ചന്ദ്രന്റെ മങ്ങിയ വെട്ടത്തിൽ അവൾ കൂടുതൽ സുന്ദരിയായും ആഗ്രഹമുണർത്തുന്നവളായും കാണപ്പെട്ടു. മുമ്പൊരിക്കലും അവളെ വിവസ്ത്രയായി കണ്ടിട്ടില്ലാത്തതുപോലെയായിരുന്നു അയാളുടെ നോട്ടം. അവളുടെ ശരീരത്തിന്റെ നിമ്നോന്നതങ്ങൾ അയാൾക്ക് സുപരിചിതങ്ങളാണ്. ഒരുപക്ഷേ, അവളുടെ മുഖത്തേക്കാൾ.

ഇപ്പോഴോ? അയാൾ സ്വയം ചോദിച്ചു. എന്തുകൊണ്ടിങ്ങനെയൊക്കെ സംഭവിക്കുന്നു? ആ സ്ത്രീയെ അയാൾ വെറുക്കാൻ തുടങ്ങി.

അയാൾക്ക് ദേഷ്യം കൂടുന്നതിനനുസരിച്ച് അവൾ കൂടുതൽ വിലപ്പെട്ട തായിത്തോന്നി. അയാളുടെ ദേഷ്യത്തിനനുസരിച്ച് അവളുടെ ചന്തവും കൂടിവന്നു. തന്റെ ദേഷ്യമാണവളുടെ സൗന്ദര്യത്തിനു ആധാരമെന്നതു പോലെ. അയാൾ എഴുന്നേറ്റിരുന്ന് അവളുടെ ചുമലുകളിൽ അമർത്തി പ്പിടിച്ചു. അവളുടെ ശരീരം അയാളുടെ കൈകൾക്കുള്ളിൽ ഞെരിപിരി കൊണ്ടു. അയാൾ അവൾക്കുമേൽ ബലം പ്രയോഗിച്ചു. അങ്ങനെ പിടി ച്ചുകൊണ്ട് തലയണയോടു ചേർത്തു. അവളെ താൻ വേദനിപ്പിക്കുക യാണെന്ന് അയാൾക്കറിയാം. അവൾ ഒന്ന് അനങ്ങുകയോ മുരളുകയോ ചെയ്തില്ല. അത് അയാളെ കൂടുതൽ രോഷാകുലനാക്കി. അയാൾ അവൾക്കുമേൽ വീണു. അവളെ സ്നേഹിക്കുമ്പോൾ തന്നെ നശിപ്പി ക്കാനും നോക്കുന്നതായി അയാൾക്കനുഭവപ്പെട്ടു. അവളിൽനിന്നും അല്പ മെങ്കിലും വേദനയുടെ സ്വരം പുറത്തുവരാൻ അയാൾ കാത്തു. അവൾ അനങ്ങാതെയും മരവിച്ചും ഇരുന്നു. അയാൾ യുഫീമിയയോടൊപ്പമല്ല, അവളുടെ നിഴലിനൊപ്പമാണ് ശയിക്കുന്നതെന്നപോലെയായിരുന്നു അവ ളുടെ പ്രതികരണം. അപ്പോൾ അവൾ എവിടെയായിരുന്നു? അവൾ പടി ക്കെട്ടുകളിറങ്ങി സെമഷ്കിന്റെ കൈകളിൽ വീണുകഴിഞ്ഞോ?

"എന്തെങ്കിലും പറയൂ." അയാൾ പറഞ്ഞു.

അവൾ ഒരു നിഴലാണെന്ന അയാളുടെ തോന്നലിനെ ശരിവയ്ക്കും വിധം നിശ്ശബ്ദയായിരുന്നു.

"നീ എന്താണൊന്നും മിണ്ടാത്തത്?"

"എനിക്കറിയില്ല. പറയാനുള്ളതെല്ലാം ഞാൻ പറഞ്ഞുകഴിഞ്ഞു."

"നീ ശരിക്കും സെമഷ്കിനൊപ്പം പോവുകയാണോ?"

"എനിക്കങ്ങനെ ചെയ്യണം."

"എന്തുകൊണ്ട്?"

"എനിക്കറിയില്ല."

"അപ്പോൾ ഞാൻ പോകണം."

"അതെ."

"നീയെന്നെ സ്നേഹിക്കുന്നുണ്ടോ?"

"എനിക്കറിയില്ല,"

"നീ സെമഷ്കിനെ സ്നേഹിക്കുന്നുണ്ടോ?"

"ഞാൻ അയാൾക്കുള്ളതാണ്."

"എന്തുകൊണ്ട്?"

"എനിക്കറിയില്ല."

അവൾ നീങ്ങിക്കിടന്നു. വേഗംതന്നെ ഉറങ്ങി. പറയാതെ പുറപ്പെട്ട യാത്രപോലെ.

ജനലിലൂടെ ചന്ദ്രനെ നോക്കിക്കിടക്കുമ്പോൾ താനൊരു കഥയില്ലാ ത്തവനും വിഡ്ഢിയുമാണെന്നയാൾക്കു തോന്നി.

"ഏതു ചെകുത്താനാണ് തന്നെ യുഫിമീയക്കടുത്തെത്തിച്ചത്."

തനിക്ക് ഭ്രാന്തുപിടിച്ചതായി അയാൾക്കുതോന്നി.

"ആരാണ് ഈ ലോകത്തെ യഥാർത്ഥത്തിൽ നിയന്ത്രിക്കുന്നത്?"

അയാളുടെ മനസ്സുപുകഞ്ഞു. അത്രയും ഭയപ്പെട്ടാണ് അയാളതു പറഞ്ഞത്. അയാളുടെ വിധി മുൻകൂട്ടി തയ്യാറാക്കിയ ദൈവത്തെ വെറുത്തു. കിടക്കയിൽ എഴുന്നേറ്റിരുന്ന് അയാൾ ഉറക്കെ ചോദിച്ചു.

"ആരാണ് ഈ ലോകത്തെ യഥാർത്ഥത്തിൽ നിയന്ത്രിക്കുന്നത്?"

മരണഭയം നഷ്ടപ്പെട്ട ഒരാൾ ആത്മഹത്യയ്ക്കു തയ്യാറാകുമ്പോഴുള്ള മാനസികാവസ്ഥയിലായിരുന്നു അയാൾ.

"യഥാർത്ഥത്തിൽ മരിച്ചോ? അതോ ഭ്രാന്തനായോ?"

അന്നയാൾ നേരത്തേ എഴുന്നേറ്റു. യുഫീമിയ അപ്പോഴും ഉറക്കത്തിലായിരുന്നു. അവളെ ഏറെനേരം അയാൾ നോക്കിനിന്നു. വളരെ അകലത്തിലായിക്കഴിഞ്ഞ യുഫീമിയയുടെ ഉറങ്ങുന്ന പ്രതിച്ഛായ. കൈകൾ കൂട്ടിച്ചേർത്ത് അതിന്മേൽ തലവെച്ചായിരുന്നു അവളുടെ ഉറക്കം. അത് അസാധാരണമായ ഒരു കാഴ്ചയായിരുന്നു. അയാൾ തന്നെ നോക്കിനില്ക്കുന്നു എന്നു മനസ്സിലാക്കിയായിരുന്നു ആ കിടപ്പ്.

എല്ലാ പ്രഭാതങ്ങളിലും ചെയ്തിരുന്നപോലെ അയാൾ കുളിച്ച് ശ്രദ്ധയോടെ ക്ഷൗരം ചെയ്യാൻ തുടങ്ങി. ഒരു മണിക്കൂറോളം സമയം തന്റെ മുഖത്തുതന്നെ ശ്രദ്ധയൂന്നിയുള്ള ആ നില്പ് അയാളുടെ സൈനിക ജീവിതത്തിന്റെ സംഭാവനയായിരുന്നു. അയാൾ തന്റെ കോട്ടും വെയ്സ്റ്റ് കോട്ടും പേന്റും തുടച്ചുവൃത്തിയാക്കി മടക്കിവച്ചു. യുഫീമിയയെ ഉണർത്താതിരിക്കാൻ പരമാവധി ശ്രദ്ധിച്ചു. സാമാനങ്ങളെല്ലാം ട്രങ്കിൽ നിറച്ചു. അതു ചെയ്യുമ്പോഴും ഇവിടെ തനിക്ക് ചെയ്യാനായി കാര്യങ്ങൾ ഇനിയും ബാക്കിയാണെന്ന് ഒരു തോന്നൽ അയാൾക്കുണ്ടായി. അയാൾ ട്രങ്ക് അവിടെത്തന്നെ വച്ചു. ഔദ്യോഗിക ചുമതലയെക്കുറിച്ചുള്ള ബോധം അയാളിൽ പ്രവർത്തിച്ചു. പാദാഗ്രം തറയിലൂന്നി അയാൾ പുറത്തേക്കു നടന്നു.

തന്റെ സ്വീകരണമുറിയിൽ അയാൾ സെമഷ്കിനെ കണ്ടു. സെമഷ്കിൻ അയാളെ നോക്കി പുഞ്ചിരിച്ചു. അയാൾ ചായകുടിക്കുകയും ഉപ്പു പുരട്ടി റൊട്ടി കഴിക്കുകയുമായിരുന്നു. റൊട്ടിയിലല്ല തന്റെ മേലാണ് അയാൾ ഉപ്പു പുരട്ടുന്നതെന്ന് ഇബിൻസ്കൂസ കരുതി.

സ്വയം നിയന്ത്രിച്ച് അയാൾ പറഞ്ഞു.

"സുപ്രഭാതം സെമഷ്കിൻ."

അപ്പോൾ അയാളുടെ ഉള്ളിൽ വെറുപ്പ് എരിഞ്ഞുനീറി. എന്നിട്ടും അയാൾ സെമഷ്കിനെ വന്ദിച്ചു.

അവിടെയിരിക്കുമ്പോൾ അയാൾ യുഫീമിയയെ കൂടുതൽ വെറുത്തു. അവിടെനിന്നും പുറത്തിങ്ങിക്കഴിയുമ്പോൾ തനിക്ക് കാര്യ

ങ്ങൾ കൂടുതൽ വ്യക്തതയോടെ കാണാനാകുമെന്ന് അയാൾ കരുതി.

ബുദ്ധിശാലിയായ ഒരു കുതിര തനിക്കുള്ളത് നന്നായെന്ന് അയാൾ വിചാരിച്ചു. അങ്ങനെയൊന്നുണ്ടായിരുന്നില്ലെങ്കിൽ ഇബിൻസ്കൂസയ്ക്ക് തന്റെ വീട്ടിലേക്കുള്ള വഴി കണ്ടെത്താനാകുമായിരുന്നില്ല.

ആദ്യം അയാൾ ഒഫീസിലെത്തി. കുറേദിവസങ്ങളായി അയാൾ ഫയലുകൾ നോക്കിയിരുന്നില്ല. അതെല്ലാമവിടെ മേശമേൽ കുന്നുകൂടി കിടന്നു.

തന്നെ കാത്തിരിക്കുന്ന ഫയലുകളെ അയാൾ പേടിച്ചു.

ഇരുപത്തേഴ്

ആ ആഴ്ച പൂർണ്ണമായും ഇബിൻസ്കൂസ വീട്ടിൽത്തന്നെയിരുന്നു. ചിലപ്പോഴൊക്കെ കുഞ്ഞിന്റെ കരച്ചിൽ കേട്ടിരുന്നുവെങ്കിലും അയാൾ റജീനയെ കണ്ടില്ല.

ഒരുദിവസം സർജന്റ് സ്ലാമയോടൊപ്പം കുതിരവണ്ടിയിൽ സഞ്ചരിക്കവെ അയാൾ തന്റെ മനസ്സുതുറന്നു. ബ്ലോട്ടിയിലേക്കുള്ള യാത്രാമദ്ധ്യേയായിരുന്നു അവർ. അയാളുടെ ഹൃദയം ഭാരംകൊണ്ട് വിങ്ങി. വിദൂരവും തുറസ്സുമായ ഇടത്തിലൂടെയുള്ള ഈ യാത്രയിൽ ഒപ്പം സ്ലാമമാത്രമേയുള്ളൂ. അയാൾക്കെന്തെങ്കിലും പറഞ്ഞേ മതിയാകൂ. അയാളോടല്ലാതെ മറ്റാരോടാണു പറയാനാവുക. ആളുകൾ പരസ്പരം സംസാരിക്കണം.

ഇൻസ്പെക്ടർ സർജന്റിനോട് തന്റെ കഥ പറഞ്ഞു. യുഫീമിയയെ കണ്ടുമുട്ടുന്നവരെ തന്റെ ജീവിതത്തിന് ഒരർത്ഥവും ഉണ്ടായിരുന്നില്ല. തന്റെ ഭാര്യക്ക് ക്ലർക്ക് ജോസഫ് നോവാക്കിനോടുള്ള അവിഹിതബന്ധത്തെപ്പറ്റിയും അയാൾ സ്ലാമയോട് പറഞ്ഞു.

സർജന്റ് വളരെ ലളിതചിത്തനായ ഒരുവനായിരുന്നു. എന്നാൽ ഇബിൻസ്കൂസ പറഞ്ഞതൊക്കെയും അയാൾക്കു മനസ്സിലായി. തനിക്കെല്ലാം മനസ്സിലാവുന്നു എന്നതിന്റെ സൂചകമായി അയാൾ തന്റെ ശിരോകവചം ഇളക്കി കൈയിൽവച്ചു. ഇൻസ്പെക്ടർ പറയുന്നതുകേട്ട് തലകുലുക്കാനെന്നവണ്ണം.

തന്റെ കഥകളെല്ലാം വെളിപ്പെടുത്തിക്കഴിഞ്ഞതോടെ ഇബിൻസ്കൂസയ്ക്ക് ഹൃദയലാഘവത്വം അനുഭവപ്പെട്ടു. അയാൾ സന്തോഷത്തിന്റെ വക്കുവരെയെത്തി. എന്നാൽ അതേസമയംതന്നെ വ്യസനം ഉള്ളിലേക്കിരച്ചെത്തി.

സ്ലാമയ്ക്ക് എന്തുപറയണമെന്നറിയാതായി. എന്നാൽ ഇത്തരം വേളകളിൽ സന്തോഷകരമായ എന്തെങ്കിലും പറയേണ്ടത് സ്വാഭാവികമാണല്ലോ. അയാൾ മൃദുവായും സത്യസന്ധമായും ഇങ്ങനെ പറഞ്ഞു.

"ഇതുമായി എനിക്ക് തീരെ പൊരുത്തപ്പെടാനാവുന്നില്ല."

ഇബിൻസ്കൂസയെ സംതൃപ്തനാക്കാനാണയാൾ നോക്കിയത്. എന്നാൽ അതയാളെ കുടുതൽ വിഷണ്ണനാക്കി.

അയാൾ തുടർന്നു.

"ഞാനും എന്റെ ഭാര്യയാൽ വഞ്ചിതനായിട്ടുണ്ട്. അവൾക്ക് ജില്ലാ ഗവർണ്ണറുടെ മകനുമായി ബന്ധമുണ്ടായിരുന്നു. അവൾ ഒരു പ്രസവത്തിൽ മരണപ്പെട്ടു.

ഇബിൻസ്കൂസയ്ക്ക് ആ കഥയിൽ ഒരു താല്പര്യവുമുണ്ടായിരുന്നില്ല. അയാൾ യാന്ത്രികമായി ഇങ്ങനെ പറഞ്ഞു.

"കഷ്ടമായിപ്പോയി."

അയാൾക്ക് സ്വന്തം വിധിയെപ്പറ്റിമാത്രമായിരുന്നു ചിന്ത. സ്ലാമയുടെ മരണപ്പെട്ട ഭാര്യ അയാൾക്കാരാണ്?

എന്നാൽ സ്വന്തം കഥാകഥനത്തിൽ തുറക്കപ്പെട്ട ഹൃദയവുമായി മുന്നോട്ടുതന്നെ പോയി.

"പന്ത്രണ്ടു കൊല്ലക്കാലം ഒന്നിച്ചുകഴിഞ്ഞു. അവൻ ഒരു പുരുഷനായി കഴിഞ്ഞിട്ടുപോലുമുണ്ടായിരുന്നില്ല. വെറുമൊരു പയ്യൻ. ഗവർണ്ണറുടെ മകൻ. അവൻ സൈനിക പരിശീലനത്തിലായിരുന്നു."

സൈനിക പരിശീലനത്തിലുള്ളവൻ എന്നതിന് പ്രത്യേകത എന്തോ ഉണ്ടെന്ന രീതിയിൽ അയാൾ പറഞ്ഞു. "മൊറേവിയിലെ വൈസ്കർച്ചിനിൽനിന്നുള്ള ഒരു കുതിരപ്പടയാളിയാണവൻ."

അയാൾ പറയുന്നത് ഇബിൻസ്കൂസ ശ്രദ്ധിക്കാതെയായി. ഏതെങ്കിലും ഒരാൾ തനിക്കരികിലിരുന്ന് എന്തെങ്കിലുമൊക്കെ പറയുന്നുണ്ടെന്നതിൽ അയാൾ സന്തുഷ്ടനായിരുന്നു. മഴയുടെ ഭാഷ വശമില്ലെങ്കിലും ഒരുവൻ തോരാമഴ ഇഷ്ടപ്പെടുംപോലെ.

ബ്ലോട്ടിയിൽ അവർക്കൊരു കടമാത്രമേ സന്ദർശിക്കാനായുള്ളു. അത് പാൽക്കച്ചവടവും സത്രവും നടത്തുന്ന ബ്രോച്ചിനയുടെ കടയായിരുന്നു. ആ ദിവസം മുഴുവൻ അവർ അവിടെത്തന്നെ കഴിഞ്ഞു. ബ്രോച്ചിനയുടെ കടയിൽ അഞ്ച് കള്ള പൗണ്ട് കട്ടികളുണ്ടായിരുന്നു. അയാളുടെ പേരിൽ നടപടിക്ക് ശുപാർശ എഴുതിയ ശേഷം അവർ അയാളുടെ സത്രത്തിൽ കയറി.

ബ്രോച്ചിനർ അവരിരുന്ന മേശയ്ക്കരികിലെത്തി സംസാരിക്കാൻ തുടങ്ങി. അവർ വളരെ കർക്കശരായ ഉദ്യോഗസ്ഥരായിരുന്നു. അല്ലെങ്കിൽ തങ്ങൾ അപ്രകാരമുള്ളവരാണെന്നവർ ഭാവിച്ചു.

സന്ധ്യ മയങ്ങുവോളവും അവരാ സത്രത്തിൽ കഴിഞ്ഞു. ഒടുവിൽ ഇബിൻസ്കൂസ ഇപ്രകാരം പറഞ്ഞു.

"നമുക്ക് സ്വാബിയിലൂടെ പോയാലോ?"

അങ്ങനെയവർ അവിടെയെത്തി.

അവർ കപ്തുറാക്കിനൊപ്പം ചീട്ടുകളിച്ചു. കപ്തുറാക് വീണ്ടും വീണ്ടും ജയിച്ചുകൊണ്ടിരുന്നു. ശ്രദ്ധിച്ചു കളിക്കാൻ കഴിഞ്ഞിരുന്നെങ്കിൽ ഇബിൻസ്കൂസയ്ക്കും ജയിക്കാമായിരുന്നു. എന്നാലയാൾ യുഫീമിയയെപ്പറ്റിയും കോൺസ്റ്റാന്റിൻ സെമഷ്കിനെയും പറ്റി ഓർത്തുകൊണ്ടിരുന്നു.

നേരംതന്നെ ഇരുട്ടിയ നേരത്ത് അവരിരുവരും —യുഫീമിയയും സെമഷ്കിനും —അവരുടെ മേശയ്ക്കരികിലെത്തി. കൈകൾ പരസ്പരം കോർത്തുപിടിച്ചാണ് അവർ പടിക്കെട്ടിറങ്ങിവന്നത്. അപ്രകാരംതന്നെ മേശയ്ക്കരികിലേക്കും എത്തി. അപ്പോഴവരെക്കണ്ടാൽ സോദരീ സോദരന്മാരെന്നേ പറയൂ. ഇരുവർക്കും ഒരുപോലെ നീലിച്ചുകറുത്ത മുടിയുണ്ടായിരുന്നു.

ഈ സ്ത്രീയെ താനിപ്പോൾ നോക്കുന്നത് സ്നേഹത്താലല്ലെന്നും വെറുപ്പിനാലാണെന്നും അയാൾക്കുതോന്നി. സെമഷ്കിൻ പതിവുപോലെ തിളങ്ങുന്ന പല്ലുകൾ കാട്ടിച്ചിരിച്ചു. അയാളുടെ ബലിഷ്ഠമായ കൈകൾ അവർക്കുനേരെ നീട്ടി. അപ്പോൾ അയാൾ ഭിക്ഷനല്കുമ്പോലെ തോന്നി.

അയാൾ ഇരുന്നു. അവ്യക്തമായ സങ്കരഭാഷയിൽ ഇന്നത്തെ കച്ചവടം നന്നായിരുന്നെന്നറിയിച്ചു. സ്ലോട്ടോഗ്രോദിലെ പല പ്രദേശങ്ങളിൽ നിന്നും ആളുകൾ വറുക്കാത്ത ചെസ്നട്ട് വാങ്ങാൻ എത്തിയത്രെ.

രണ്ടു പുരുഷന്മാർക്കിടയിൽ യുഫീമിയ ഇരുന്നു. അവൾ നിശ്ശബ്ദയായിരുന്നു. കസേരയിലിരിക്കുന്ന സ്ത്രീയായല്ല മേശപ്പുറത്തുവച്ച ഒരു പൂവുപോലെയാണപ്പോളവൾ കാണപ്പെട്ടത്.

ഇബിൻസ്കൂസ അവളെത്തന്നെ നോക്കിക്കൊണ്ടിരുന്നു. അവളുടെ കണ്ണുകളിലേക്ക് നോക്കാൻ അയാൾ വ്യഥാശ്രമം നടത്തി. അവളുടെ കണ്ണുകളപ്പോൾ മറ്റെവിടേക്കോ സഞ്ചരിക്കുകയായിരുന്നു. അവളപ്പോൾ എന്താണ് ചിന്തിച്ചതെന്ന് ദൈവത്തിനുമാത്രമേ അറിയൂ.

അവൾ കളി തുടർന്നു. ഇബിൻസ്കൂസ ഒന്നുരണ്ടു കൈകൾ വിജയിച്ചു. അതിനു ലഭിച്ച പണം പോക്കറ്റിലിടുമ്പോൾ അയാൾക്ക് നാണക്കേടുതോന്നി. അയാളപ്പോഴും യുഫീമിയയെന്ന നിശ്ശബ്ദപുഷ്പത്തെ നോക്കി. അവളപ്പോഴും നിശ്ശബ്ദ തേജസ്സ് പ്രസരിപ്പിക്കുന്നുണ്ടായിരുന്നു.

ചുറ്റും പതിവുപോലെ സംഗീതമുയർന്നു. അഭയാർത്ഥികൾ നിലത്ത് വളഞ്ഞിരുന്ന് ചീട്ടുകളിച്ചു. ആവേശപൂർവ്വം ചീട്ടുകൾ വലിച്ചെറിഞ്ഞ് അവർ പാടാൻ തുടങ്ങി.

പതിവുപോലെ അവർ "അത് ഞാനാണ്, നിന്നെ പ്രണയിക്കുന്നവൻ" എന്നു തുടങ്ങുന്ന പാട്ട് പാടാൻ തുടങ്ങി.

ഒടുവിൽ യൂഫീമിയയും സെമഷ്കിനും എഴുന്നേറ്റു. കൈകൾ കോർത്തുപിടിച്ച് അവർ പടിക്കെട്ടുകൾ കയറി. പാവം ഇബിൻസ്കൂസ,

അയാൾ നിസ്സഹായനായി തന്റെ മിഴികളാൽ അവരെ പിന്തുടർന്നു. താൻ അവിടെത്തന്നെ ഇരിക്കുകയാണെന്ന് ഒടുവിൽ അയാൾ തിരിച്ചറിഞ്ഞു. അയാൾ അല്പം മദ്യപിച്ചിട്ടുണ്ടായിരുന്നു. സത്രത്തിൽത്തന്നെ പാർത്തു കൊണ്ട് സെമഷ്കിനെ പുറത്തുചാടിക്കാമെന്നയാൾക്കു തോന്നി. വീട്ടിലേക്കുപോകുന്ന കാര്യമോർത്തപ്പോൾ അയാൾ ഭയചകിതനായി. പ്രത്യേകിച്ചും വീട്ടിലെത്തി ഭാര്യയെയും നോവാക്കിന്റെ കുഞ്ഞിനെയും കാണുമെന്ന കാര്യത്തിൽ. അയാൾക്ക് താനപ്പോൾ സ്ലാമയോട് കൂടുതൽ അടുത്തതായി തോന്നി.

ഇബിൻസ്കൂസ അയാളോടു ചോദിച്ചു.

"ഞാൻ ഇവിടെ പാർക്കണമോ, സ്ലാമ പറയൂ."

ഒടുവിൽ ഇൻസ്പെക്ടർ ഇബിൻസ്കൂസ അതിർത്തി സത്രത്തിൽ പാർത്തു.

പിന്നീട് ഏതാനും ആഴ്ചകൾക്കുശേഷം താൻ എന്തിനായിരുന്നു സർജന്റ് സ്ലാമയുടെ അഭിപ്രായം തേടിയതെന്ന് അയാൾ സ്വയം ചോദിച്ചു.

എന്തൊക്കെയായാലും ഈ സമയം കാര്യങ്ങൾ ഇൻസ്പെക്ടർ ഇബിൻസ്കൂസയ്ക്ക് എതിരാവുകയായിരുന്നു.

ശൈത്യകാലം എത്തിച്ചേർന്നു.

ഇബിൻസ്കൂസ ഈ ശൈത്യകാലത്തെ ഏറെ ഭയന്നു.

ഇരുപത്തിയെട്ട്

എന്തൊരു ശൈത്യമായിരുന്നു അത്. വർഷങ്ങളായി അങ്ങനെയൊരു ശൈത്യത്തിന് സാക്ഷ്യം വഹിച്ചിട്ട്. ഭീമാകാരനായ ഒരു ചക്രവർത്തി ചാട്ടചുഴറ്റി എത്തുന്നപോലെയായിരുന്നു ശൈത്യത്തിന്റെ ക്ഷിപ്രാഗമനം. സ്ത്രൂമിങ്കാനദി ഒറ്റ ദിവസംകൊണ്ടുറഞ്ഞു. പുഴയിൽ രൂപപ്പെട്ട കട്ടിയായ മഞ്ഞുപാളികൾ വെള്ളമുറഞ്ഞുണ്ടായതാണെന്ന് വിശ്വസിക്കാനായില്ല. അത് എവിടെനിന്നോ കൊണ്ടുവന്നിട്ടതുപോലെ തോന്നി. എവിടെനിന്നാണെന്ന് ദൈവത്തിനേ അറിയൂ.

കൂരകളുടെ മുകളിൽനിന്നും കുരുവികൾ ചത്തുവീഴുകമാത്രമായിരുന്നില്ല. ചിലത് പറന്നുപോകുന്ന വഴിയിൽ ഉറഞ്ഞുപോയി. ചെറിയൊരു ചൂടുകിട്ടുമെന്ന പ്രതീക്ഷയിൽ കാക്കകളും മലങ്കാക്കകളും മനുഷ്യവാസമുള്ളിടങ്ങളോട് ചേർന്നു ജീവിച്ചു. ശൈത്യാഗമനത്തിൽത്തന്നെ കൂരകളിൽ നിന്നും ഹിമസൂചികൾ നീണ്ടു. ജനാലകൾ കട്ടിയായ മഞ്ഞിൻ പരലുകളാൽ നിർമ്മിച്ചതായി തോന്നി.

അപ്പോൾ ഇബിൻസ്കൂസയ്ക്ക് എന്തുമാത്രം ഏകാന്തതയാണനുഭവപ്പെട്ടതെന്നോ! സർജന്റ് സ്ലാമ, ബാലബൻ എന്ന കച്ചവടക്കാരൻ, കുള്ളനായ കപ്തുറാക് എന്നിങ്ങനെ ചിലരെ അറിയാമെന്നതു നേര്. എന്നാൽ അവരെല്ലാം അയാൾക്കാരാണ്? അയാളുടെ ഭീകരമായ ഈ ഏകാന്തതയിൽ അയാൾക്കറിയാവുന്ന ചിലർ അപ്പോൾ മഞ്ഞുമലകളിൽ നഷ്ടമായ ശലഭങ്ങളെപ്പോലെ തോന്നി. ഇൻസ്പെക്ടർ ഇബിൻസ്കൂസ അങ്ങേയറ്റം അസന്തുഷ്ടനായിരുന്നു. ഏതെങ്കിലുമൊരു മനുഷ്യജീവിയോടു കൂടാൻ അയാൾക്ക് തോന്നിയതേയില്ല. തന്റെ ഏകാന്തതയിൽ അയാൾ ഏറക്കുറെ സംതൃപ്തി കണ്ടെത്തി.

ഈ ദിവസങ്ങളിൽ അയാൾ അതിർത്തി സത്രത്തിലായിരുന്നു.

അയാൾ യുഫീമിയയോട് ഇക്കാലത്ത് കൂടുതൽ അടുത്തു. അവൾ പടിക്കെട്ടുകളിറങ്ങി വരുന്നതുകാണാനായി അയാൾ അതിരാവിലെ ഉറക്കമുണരും. സെമഷ്കിനു മുമ്പേ അവൾ താഴെയെത്തും. പിന്നീട് ഒരു മണിക്കൂർ കഴിയും അയാളുണരാൻ.

അയാൾ സൽസ്വഭാവി മാത്രമല്ല. കുഴിമടിയൻകൂടിയായിരുന്നു. നേരത്തെ ഉണരുവാൻ അയാൾ ഇഷ്ടപ്പെട്ടില്ല. അയാൾ പ്രഭാതങ്ങളെ വെറുത്തു. മാത്രമല്ല ചെസ്നട്ട് ആവശ്യമുള്ളവർ ഉച്ചകഴിഞ്ഞേ എത്താറുള്ളൂ. അതുകൊണ്ട് സെമഷ്കിൻ നേരത്തേ ഉണർന്നിട്ട് എന്തുചെയ്യാനാണ്. അതുകൊണ്ട് അയാൾ പ്രഭാതങ്ങളെ വെറുത്തു.

എന്നിരുന്നാലും ഇബിൻസ്കൂസ അയാൾ വരുന്നതുംകാത്ത് ക്ഷമയോടെയിരുന്നു. ഇത് അയാൾക്ക് സെമഷ്കിനോട് കൂടുതലടുക്കാൻ അവസരമുണ്ടാക്കി. ഇബിൻസ്കൂസ ക്രമേണ സെമഷ്കിനെ ഇഷ്ടപ്പെടാൻ തുടങ്ങി. ഒന്നുമില്ലെങ്കിലും അയാൾ യുഫീമിയയുടെ മധുരതരമായ ഊഷ്മളത അനുഭവിക്കുന്നുണ്ടല്ലോ. മാത്രമല്ല അതൊരു ക്രൂരമായ ശൈത്യം കൂടിയായിരുന്നു. അയാളാകട്ടെ വളരെ വളരെ ഏകാകിയും.

വളരെ ഏതാന്തത അനുഭവപ്പെടുന്നതിനാൽ ഇബിൻസ്കൂസ പലപ്പോഴും സത്രത്തിന്റെ കവാടത്തിനരികിൽപോയി നില്ക്കും. തന്റെ ഔദ്യോഗിക പദവിയെല്ലാം വിസ്മരിച്ച് അയാൾ ചെസ്നട്ട് വറുക്കുന്ന സെമഷ്കിനരികിലെത്തും. അപ്പോൾ ആളുകൾ ചെസ്നട്ട് വറുത്തതും വറുക്കാത്തതുമൊക്കെ വാങ്ങാനായെത്തും. ചിലപ്പോൾ സെമഷ്കിൻ എന്തെങ്കിലും ആവശ്യങ്ങൾക്കായി അങ്ങോട്ടോ ഇങ്ങോട്ടോ പോകുന്ന അവസരങ്ങളിൽ ഇബിൻസ്കൂസ ചെസ്നട്ട് വില്ക്കും. സെമഷ്കിൻ അയാൾക്ക് വളരെ വേണ്ടപ്പെട്ടവനായി. എന്തുകൊണ്ടാണങ്ങനെയെന്ന് അയാൾക്കറിയുമായിരുന്നില്ല. എന്നാൽ എല്ലാംകൊണ്ടും അയാൾ സെമഷ്കിനെ ഇഷ്ടപ്പെട്ടു.

ക്രമേണ ഇബിൻസ്കൂസ സെമഷ്കിനെ തന്റെ സഹോദരനെപ്പോലെ സ്നേഹിച്ചു.

ഇരുപത്തിയൊൻപത്

പ്രതീക്ഷിക്കാത്തതു സംഭവിക്കുംവരെ എല്ലാം നന്നായിപ്പോവുകയായിരുന്നു. അല്ലെങ്കിൽ എല്ലാം സഹനപരിധിക്കകത്തായിരുന്നു എന്നും പറയാം. ശൈത്യം പെട്ടെന്ന് ശൈത്യമല്ലാതായി. ഇനിമേൽ ശൈത്യമായി തുടരേണ്ടതില്ലെന്ന് ശൈത്യം സ്വയം തീരുമാനിച്ചതുപോലെയാണ് അനുഭവപ്പെട്ടത്. ക്രസ്തുമസ് കഴിഞ്ഞ് ഒരാഴ്ച പിന്നിട്ടിരുന്നതേയുള്ളൂ. അപ്പോഴാണ് സ്രൂമിങ്ക നദിയിലെ മഞ്ഞുപാളികൾ പൊട്ടിമാറുന്ന ശബ്ദം കേട്ട് പ്രദേശവാസികൾ ഞെട്ടിയത്. ആ നാട്ടിലെ പഴയ വിശ്വാസമനുസരിച്ച് അകാലത്തിലുള്ള ഈ മഞ്ഞുരുകൽ അർത്ഥമാക്കുന്നത് വരുന്ന വേനൽക്കാലം ദൗർഭാഗ്യം കൊണ്ടുവരുമെന്നാണ്. എല്ലാവരും പേടിക്കുകയും പേടിച്ചരണ്ട മുഖങ്ങളുമായി കഴിയുകയും ചെയ്തു.

അവരുടെ വിശ്വാസം ശരിയായി വന്നു. മഞ്ഞുരുകി ഏതാനും ദിവസങ്ങൾക്കകം പേടിപ്പെടുത്തുന്ന ഒരുരോഗം നഗരത്തിൽ പൊട്ടിപ്പുറപ്പെട്ടു. സാധാരണയായി ഇത്തരം രോഗം വരാറുള്ളത് വേനലൽക്കാലത്താണ്.

അത് കോളറയായിരുന്നു.

ആ രോഗം മുക്കിലും മൂലയിലും തലപൊക്കി.

വേണമെങ്കിൽ വസന്തകാലം ആഗതമായി എന്നൊരാൾക്കു പറയാം. രാത്രിയിൽ മഴപെയ്തു. കനക്കാതെയും നിർത്താതെയും ഒരേയളവിൽ മഴ പെയ്തുകൊണ്ടേയിരുന്നു, സ്വർഗ്ഗത്തിൽനിന്നുള്ള ആശ്വാസവർഷം പോലെ. എന്നാൽ അത് വ്യാജമായ ആശ്വാസമായിരുന്നു. മൂന്നു ദിവസത്തെ അസുഖം മാത്രം. ആളുകൾ മരിച്ചുവീഴും. ഇത് കോളറയാണെന്ന് ഡോക്ടർമാർ പറഞ്ഞു. എന്നാൽ അത് പ്ലേഗാണെന്ന് ആളുകൾ പറയാൻ തുടങ്ങി. അത് എന്തായിരുന്നു എന്നതല്ല പ്രശ്നം. എന്തു

തരം രോഗമായാലും ആളുകൾ മരിച്ചുവീഴാൻ തുടങ്ങി. മരണത്തിന് യാതൊരു അവസാനവുമില്ലെന്ന് തോന്നിയപ്പോൾ ഗവർണ്ണറുടെ ഓഫീസ് സ്ലോട്ടോഗ്രോദ് ജില്ലയിലേക്ക് ഡോക്ടർമാരെ അയച്ചു.

ഡോക്ടർമാരും അവരുടെ മരുന്നുകളും ദോഷംമാത്രമേ ചെയ്യൂവെന്ന് ആളുകൾ വിശ്വസിച്ചു. ഗവർണ്ണറുടെ ഓർഡിനൻസിനെ അവർ പ്ലേഗിനേക്കാൾ ഭയപ്പെട്ടു. ഒരാളിന്റെ ജീവൻ നിലനിർത്താൻ ഒരൊറ്റ മാർഗ്ഗമേയുള്ളൂ എന്നവർ കരുതി. അതു മദ്യമാണ്. ആളുകൾ അതിശയിപ്പിക്കുന്നയളവിൽ മദ്യപിക്കാൻ തുടങ്ങി. സ്വാബിയിലെ അതിർത്തി സത്രത്തിൽ മുമ്പൊരിക്കലും പോയിട്ടില്ലാത്തവർപോലും അവിടേക്കെത്താൻ തുടങ്ങി.

ഇൻസ്പെക്ടർ ഇബിൻസ്കൂസയും അമിതമായി മദ്യപിക്കാൻ തുടങ്ങിയിരുന്നു. രോഗത്തെയോ മരണത്തെയോ ഭയപ്പെട്ടതുകൊണ്ടായിരുന്നില്ല അത്. മദ്യപാനത്തോട് പൊതുവിൽ വളർന്നുവന്ന അഭിനിവേശം അയാൾക്കപ്പോൾ ചേർന്നു എന്നുമാത്രം. സ്വന്തം വേദനകളിൽ നിന്നെന്നപോലെ പകർച്ചവ്യാധിയിൽനിന്നും രക്ഷപ്പെടുന്നതും വലിയ കാര്യമായി അയാൾക്കു തോന്നിയില്ല. പകർച്ചവ്യാധിയെ അയാൾ സ്വാഗതം ചെയ്തു എന്നുവേണമെങ്കിലും പറയാം. അതുവഴി സ്വന്തം വേദനകൾക്ക് അന്ത്യം കുറിക്കാമെന്നയാൾ കരുതി. തന്റെ വേദനയോടു തുലനംചെയ്യാൻ ഒരു മഹാവ്യാധിക്കുമാകില്ലെന്നയാൾക്കറിയാം. അയാൾ യഥാർത്ഥത്തിൽ മരണം കൊതിച്ചു. കോളറയ്ക്കിരയായവർക്കൊപ്പം ചേരുക എന്നത് അയാൾക്ക് അഭികാമ്യമായി തോന്നി. ചിലപ്പോഴൊക്കെ ആശ്വാസമായിപ്പോലും. മരണമെത്തുമോ എന്നറിയാതെ ഒരാൾ എങ്ങനെയാണതിനെ കാത്തിരിക്കുക, സ്വയം വിഡ്ഢിയാകാതെ?

അതിനാൽ ഇൻസ്പെക്ടർ ഇബിൻസ്കൂസ മദ്യപിച്ചു. ജീവിച്ചിരുന്നവരെല്ലാം മധുരച്ചാരായത്തിന് അടിമകളായി. അഭയാർത്ഥികളുടെ കാര്യം പറയേണ്ടതില്ല. ജാദ്‌ലോക്കറുടെ മൂന്നു വായ്പക്കാരെയും കോളറ കൊണ്ടുപോയി. കുള്ളനായ കപ്തുറാക് മാത്രം ശേഷിച്ചു. അയാളും മദ്യപിച്ചു. അയാളുടെ ചുളിഞ്ഞ മുഖത്ത് യാതൊരു ഭാവഭേദവുമുണ്ടായില്ല. ഒന്നിനും അയാളെ ബാധിക്കാനാകാത്തപോലെ. അണുക്കൾക്കോ മദ്യത്തിനോ ഒന്നിനും.

എല്ലാരും മരിച്ചുപോയില്ല എന്നത് നേരുതന്നെ. എന്നാൽ അസുഖം ബാധിച്ച് മിക്കവരും കിടന്നു.

അതിർത്തി സത്രത്തിൽ ഇൻസ്പെക്ടറും സർജന്റ് സ്ലാമയും നിർവ്വികാരനായ കപ്തുറാക്കും ചെസ്നട്ട് വ്യാപാരി സെമഷ്കിനും ഇപ്പോഴും ചീട്ടുകളിച്ചു. സത്യം പറഞ്ഞാൽ ഇനിയാർക്കും സെമഷ്കിനെ ചെസ്ട്ട് വ്യാപാരിയെന്നു വിളിക്കാനാവില്ല. അയാളിപ്പോൾ ചെസ്നട്ട് വില്ക്കാറില്ല. കോളറ കയറിയിറങ്ങുന്ന ഒരു പ്രദേശത്ത് ഒരുവന് എങ്ങനെയാണ് ചെസ്നട്ട് വില്ക്കാനാവുക. പ്രത്യേകിച്ചും ഇത്ര തീവ്രമായി പ്രതികാര ബുദ്ധിയോടെ.

ഇയ്യാംപാറ്റകൾപോലെ ആളുകൾ ചത്തുവീഴാൻ തുടങ്ങി. അങ്ങനെയൊക്കെയാണ് പ്രയോഗം. എന്നാൽ ഇയ്യാംപാറ്റകൾ മനുഷ്യരെക്കാൾ മെല്ലെയാണ് മരിക്കുന്നത്. ബാധിച്ച് മൂന്നുദിവസത്തിന് അല്ലെങ്കിൽ എട്ടു ദിവസത്തിനുള്ളിൽ, സാഹചര്യത്തിനനുസരിച്ച് ആളുകൾ നീല നിറമാകും. തുറന്നുപിടിച്ച വായിലൂടെ നാക്ക് പുറത്തേക്കുചാടും. രണ്ടോ മൂന്നോ വട്ടം കിതയ്ക്കും. അതോടെ അയാൾ അവസാനിക്കും. ഡോക്ടർമാരെക്കൊണ്ടോ ഗവർണ്ണർ അയച്ച മരുന്നുകൾകൊണ്ടോ ആർക്ക് എന്തു പ്രയോജനമാണുള്ളത്? ഒരുദിവസം സൈനിക ഉത്തരവു വന്നു. സ്ലോട്ട്രോഗ്രോദിൽനിന്നും ആളുകളെ ഒഴിപ്പിക്കുന്നു. അതിനായി മുപ്പത്തിയഞ്ചാം റെജിമെന്റിനെ ചുമതലപ്പെടുത്തുന്നു. ഇത് ആളുകളെ കൂടുതൽ പരിഭ്രാന്തരാക്കി. ഇതുവരെ പാവപ്പെട്ട മനുഷ്യർ വിശ്വസിച്ചിരുന്നത് മരണം ആകസ്മികമായാണ് അവരുടെ വീടുകളിലേക്ക് കടന്നുവരുന്നത് എന്നായിരുന്നു. പട്ടാളം ഒഴിഞ്ഞുപോയി. എങ്കിലും പ്ലേഗെന്നുവിളിക്കുന്ന ഈ രോഗം ഉടൻ വിട്ടുമാറാൻ പോകുന്നില്ലെന്ന് ഔദ്യോഗിക അറിയിപ്പുണ്ടായി. ശൈത്യം മടങ്ങിയെത്തുന്നതിന്റെ യാതൊരു സൂചനകളും കണ്ടില്ല. സാധാരണയായി ആളുകൾ ഭയപ്പെടുന്ന ശൈത്യവും മഞ്ഞുമഴയും ഒന്നു വന്നെങ്കിലെന്ന് അവർ കൊതിച്ചു. ഒരു മഞ്ഞുമഴയും വന്നില്ല. മഞ്ഞുവീണില്ല. ചിലപ്പോൾ ആലിപ്പഴ വർഷമുണ്ടായി. മിക്കപ്പോഴും മഴ പെയ്തു. മരണം കറങ്ങി നടന്നു. അത് കൊല്ലുകയും വെട്ടിവീഴ്ത്തുകയും ചെയ്തു.

ഒരു ദിവസം അസാധാരണമായ ചിലതു സംഭവിച്ചു. ഏതാനും മണിക്കൂർ ചുവന്ന മഴ പെയ്തു. നല്ല ചുവപ്പുനിറമുള്ള മണലാണ് പെയ്തു വീണത്. വീടുകളുടെ മുകളിൽനിന്നും അതു തെരുവിലേക്കു വീണു. കൂരകളിൽനിന്നും ചോരപെയ്തു.

പട്ടാളം പോയിക്കഴിഞ്ഞപ്പോൾ ആളുകൾ മുമ്പത്തെക്കാൾ കൂടുതൽ ഭയപ്പെട്ടു. ഗവർണ്ണർ സ്ലോട്ട്രോഗ്രോദിലേക്ക് മറ്റൊരു ദൗത്യസംഘത്തെക്കൂടി അയച്ചെങ്കിലും കാര്യങ്ങളറിയാവുന്ന ഒരാൾ ജനങ്ങളെ ടൗൺ ഹാളിൽ വിളിച്ചുകൂട്ടി ചോരമഴയുടെ കാരണം വിശദീകരിച്ചെങ്കിലും ആളുകളുടെ മനസ്സിൽനിന്നും ഭീതിയകന്നില്ല. അങ്ങ് ദൂരെ മരുഭൂമിയിൽ കാണപ്പെടുന്ന ചുവന്ന മണലാണ് ചോരമഴയ്ക്ക് കാരണമെന്നും ആ പ്രതിഭാസത്തിന്റെ കാരണം ശാസ്ത്രത്തിന് അജ്ഞാതമാണെന്നും അറിയിച്ചതുകൊണ്ടൊന്നും ആളുകൾ വിശ്വസിക്കാൻ തയ്യാറായില്ല. അതിനുശേഷവും ആളുകൾ വർദ്ധിച്ചതോതിൽ മരിക്കാൻ തുടങ്ങി. ലോകം അവസാനിക്കുകയാണെന്നും അത്തരമൊരു സാഹചര്യത്തിൽ ജീവിച്ചുപോകാമെന്ന് ആർക്കാണ് തോന്നുന്നതെന്നും അവർ സംശയിച്ചു. തീപടരുന്നതിനെക്കാൾ വേഗത്തിൽ കോളറ പടർന്നു. വീട്ടിൽനിന്നും വീട്ടിലേക്കും ഗ്രാമത്തിൽനിന്നും ചന്തയിലേക്കും അവിടെനിന്നും അടുത്ത ഗ്രാമത്തിലേക്കും രോഗം വ്യാപിച്ചു. രോഗം കടന്നുചെല്ലാത്ത ഒരേ ഒരിടം ചോക്നിക്കി പ്രഭുവിന്റെ കോട്ടയ്ക്കകത്തെ കൃഷിയിടങ്ങൾ മാത്രമായി

രുന്നു.

അതിന്റെ വാതിലിലൂടെ നിരവധിപേർ വന്നുപോയിരുന്നില്ലെങ്കിലും സ്വാബിയിലെ അതിർത്തി സത്രത്തിലും രോഗം ബാധിച്ചില്ല. സത്രത്തിനുള്ളിൽ തങ്ങിനിന്ന മദ്യഗന്ധത്തിൽപ്പെട്ട് രോഗാണു ഉടൻതന്നെ ചത്തിട്ടുണ്ടാകുമെന്ന് ഒരാൾക്ക് വേണമെങ്കിൽ പറയാം.

ഇൻസ്പെക്ടർ ഇബിൻസ്കൂസയെ മദ്യത്തിലേക്ക് തള്ളിവിടുന്നത് മഹാമാരിയായിരുന്നില്ല. അതിനെല്ലാം ഏറെയപ്പുറം അയാൾ കുടിച്ചത് മരണഭയം കൊണ്ടായിരുന്നില്ല മറിച്ച് യുഫീമിയയെ കൂടാതെ ജീവിക്കേണ്ടിവരും എന്ന ഭയം കൊണ്ടായിരുന്നു. അവളെ കണ്ടിട്ട് കുറേ നാളായി. കപ്തുറാക്കും സെമെഷ്കിനും കൂടിയാണിപ്പോൾ കട നടത്തുന്നത്. ചുരുക്കം ചിലരേ കടയിലേക്ക് എത്തിയിരുന്നുള്ളൂ. യുഫീമിയ തന്റെ മുറിയിൽ എന്താണു ചെയ്യുന്നതെന്ന് ദൈവത്തിനുമാത്രമേ അറിയൂ. അവൾ ദിവസങ്ങളായി അതിനകത്താണ്. അവളെന്തായിരിക്കും അവിടെ ചെയ്യുന്നത്?

ഒരു രാത്രി മധുരച്ചാരായവും തൊണ്ണൂറ് ഡിഗ്രി ബ്രാന്റിയും ചേർത്തടിച്ച് മദോന്മത്തനായ ഇബിൻസ്കൂസ അവളുടെ മുറിയിലേക്ക് പോകാൻ തീരുമാനിച്ചു. അത് അയാളുടെയുംകൂടി മുറിയല്ലേ? ഇനിയും അയാൾക്ക് താങ്ങാനാകില്ല. ഇബിൻസ്കൂസയുടെ ചിന്തകൾ കുഴയുന്നതിനൊപ്പം അവളുടെ രൂപം അയാളിൽ തെളിഞ്ഞുതെളിഞ്ഞു വന്നു. അയാൾക്ക് വേണമെങ്കിൽ ആ നഗ്നമേനിയിൽ തൊടാം. അവളെയൊന്നു തൊട്ടാൽ മതി. അവളുടെ ശരീരംപേറുന്ന മറ്റ് ആഹ്ലാദങ്ങളൊന്നും അയാൾക്ക് വേണ്ട. ഒന്ന് തൊടുകമാത്രം!

“ഒന്നു തൊട്ടാൽമതി. ഒന്നു തൊട്ടാൽമതി.”

അയാൾ പടിക്കെട്ടുകൾ കയറുമ്പോൾ ഉറക്കെ വിളിച്ചു പറഞ്ഞു. മുറി തുറന്നു കിടന്നു. അയാൾ മുറിക്കകത്തേക്കു കയറി. യുഫീമിയ പുറം തിരിഞ്ഞിരിക്കുകയായിരുന്നു. അരണ്ട വെളിച്ചമേ ആ മുറിയിൽ ഉണ്ടായിരുന്നുള്ളൂ. അതിലൂടെ അവൾ പുറത്തേക്കു നോക്കുകയായിരുന്നു. എന്തായിരിക്കും അവൾ ഇവിടെ കാണുന്നത്? പതിവുപോലെ പുറത്തു നല്ല മഴയുണ്ട്. ഈ മങ്ങിയ രാത്രിയിൽ ഈ പെരുമഴയത്ത് അവൾ എന്താണ് പുറത്തേക്കുനോക്കിയിരിക്കുന്നത്? എന്തിനെയാണവൾ ഈ നോക്കുന്നത്? ചെറിയൊരു നാഫ്ത്ത വിളക്ക് എരിഞ്ഞുകൊണ്ടിരുന്നു. അത് മേശമേൽ ഇരിക്കുകയായിരുന്നു. അതേതോ വിഡ്ഢിയായ നക്ഷത്രമാണെന്ന് അയാൾക്കു തോന്നി. എന്തുകൊണ്ടവൾ തിരിഞ്ഞുനോക്കുന്നില്ല. താൻ നിശ്ശബ്ദമായി കടന്നുവന്നതിനാലാണോ? എങ്ങനെ കടന്നുവെന്നോ എപ്രകാരം കടന്നുവരാൻ കഴിഞ്ഞുവെന്നോ അയാൾക്ക് ഓർത്തെടുക്കാനായില്ല. ആടിക്കൊണ്ടിരുന്നുവെങ്കിലും ഒരു വിധത്തിൽ അയാൾ നിന്നു. എല്ലാക്കാലത്തും താനിങ്ങനെ നില്ക്കാൻ പോകുകയാണ് എന്ന ഭാവത്തിലാണ് അയാൾ നിന്നത്.

"യുഫീമിയ."

അയാൾ ഉച്ചത്തിൽ വിളിച്ചു.

അവൾ തിരിഞ്ഞുനോക്കി. വേഗത്തിൽ എഴുന്നേറ്റുനിന്നു. അയാളുടെ കഴുത്തിലേക്കവൾ കൈകൾ ചുറ്റി. അയാളുടെ കൈകളിലവൾ മുഖമുരസ്സി.

"എന്നെ ചുംബിക്കരുതേ എന്നെ ചുംബിക്കരുതേ.. " അവൾ പിടിവിട്ടു.

"ഇത് എന്ത് കഷ്ടമാണ്, അല്ലേ.."

അവൾ പറഞ്ഞു.

അവളുടെ കൈകൾ ശരീരത്തിൽ വെറുതെ തൂങ്ങിക്കിടന്നു മുറിവേറ്റ ചിറകുകൾപോലെ. അപ്പോൾ അവൾ മുറിവേറ്റ വലിയൊരു പക്ഷിയാണെന്ന് ഇബിൻസ്കൂസയ്ക്കു തോന്നി. ലോകത്തിൽ എന്തിനെക്കാളും അവൾ അയാൾക്ക് പ്രിയപ്പെട്ടവളാണെന്നും അവൾക്കുവേണ്ടി മരിക്കാൻപോലും തയ്യാറാണെന്നും പറയാൻ അയാൾക്കുതോന്നി. എന്നാൽ പറഞ്ഞത് ഇത്രമാത്രം.

"എനിക്ക് കോളറയെ ഭയമില്ല. ഞാനതിനെ ഭയക്കുന്നില്ല."

അവൾക്കുവേണ്ടി ഏറെ മധുരമായ വാക്കുകൾ അയാൾ ഹൃദയത്തിൽ കരുതിവച്ചിരുന്നു. എന്നാൽ നാവ് അതിനുവഴങ്ങിയില്ല.

അയാൾക്ക് പെട്ടെന്ന് തലചുറ്റുന്നപോലെ തോന്നി. വാതിലിൽ ചാരി അയാൾ തറയിലിരുന്നു. വാതിൽ നീങ്ങിയതും അയാൾ വീണു. നടന്നത് എന്താണെന്ന് അയാൾക്ക് ഓർമ്മയുണ്ടായിരുന്നില്ല. സെമഷ്കിൻ എപ്രകാരം മുറിയിലേക്ക് കടന്നുവന്നുവെന്നും സ്തംഭിച്ചുനിന്നുവെന്നും അയാൾ വ്യക്തമായി കണ്ടു. അയാളുടെ സദാ സന്തോഷം തുളുമ്പുന്ന സ്വരത്തിൽ അയാൾ ചോദിക്കുന്നതും അയാൾ കേട്ടു.

"ഇദ്ദേഹമെന്താണിവിടെ ചെയ്യുന്നത്?"

"നിങ്ങൾക്കുതന്നെ അതു കാണാമല്ലോ. അദ്ദേഹം തെറ്റിക്കയറി വന്നതാണ്. നന്നായി മദ്യപിച്ചിട്ടുണ്ട്." യുഫീമിയ പറഞ്ഞു.

അപ്പോൾ ഞാൻ പൂസ്സാണ്. ഇബിൻസ്കൂസ ചിന്തിച്ചു. സെമഷ്കിനല്ല, മറ്റാരോ തന്നെ താങ്ങിപ്പിടിച്ചിരിക്കുന്നതായും മുറിക്ക് പുറത്തേക്ക് വലിച്ചുകൊണ്ടു പോകുന്നതായും അയാളറിഞ്ഞു. അവർ വലിച്ചുകൊണ്ടു പോകട്ടെ. അയാൾ കരുതി. സെമഷ്കിൻ അയാൾക്ക് ശുഭരാത്രി പറയുന്നത് കേൾക്കാമായിരുന്നു.

ഇത് ശരിക്കുമൊരു ശുഭരാത്രി തന്നെയായിരുന്നു. അയാൾ ചിന്തിച്ചു. എന്നിട്ടയാൾ തന്റെ പ്രിയപ്പെട്ട യുഫീമിയ കിടക്കുന്ന മുറിക്കരുകിൽ സെമഷ്കിന്റെ ഊരിവച്ച ബൂട്ടിനരികിൽ കിടന്ന് ഒരു നായയെപ്പോലെ ഉറങ്ങി.

മുപ്പത്

അതിരാവിലെ ഭൃത്യൻ ഒണുഫ്രി അയാളെ വിളിച്ചുണർത്തി. ഔദ്യോഗിക മുദ്രയുള്ള ഒരു കത്ത് ഇൻസ്പെക്ടർക്കുണ്ട്. തണുത്ത കാർബോഡിനു മുകളിൽനിന്നും ക്ഷീണിതനായി അയാൾ എഴുന്നേറ്റു. യുഫീമിയയുടെ മുറിയുടെ മുന്നിൽ താനീ നിലയിൽ രാത്രി ചെലവിട്ടത് ഒണുഫ്രി കണ്ടതിൽ അയാൾക്ക് ലജ്ജതോന്നി. അയാൾ ഒണുഫ്രിയിൽനിന്നും കത്തു വാങ്ങി. ജില്ലാ മെഡിക്കൽ ഓഫീസർ ഡോ. കിനോവറുടെ കത്തായിരുന്നു അത്.

അയാൾ കത്തു വായിച്ചു.

“പ്രിയപ്പെട്ട ഇൻസ്പെക്ടർ,

താങ്കളുടെ കുഞ്ഞ് ഇന്നലെ രാത്രി മരണപ്പെട്ടു. താങ്കളുടെ ഭാര്യ അപകടാവസ്ഥയിലാണ്. അവർ ഈ രാത്രി പിന്നിടാൻ സാദ്ധ്യതയില്ലെന്നാണ് എന്റെ നിഗമനം.

ബഹുമാനത്തോടെ,
ഡോ. കിനോവർ.

പെട്ടെന്ന് എഴുതപ്പെട്ടതിനാലാവാം കത്ത് സുഗമമായി വായിക്കാനായില്ല. എന്നാലത് ഇൻസ്പെക്ടർ ഇബിൻസ്കൂസയെ വല്ലാതെ സ്പർശിച്ചു.

കുതിരവണ്ടി വേഗം തയ്യാറാക്കാൻ അയാൾ നിർദ്ദേശിച്ചു.

അയാൾ വീട്ടിലേക്ക് അതിവേഗം ഓടിച്ചുപോയി.

അവൾ അവരുടെ കട്ടിലിൽ കിടക്കുകയായിരുന്നു. അവർ ഒരുമിച്ച് കിടന്നിരുന്ന അതേ കട്ടിൽ. ഇപ്പോഴതിനുചുറ്റും പലതരത്തിലുള്ള ഔഷധങ്ങളാണ്. മരുന്നിന്റെയും ലോഷന്റെയും മണം മുറിയിൽ തങ്ങിനിന്നു. അവൾ വേഗത്തിൽ അയാളെ തിരിച്ചറിഞ്ഞു. അവൾ പൂർണ്ണമായി മാറി

ക്കഴിഞ്ഞു. അവളുടെ ശരീരമാകെ നീലിച്ചും ചുണ്ടുകൾ വയലറ്റു നിറത്തിലും കാണപ്പെട്ടു. അയാൾ ചുംബിക്കുന്ന വേളയിൽ തൊണ്ടിപ്പഴം പോലെ ചുവന്നുതുടുത്തിരുന്ന ചുണ്ടുകൾ അയാളോർത്തു. അയാൾക്ക് രോഗങ്ങളെ പേടിയില്ല. എന്തിനയാൾ മരണത്തെ ഭയക്കണം. എന്നാൽ അയാളുടെ ഭാര്യ അയാൾക്ക് കൈകൾ നല്കാൻ ഭയന്നു? മഞ്ഞിച്ച് ബലഹീനമായ കൈകൾ. പലപ്രാവശ്യം ആ കൈകൾ അയാൾക്കുനേരെ നീണ്ടു. അവൾക്കതിൽ പങ്കൊന്നുമില്ലെന്നപോലെ. വളരെ പണിപ്പെട്ട് ഒടുവിൽ അവൾ പറഞ്ഞു.

"ഭർത്താവേ, ഞാൻ നിങ്ങളെയെന്നും സ്നേഹിച്ചിരുന്നു. ഞാൻ മരിച്ചുപോകുമോ?"

അവൾ തന്നെ പേരെടുത്തു വിളിച്ചില്ല. ഭർത്താവേ എന്നാണ് വിളിച്ചത്. അതയാളെ തകർത്തുകളഞ്ഞു. എന്തുകൊണ്ടാണതയാളെ തകർത്തുകളഞ്ഞതെന്ന് അയാൾക്കറിയുമായിരുന്നില്ല.

മരണപ്പെട്ട കുഞ്ഞിനെ അവിടെനിന്നും മാറ്റിയിരുന്നു. ആ സ്ത്രീ കുഞ്ഞ് മരിച്ചതറിഞ്ഞിരുന്നില്ല. കട്ടിലിന്റെ ഒരറ്റത്തായി ഒരു കന്യാസ്ത്രീ ഇരുന്നിരുന്നു. കുരിശ് തൂക്കിയിട്ട ഒരു കൊന്ത അവരുടെ കൈകളിലുണ്ട്. ഒരു ദീപസ്തംഭംപോലെ നിശ്ചലമായി അവരവിടെ ഇരുന്നു. അവരുടെ ചുണ്ടുകൾ മാത്രമനങ്ങി. ചിലപ്പോഴെല്ലാം അവർ കൈകൾ ഉയർത്തി കുരിശിൽ തൊട്ടു. ഇബിൻസ്കൂസ കട്ടിലിന്റെ തലയ്ക്കലാണ് നിന്നത്. കന്യാസ്ത്രീയുടെ നിശ്ചലതയിൽ അവരോട് അയാൾക്ക് അസൂയതോന്നി. അയാൾ ഇടയ്ക്കിടയ്ക്ക് രണ്ടു ചുവടുകൾ വയ്ക്കും. ജനാലയ്ക്കരുകിൽ ചെന്ന് പുറത്ത് ഈർപ്പവും മ്ലാനതയും നിറഞ്ഞ അന്തരീക്ഷത്തിലേക്ക് നോക്കും. ഭാര്യക്കായി എന്തെങ്കിലും നല്ല കാര്യങ്ങൾ ചെയ്യാൻ അയാൾ കൊതിച്ചു. ഉദാഹരണത്തിന് അല്പം സംഗീതം കേൾപ്പിക്കാൻ. കുട്ടിയായിരുന്നപ്പോൾ അയാൾ വയലിൻ വായിക്കുമായിരുന്നു. മരിച്ചുകൊണ്ടിരിക്കുന്ന സ്ത്രീയുടെ ശരീരത്തിലൂടെ ഒരു വിറയൽ കടന്നുപോയി. ശരീരമാകെ വിറയ്ക്കാൻ തുടങ്ങി. ചിലപ്പോൾ എഴുന്നേല്ക്കാൻ നോക്കി. അവളുടെ വെളുത്ത ജാക്കറ്റിനുള്ളിൽ അവൾ കെട്ടുപോയൊരു മെഴുകുതിരിപോലെ കാണപ്പെട്ടു. അല്പനേരത്തേക്കവൾ തളർന്നുകിടന്നു. അപ്പോളവളെക്കാണാൻ ഒരു മനുഷ്യൻ എന്നതിനേക്കാൾ മറിച്ചിട്ട ഒരു വസ്തുവിനോടായിരുന്നു സാദൃശ്യം.

ഡോക്ടർ വന്നു. അയാൾക്ക് വേറൊന്നും ചെയ്യാനില്ല. ആ ജില്ലയിലെ ഏക ആശുപത്രി നിറഞ്ഞുകവിഞ്ഞിരിക്കുന്നു എന്നറിയിക്കാൻ മാത്രമേ അയാൾക്ക് കഴിയൂ. അസുഖമുള്ളവർ നിലത്താണ് കിടന്നിരുന്നത്. അടുത്തുമാത്രം രോഗത്തിലായവരെ സ്വന്തം വീടുകളിലാണ് കിടത്തുന്നത്. ഐഡോഫോമിന്റെയും ലോഷനുകളുടെയും മണം അയാൾക്കനുഭവപ്പെട്ടു. രൂക്ഷഗന്ധത്തിൽ അസ്വസ്ഥത അനുഭവപ്പെട്ട് അയാൾ അങ്ങോട്ടുമിങ്ങോട്ടും നടന്നു. അയാൾ പുറത്തുകടന്നു.

അയാൾ പുറത്തേക്ക് പോയി. മുറിയിൽ വലിയ ഏകാന്തത നേരി

ടുന്നതായി അനുഭവപ്പെട്ടു. തലയണ നേരെയാക്കാനായി കന്യാസ്ത്രീ പെട്ടെന്ന് എഴുന്നേറ്റു. അതപ്പോൾ മഹത്തായ ഒരു സംഭവംപോലെ തോന്നി. അവൾ വീണ്ടും തന്റെ നിശ്ചലാവസ്ഥ തുടർന്നു. ജനൽപ്പാളികളിൽ മഴ മെല്ലെ സംഗീതം പൊഴിച്ചു. വലിയ വണ്ടിയുടെ ചക്രങ്ങൾ ഉരയുന്ന ശബ്ദം ഇടയ്ക്കൊക്കെ അയാൾക്ക് കേൾക്കാം. കറുത്ത തുണി കൊണ്ട് മൂടിയ മുനിസിപ്പാലിറ്റിയുടെ രണ്ടു ശവവണ്ടികൾ നിരത്തിലൂടെ നിരന്തരം ഓടിക്കൊണ്ടിരുന്നു. ആ വണ്ടിയോടിച്ചിരുന്നവർ കറുത്ത ശിരോവസ്ത്രം ധരിച്ചിരുന്നു. മഴനനഞ്ഞ കറുത്ത കോട്ട് തിളങ്ങിക്കൊണ്ടിരുന്നു. ഇനിയും രാത്രിയായിരുന്നില്ലെങ്കിലും വണ്ടിയുടെ പുറകിലെ റാന്തൽ പ്രകാശിച്ചുകൊണ്ടിരുന്നു. വണ്ടിയുടെ ചലനത്തിനനുസരിച്ച് അത് പ്രകാശം പ്രസരിപ്പിക്കുകയും ആടുകയും ചെയ്തു.

അവ വിറകൊള്ളുന്നത് കാണാമായിരുന്നെങ്കിലും വലിയ ചക്രങ്ങളാൽ സൃഷ്ടിക്കപ്പെട്ട ഒരു മിഥ്യമാത്രമായിരുന്നു അത്. തടിയൻ കുതിരകൾ തോരണങ്ങളണിഞ്ഞിരുന്നു. അതിന്റെ മണികൾ അതിശയകരമാംവിധം ദുർബ്ബലമായിരുന്നു. അത് മൃദുവായി മുഴങ്ങി. പുരോഹിതന്റെ വസതിക്കരികിലൂടെ പാതിതുറന്ന വാഗൺ വല്ലപ്പോഴും കടന്നുപോയി. അകത്ത് വിശുദ്ധരിൽ വിശുദ്ധനൊപ്പം പുരോഹിതൻ ഇരുന്നു. ഒരു ഭ്രാന്തൻ കുതിര ചെറിയൊരു വണ്ടിയും വലിച്ച് കടന്നുപോയി. അതിന്റെ ചക്രങ്ങൾ ചെളിയിൽ പുതയുന്നതിന്റെ ശബ്ദം കേൾക്കാം. വല്ലപ്പോഴും ഒറ്റപ്പെട്ട ഒരു കാൽനടക്കാരൻ ധൃതിയിൽ കടന്നുപോയി. അയാൾ കുട ചൂടിയിട്ടുണ്ടായിരുന്നു. തലയിലുറപ്പിച്ച ശിരോകവചംപോലെ അതു കാണപ്പെട്ടു. മുറിക്കുള്ളിൽ ഘടികാരം ശബ്ദിച്ചുകൊണ്ടിരുന്നു. ആ സ്ത്രീ ശ്വാസംവലിച്ചു. കന്യാസ്ത്രീ മെല്ലെ പിറുപിറുത്തു.

സന്ധ്യ മാറി രാത്രിയാകാൻ തുടങ്ങിയതോടെ കന്യാസ്ത്രീ എഴുന്നേറ്റ് മെഴുകുതിരി കൊളുത്തി. അതവിടെ മുറിയുടെ മദ്ധ്യത്ത് ഏകാന്തമായി നിലകൊള്ളുകയായിരുന്നു. അതല്പം വൈകിയശേഷം ജ്വലിച്ചുനിന്നു. ആ മുറിയിലുള്ള ഏകവസ്തു ആ മെഴുകുതിരിയാണെന്ന് ഇൻസ്പെക്ടർക്ക് തോന്നി. ആ സ്ത്രീ പെട്ടെന്ന് തലയുയർത്തിയ ശേഷം അയാൾക്കുനേരെ കൈകൾ നീട്ടി. ഉടൻതന്നെ അവൾ ചെറിയൊരു കരച്ചിലോടെ കട്ടിലിലേക്കു വീണു. കന്യാസ്ത്രീ അവൾക്കരികിലേക്ക് ചാഞ്ഞു. അവർ കുരുശ്ശിൽ തൊട്ട ശേഷം മരിച്ചവളുടെ കണ്ണുകൾ തിരുമ്മിയടച്ചു.

അവളിലേക്ക് കൂടുതൽ അടുക്കാൻ ഇബിൻസ്കൂസ ആഗ്രഹിച്ചു. എന്നാൽ കന്യാസ്ത്രീ അയാളെ തടഞ്ഞു. അവർ മുട്ടുകുത്തി. അവരുടെ കറുത്ത വസ്ത്രവും വെളുത്ത ശിരോവസ്ത്രവും പെട്ടെന്ന് വളരെ ശക്തിയുള്ളതായി തോന്നിച്ചു. അവരെക്കാണാൻ കറുത്തൊരു മന്ദിരത്തിനു മുകളിൽ തുഷാരം വീണുമൂടിയതുപോലെ തോന്നി. ആ മന്ദിരം ഇബിൻസ്കൂസയേയും ഭാര്യയേയും തമ്മിൽ വേർപെടുത്തി. അയാൾ ജാലകപ്പടിയിൽ മുഖമമർത്തി തേങ്ങിക്കരയാൻ തുടങ്ങി.

മൂക്കു തുടയ്ക്കാനായി അയാൾ തൂവാല തേടി. എന്നാൽ കഴിഞ്ഞ കുറെ ദിവസങ്ങളായി ഒപ്പം കൊണ്ടുനടന്നിരുന്ന തുകൽസഞ്ചി കൈയിൽ തടഞ്ഞു. അതിനെ പുറത്തേക്കെടുത്ത് ആഴത്തിൽ ശ്വസിച്ചു.

അയാളുടെ തേങ്ങൽ പെട്ടന്ന് നിലച്ചു. നിശ്ശബ്ദനായി പുറത്തേക്കിറങ്ങി. അയാൾ കോട്ടോ തൊപ്പിയോ ധരിക്കാതെ, വിലപിച്ചുകൊണ്ടിരുന്ന മഴ നനഞ്ഞുനിന്നു. അപ്പോഴവിടം ഒരു ചതുപ്പുനിലം പോലായിക്കഴിഞ്ഞിരുന്നു.

മുപ്പത്തിയൊന്ന്

കാര്യങ്ങൾ കുഴപ്പത്തിൽനിന്നും കൂടുതൽ കുഴപ്പത്തിലേക്ക് നീങ്ങി. അത് ഫെബ്രുവരിമാസാരംഭമായിരുന്നു. പകർച്ചവ്യാധി ഒടുങ്ങിയിരുന്നില്ല. ശവമെടുക്കുന്നവർ മരിച്ചുകൊണ്ടിരുന്നു. മരിച്ച വീട്ടിൽ കയറാൻ മുനിസിപ്പിൽ ജീവനക്കാർ വിസമ്മതിച്ചു. തടവുകാരെ ശവമെടുപ്പിന് നിയോഗിക്കാൻ ഗവർണ്ണറുടെ ഉത്തരവുണ്ടായി. സിക്സോവിലെ ജയിലിൽ നിന്നും തടവുകാരെ സ്ലോട്ടോഗ്രോദിലേക്കു കൊണ്ടുവന്നു. നീണ്ട ചങ്ങലയിൽ ആറു തടവുകാരെ വീതം ഒന്നിച്ച് ബന്ധിച്ചാണ് അവിടേക്ക് കൊണ്ടുവന്നത്. ചങ്ങല കിലുക്കിക്കൊണ്ടവർ ട്രെയിനിനുള്ളിൽ കയറി. സായുധ പടയാളികൾ ബയണറ്റ് പിടിപ്പിച്ച തോക്കുകളുമായി അവരെ അനുഗമിച്ചു.

അവരെ സ്ലോട്ടോഗ്രോദിലാകമാനം നിയമിച്ചിരുന്നു. ആറുപേർ ഒരു ഗ്രാമത്തിന് എന്ന നിലയ്ക്ക്. ചെറിയ പട്ടങ്ങളിൽ പന്ത്രണ്ടുപേരും. അവർ പ്രത്യേകതരം കോട്ടും ശിരോവസ്ത്രവും ധരിച്ചിരുന്നു. എല്ലാം ക്ലോറോഫോം ഉപയോഗിച്ച് ശുചീകരിച്ചവയായിരുന്നു. ഭയപ്പെടുത്തുന്ന കാവി നിറത്തിലുള്ള മേലങ്കിയും കിലുങ്ങുന്ന ചങ്ങലയും പടയാളികളുടെ അകമ്പടിയുമായി അവർ വീടുകൾതോറും കയറി ശവപ്പെട്ടികളും ചുമന്ന്, ചങ്ങല കിലുക്കി പുറത്തേക്കിറങ്ങി. ശവപ്പെട്ടികൾ മുനിസിപ്പാലിറ്റിയുടെ കൂറ്റൻ വാഹനത്തിലേക്കു മാറ്റി. പടയാളികൾക്കായുള്ള മുറികളുടെ നിലത്തു കിടന്നവർ ഉറങ്ങി.

അവരിൽ ചിലർക്ക് രോഗം പിടിപെട്ടു. അവരെ ആശുപത്രിയിലേക്കു മാറ്റി, രോഗികൾക്കുള്ള വസ്ത്രം ധരിപ്പിച്ചു. എന്നാൽ യഥാർത്ഥത്തിൽ

അവരിൽ ചിലർക്കു കോളറ ബാധിച്ചിരുന്നില്ല. മരിച്ചതായി കണക്കാക്കപ്പെട്ട് പുറത്തുകടക്കാനും ചിലർക്കു കഴിഞ്ഞു. കള്ളമരണങ്ങൾ രേഖപ്പെടുത്താൻ കപ്തുറാക്ക് മുനിസിപ്പൽ ജീവനക്കാരെ സ്വാധീച്ചു. യഥാർത്ഥത്തിൽ ഒരേയൊരു തടവുകാരനു മാത്രമേ കോളറ ബാധിച്ചിരുന്നുള്ളു. അത് ഒരു വൃദ്ധനായിരുന്നു. അയാളാകട്ടെ മുമ്പേതന്നെ അസുഖമുള്ള ഒരുവനും. കൗശലക്കാരായ പല തടവുകാരും ഈ മറയിൽ രക്ഷപ്പെട്ടു. മറ്റുള്ളവർ തടവുകാരായി തുടർന്നു. കൈച്ചങ്ങലകളും രക്ഷപ്പെടാനുള്ള ത്വരയും ജില്ലാ മെഡിക്കൽ ഓഫീസർ കൈക്കൊണ്ട മുൻകരുതലിനേക്കാൾ ഫലപ്രദമായി പകർച്ചവ്യാധിയെ പ്രതിരോധിക്കാൻ അവരെ സഹായിച്ചു. റഷ്യയിൽ നിന്നെത്തിയ അഭയാർത്ഥികൾക്കും കോളറ ബാധയുണ്ടായില്ല. സ്വാതന്ത്ര്യേച്ഛുക്കളായ ഏറെ മഹാമനുഷ്യരെ ഈ പാവം ചെറിയ അണുക്കൾക്ക് എന്തു ചെയ്യാനാകും.?

സിക്സോവിലെ ജയിൽനിന്നും കൊണ്ടുവന്ന തടവുകാരിൽ ഒരാൾ ജാദ്‌ലോക്കറായിരുന്നു. ഒരു ശവവണ്ടിയെ അനുഗമിക്കുമ്പോൾ അയാൾ മറ്റു ചിലരെപ്പോലെ ബോധംകെട്ടു വീണു. അയാളെ ചങ്ങലയിൽ നിന്നും മോചിതനാക്കി. പടയാളികളുടെ അകമ്പടിയോടെ അയാൾ സാവധാനം സ്ലോട്ടോഗ്രോദിലെ ആശുപത്രിയിലെത്തി. യാദൃച്ഛികമായെന്നോണം അയാളെ കുള്ളൻ കപ്തുറാക് കണ്ടു. രണ്ടാമതൊരു വട്ടംകൂടി ബോധരഹിതനാകാനുള്ള ഭാഗ്യം കിട്ടി, അയാൾക്ക്. താൻ ചൂടിയിരുന്ന കുട മടക്കി പടയാളിക്കൊപ്പം അയാളെ താങ്ങിയെടുത്തു. ജാദ്‌ലോക്കറുടെ കൈകൾ കപ്തുറാക്കിന്റെ കൈകളിലും കാല് പടയാളികളുടെ കൈയിലുമായിരുന്നു. കപ്തുറാക്കിന് ഒന്നും പറയേണ്ടി വന്നില്ല. പെട്ടന്നുള്ള നോട്ടങ്ങളും ചലനങ്ങളുംവഴി അയാൾ ജാദ്‌ലോക്കറെ കാര്യങ്ങൾ ധരിപ്പിച്ചു. കൈകളിൽ അമർത്തുമ്പോൾ അതിന്റെ അർത്ഥം ഇതായിരുന്നു. നിങ്ങളെ എവിടെ കൊണ്ടുപോകണം? വളരെ അപകടകരമാണ്. ജാദ്‌ലോക്കറുടെ പേശി പറഞ്ഞു. നോക്കട്ടെ, എല്ലാം ശരിയാക്കാൻ പറ്റുമോയെന്ന്. കപ്തുറാക്കിന്റെ കൈകൾ പറഞ്ഞു. അയാളുടെ കൈകൾ സാന്ത്വനം പകർന്നു.

അവർ അയാളെ ആശുപത്രിയിലെത്തിച്ചു. പ്രധാന കവാടത്തിലെത്തിയപ്പോൾ ജാദ്‌ലോക്കറുടെ കൈയിൽ തൊണ്ണൂറ് ഡ്രിഗ്രി ബ്രാണ്ടി എത്തി. അയാൾ അത് വേഗത്തിൽ ഒളിപ്പിച്ചു.

മുപ്പത്തിരണ്ട്

ജാദ്ലോക്കറുടെ സാഹചര്യം പ്രയാസമേറിയതായിരുന്നു. അയാളുടെ മരണം ശരിയാക്കിയെടുക്കാൻ കപ്തുറാക് തല പുകച്ചു. അയാൾ വെറും ജാദ്ലോക്കറല്ല. ആ പ്രദേശത്ത് മുഴുവൻ അറിയപ്പെടുന്ന വലിയൊരു സത്രത്തിന്റെ ഉടമകൂടിയാണ്. സർജന്റ് സ്ലാമയ്ക്ക് മാത്രമല്ല ഇബിൻസ്കൂസയ്ക്കും അയാളെ അറിയാം. ഭാഗ്യത്തിന് സ്ലാമ പോഗോസിലേക്ക് സ്ഥലം മാറിപ്പോയി. കോളറ പൊട്ടിപ്പുറപ്പെട്ടതു കാരണം അയാൾ ആവശ്യപ്പെടുന്നതിനനുസരിച്ചായിരുന്നു അത്. ഒരു സൈനിക കമാന്ററുടെ സ്റ്റാഫ് സർജന്റായാണയാൾ നിയമിതനായത്.

ഒരു ശത്രു അങ്ങനെ മാറിക്കിട്ടി. എന്നാൽ മറ്റൊരുവനുണ്ട്, ഇബിൻസ്കൂസ. ജാദ്ലോക്കറും കപ്തുറാക്കും ചേർന്ന് ഇബിൻസ്കൂസയെ വകവരുത്താൻ തീരുമാനിച്ചു. എങ്ങനെയത് നടപ്പിലാക്കും.

പ്രധാനപ്പെട്ട കാര്യം ജാദ്ലോക്കറെ ഒളിപ്പിക്കുന്നതായിരുന്നു. മൂന്നു ദിവസങ്ങൾക്കുശേഷം ഒരു കോളറ രോഗി മരിച്ചു. കർഷകനായ മൈക്കൾ ചോമിങ് ആയിരുന്നു അത്. അയാളെ ആരും തേടിയെത്തിയില്ല. കരയാനും വിലപിക്കാനും ആരുമുണ്ടായില്ല. അയാളെ ലിബുഷ് ജാദ്ലോക്കർ എന്ന പേരിൽ മറവുചെയ്തു. വയസ്സ്: നാല്പത്തിരണ്ട്. തൊഴിൽ: സത്രം സൂക്ഷിപ്പുകാരൻ. ജന്മസ്ഥലം: കൊളോമിയ. സന്ദർഭവശാൽ പറയട്ടെ, ഇതും വ്യാജമായിരുന്നു. ജാദ്ലോക്കറുടെ പേര് ജാദ്ലോക്കർ എന്നായിരുന്നില്ല. അയാളുടെ വയസ്സ് നാല്പത്തിരണ്ടല്ല. അയാൾ കൊളോമിയയിലുമല്ല ജനിച്ചത്.

ജാദ്ലോക്കർ അസുഖം ഭേദമായതിനാൽ മൈക്കൽ ചോമിങ് എന്ന

പേരിൽ ആശുപത്രി വിട്ടു. അയാളെ എവിടെ പാർപ്പിക്കും.

ആദ്യം കപ്തുറാക് ആശുപത്രി ഗേറ്റിൽവെച്ച് സ്വീകരിച്ചു. എന്നിട്ട്, അയാളുടെ വീട്ടിലേക്ക് കൊണ്ടുപോയി. അയാൾക്ക് വായാടിയായ ഒരു ഭാര്യ ഉണ്ട്. അവളിലയാൾക്ക് തീരെ വിശ്വാസമില്ല. മാത്രമല്ല അയാൾ അവളെ അങ്ങേയറ്റം വെറുക്കുന്നു. അതിനാൽ അയാൾ അവളോടിങ്ങനെ പറഞ്ഞു. "പുതിയൊരതിഥി ഉണ്ട് എന്റെ മച്ചുനൻ ഫ്യൂഡ്സ്. അയാൾ കുറച്ചു ദിവസമിവിടെയുണ്ടാവും. "

നന്നായി. ആരാണ് സ്വന്തം മച്ചുനനുവേണ്ടി അല്പം വളഞ്ഞവഴിക്കു നീങ്ങാത്തത്? പ്രത്യേകിച്ചും ഇത്തരമൊരു കാലത്ത്. ആറ് കസേരകൾ മാറ്റി മുമ്മൂന്നു വീതം ഓരോ വശത്തേക്ക്. വ്യജ മച്ചുനന് കിടക്കയൊരുക്കി കഴിഞ്ഞു.

വീടിനു പുറത്തിറങ്ങിയില്ല. അയാൾ ഹൃദ്യമായും സുദീർഘമായും ഉറങ്ങി. കപ്തുറാക്കിന് ഒരു മുറിയും ഒരു അടുക്കളയും മാത്രമേയുള്ളൂ. അവർ അടുക്കളയിൽത്തന്നെ ഭക്ഷണം കഴിച്ചു. അയാൾ ആറു കസേരകൾ ചേർത്തുവെച്ച് അതിന്മേലാണ് കിടന്നിരുന്നതെങ്കിൽ വ്യാജ മച്ചുനന് ഒരു മുഴുവൻ മുറിതന്നെ വേണം. കസേരകൾ മാറ്റിയില്ല. ഭക്ഷണം കഴിച്ചയുടൻ മച്ചുനൻ ഫ്യൂഡ്സ് നേരെപോയി കിടക്കും. അപ്പോൾത്തന്നെ ഉറങ്ങും. സംതൃപ്തൻ. ചോദ്യം ചെയ്യപ്പെടാത്തവൻ. ശക്തിമാൻ. ഉടനെയയാൾ കൂർക്കംവലിക്കും. അപ്പോൾ ചുമരുകൾ വിറയ്ക്കുന്നതായി തോന്നും.

ഇയ്യാളെ എന്തു ചെയ്യും? സ്ലാമയുടെ സ്ഥലംമാറ്റം ഉറപ്പാക്കുന്നതുവരെ അയാൾ കാത്തിരുന്നു.

അത് ഫെബ്രുവരിമാസം അവസാനം സംഭവിക്കുക തന്നെ ചെയ്തു. സ്ലാമയ്ക്ക് വിടപറയാൻ ഏതാനും നാളുകൾ മാത്രം. മനഃസാക്ഷിയുള്ള ഒരുവനെന്ന നിലയിൽ, കോളറ നിലനില്ക്കുമ്പോൾ തന്നെ അയാൾ യാത്ര പറഞ്ഞു. അയാൾ അറസ്റ്റു ചെയ്യുമായിരുന്നവരുടെ അടുത്തേക്കുപോലും സന്തോഷത്തോടെ അയാൾ ചെന്നു. ഇൻസ്പെക്ടർ ഇബിൻസ്കൂസയോട് യാത്ര പറയാനായി അതിർത്തി സത്രത്തിലെത്തി. ഇൻസ്പെക്ടറെ കണ്ട് അയാൾ ഭയപെട്ടുപോയി. അയാൾ തികഞ്ഞ ഒരു മദ്യപാനിയായി രൂപാന്തരപ്പെട്ടിരിക്കുന്നു. എങ്കിലും അവർ സത്രത്തിൽ നിന്നും ഒന്നോരണ്ടോ പെഗ് കഴിച്ചു. പരസ്പരം ഹൃദയാഭിവാദ്യങ്ങൾ നേർന്നു. ഇൻസ്പെക്ടർ കുഞ്ഞിനെപ്പോലെ തേങ്ങി. സർജന്റിനും വികാരം അടക്കാനായില്ല.

കുള്ളൻ കപ്തുറാക് അടുത്തിരിക്കുകയായിരുന്നു. അയാളും തൂവാലയെടുത്ത് കണ്ണുകൾ തുടച്ചു. അത് വരണ്ട കണ്ണുകളായിരുന്നു. തനിക്കെങ്ങനെ ജാദ്‌ലോക്കറെ ഒളിപ്പിക്കാനാകും എന്നു മാത്രമായിരുന്നു അയാളുടെ ചിന്ത. വിടപറയും മുമ്പേ അയാൾ സർജന്റിനടുത്തെത്തി

മെല്ലെ പറഞ്ഞു.

"ജാദ്‌ലോക്കർ കോളറ പിടിച്ച് മരിച്ച കാര്യം അറിഞ്ഞോ? യുഫീമിയയോട് പറയണ്ട. ഈ സത്രം ഇപ്പോൾ ഞങ്ങൾ വായ്പ നല്കിയവരുടേതാണ്."

"കോളറ വന്നെങ്കിലും സത്രത്തിന്റെ ചുമതല ഇപ്പോഴും എനിക്കാണ്."

സ്ലാമ യാത്ര പറയാനെഴുന്നേറ്റ് വസ്ത്രം നേരെയാക്കി, തൊപ്പി ശരിയാക്കി, ഇൻസ്പെക്ടറുടെ കൈപിടിക്കുമ്പോൾ അയാൾ പറഞ്ഞു.

"അപ്പോൾ ജാദ്‌ലോക്കർ മരിച്ചു. അല്ലേ?" അയാൾ സ്വയം ഉറപ്പുവരുത്തുംപോലെ പറഞ്ഞു. മരിച്ചുവെന്നു കരുതുന്നവനോടുള്ള ഒരു വിടപറയലായിരുന്നു അത്. കപ്തുറാക്കിനെ അയാൾ രണ്ടു വിരലുകൾ മാത്രമുയർത്തി സല്യൂട്ട് ചെയ്തു. അതിനുശേഷം അയാൾ പോയി. ദൈവവും ലോകവും തന്നെ കൈയൊഴിഞ്ഞതായി ഇബിൻസ്കൂസയ്ക്കു തോന്നി. ആ നിമിഷം അയാൾ സെമഷ്കിനെ കാണാൻ ആഗ്രഹിച്ചു. പക്ഷേ, അയാൾ അയാളുടെ പ്രിയപ്പെട്ടവളോടൊപ്പം മുകളിലത്തെ നിലയിൽ കിടന്നുറങ്ങുകയായിരുന്നു. തന്റെ പ്രിയപ്പെട്ട യുഫീമിയയ്ക്കൊപ്പം.

മുപ്പത്തിമൂന്ന്

കൃത്യം ഫെബ്രുവരി ഇരുപത്തിയൊന്നിന് ശക്തമായ ഹിമപാതമുണ്ടായി. എല്ലാവരും അതിനെ സന്തോഷപൂർവ്വം വരവേറ്റു. ദൈവം ക്രോധത്താലും കരുത്താലും കോളറയും മഞ്ഞുമഴയും പെയ്യിച്ചു. കോളറയ്ക്കുശേഷം ആളുകൾ മഞ്ഞിനെ സ്വാഗതം ചെയ്തു.

സ്ത്രൂമിങ്കാ നദി ഒറ്റരാത്രികൊണ്ട് തണുത്തുറഞ്ഞു മഴ പൊടുന്നനെ നിലച്ചു. തെരുവുകളിൽ അടിഞ്ഞുകൂടിയ ചെളി ഉറഞ്ഞു നരച്ച കണ്ണാടിപോലെയായി. മുകളിൽ സ്ഫടികംപോലെ ആകാശം തിളങ്ങി. മഴയുടെ പടിയിറക്കത്തിന്റെ അവസാന സൂചനയായി ചാറ്റലടിച്ചു. ചാറ്റൽ മഴയും തുഷാരവർഷവും നുകർന്ന് ആളുകൾ തെരുവിലിറങ്ങി. തെന്നാതിരിക്കാൻ അറ്റത്ത് ഇരുമ്പുഘടിപ്പിച്ച വടികളൂന്നിയായിരുന്നു അവരുടെ നടത്തം. തണുത്ത കാറ്റുവീശി. അത് വടക്കൻ കാറ്റോ തെക്കൻ കാറ്റോ ആയിരുന്നില്ല. ദിശരഹിതമായാണ് വീശിപ്പോയത്. അത് ആകാശത്തു നിന്നും വന്നു. മുകളിൽ നിന്നും താഴേക്കു വീശി. മഴയോ മഞ്ഞോ മുകളിൽനിന്നും പെയ്തിറങ്ങുംപോലെ.

ഒറ്റ രാത്രികൊണ്ട് കോളറയും നിലച്ചു. അസുഖ ബാധിതർ സുഖപ്പെട്ടു. പുതിയ കേസുകൾ ഉണ്ടായില്ല. എപ്പോഴുമെന്നപോലെ മരണപ്പെട്ടവർ വിസ്മൃതിയിലായി. അവർ മരിച്ചടക്കപ്പെട്ടു. അവരുടെ പേരിൽ ആളുകൾ വിലപിച്ചു.

സ്ലോട്ടോഗ്രോദ് ജില്ലയിൽ ജനജീവിതം സാധാരണ നിലയിലായി.

ജനജീവിതം സാധാരണ നിലയിലായെങ്കിലും കോളറ ഉണ്ടോ പോയോ എന്നതൊന്നും ഇൻസ്പെക്ടർ ഇബിൻസ്കൂസയെ ബാധി

ച്ചില്ല. ഭാര്യ മരിച്ചതുമുതൽ അയാൾ നിർത്താതെ മദ്യപിച്ചു. മരണത്തെ പേടിച്ചിട്ടല്ല മറിച്ച് അതിനായി കൊതിച്ചതുകൊണ്ടാണ്.

മറ്റു മദ്യപാന്മാരെയെല്ലാം അയാൾ കടത്തിവെട്ടി. അയാൾ ഒരിക്കൽക്കൂടി സത്രത്തിൽ താമസമാക്കി. സ്ലോട്ടോഗ്രോദിലെ അയാളുടെ വീട് പരിചാരികയാണ് നോക്കി നടത്തുന്നത്. അവൾ എപ്രകാരമാണത് നിർവ്വഹിക്കുന്നത് എന്നു നോക്കാനൊന്നും അയാൾ അങ്ങോട്ടേക്കു പോയില്ല. മറ്റൊന്നിനെപ്പറ്റിയും വരുത്തപ്പെടാൻ അയാൾക്കു കഴിയുമായിരുന്നില്ല.

അയാൾ കുടിച്ചു. അതിൽ മുങ്ങി. തൂവൽപോലെ പറന്നു. സ്വന്തം വേഷവിധാനത്തെപ്പറ്റി അയാൾ ഒരിക്കൽ എത്രമാത്രം ശ്രദ്ധാലുവായിരുന്നു. ഔദ്യോഗിക ചുമതലകൾ രണ്ടാം പരിഗണനമാത്രമായി. അയാൾ അയാളെത്തന്നെ അവഗണിച്ചു. അയാൾ അയാളെ ചുമക്കുന്ന രീതിയിൽ, നടക്കുന്ന വിധത്തിൽ, നോട്ടത്തിൽ എല്ലാം ആ അവഗണന ദൃശ്യമായി. ഒരുദിവസം നീണ്ട മദ്യപാനത്തിനൊടുവിൽ അയാൾ അതേ വേഷത്തിൽ പാദക്ഷകൾ പോലും അഴിച്ചുമാറ്റാതെ കിടക്കയിലേക്കു വീണു. കുടുക്കുകൾ അഴിച്ചു എന്നാൽ വസ്ത്രം ഊരിമാറ്റാൻ മടി അയാളെ അനുവദിച്ചില്ല. പട്ടാളത്തിലുള്ള കാലം മുതല്ക്കേ അയാൾ ഉറങ്ങാൻ പോകുന്നതിനുമുമ്പ് മുഖം വൃത്തിയായി കഴുകാനും ക്ഷൗരം ചെയ്യാനും മറന്നിരുന്നില്ല. അവിടെ പുലർച്ച മുതൽ ജോലി ആരംഭിക്കുമായിരുന്നു. ഇപ്പോഴയാൾ ക്ഷൗരം ചെയ്യൽ രാവിലത്തേക്ക് മാറ്റി. മിക്കപ്പോഴും ഉറക്കമെണീക്കുമ്പോൾ ഉച്ചയാവും. അപ്പോഴയാൾ ഓർമ്മിക്കും മിക്കവരും ഒന്നിരാടം മാത്രമേ ക്ഷൗരം ചെയിതിരുന്നുള്ളുവെന്ന്. ഇപ്പോഴുമയാൾക്ക് തനിയെ കുളിക്കാനുള്ള ശക്തി നഷ്ടമായിരുന്നില്ല. അയാൾ ഇപ്പോഴും കണ്ണാടി നോക്കും. താൻ എത്രമാത്രം നന്നായിരിക്കുന്നു എന്നറിയാനല്ല, കടന്നുപോകാറായോ എന്നറിയാനാണത്. ഇടയ്ക്കിടയ്ക്ക് ഉറക്കമുണർന്നുടൻ അയാൾക്ക് സ്വന്തം നാവ് പരിശോധിക്കുക എന്ന ആഗ്രഹത്തെ മറികടക്കേണ്ടിവന്നു. എന്നാൽ അയാൾക്ക് അത് ചെയ്യുന്നതിൽ തീരെ താല്പര്യമുണ്ടായിരുന്നില്ല. നാവു പുറത്തേക്കു നീട്ടിക്കഴിഞ്ഞാൽ കണ്ണാടിക്കു മുന്നിൽ നിന്ന് ചില ചേഷ്ടകൾ കാട്ടാനുള്ള ത്വര അയാൾക്ക് അടക്കാനായില്ല. ചിലപ്പോൾ കണ്ണാടിയിലെ തന്റെ ഛായയോട് ചിലതൊക്കെ പറയാനും നോക്കും. കണ്ണാടിക്കുമുമ്പിലുള്ള ഈ ആവിഷ്കാരം അയാൾക്ക് നിർത്തുവാനാകില്ല. എന്നിട്ട് അയാൾ എപ്പോഴും കട്ടിൽക്കാലിനോടു ചേർത്തുവെച്ചിട്ടുള്ള കുപ്പിക്കായി കൈനീട്ടും. കുപ്പിയിൽ നിന്ന് രണ്ടിറക്ക് വെള്ളം കുടിക്കും. പിന്നെ അതിന് പിന്നാലെ രണ്ടുകൂടി. അങ്ങനെ മൂന്നു കവിൾ വെള്ളം ഇറക്കിക്കഴിയുമ്പോൾ താൻ പഴയ ഇൻസ്പെക്ടർ ഇബിൻസ്കൂസയായി കഴിഞ്ഞതായി അയാൾക്കു തോന്നും. എന്നാൽ യഥാർത്ഥത്തിൽ അയാൾ അങ്ങനെയല്ല. അയാൾ

തികച്ചും വിത്യസ്തനായ ഇബിൻസ്കൂസ ആയിക്കഴിഞ്ഞിരുന്നു.

എല്ലാദിവസവും അതിരാവിലെ പാൽച്ചായ കഴിക്കുന്ന ശീലം അയാൾക്കുണ്ടായിരുന്നു. ഒരു ദിവസം രാത്രി അയാൾക്കു തോന്നി, ഇനി മേൽ തനിക്ക് പാലുചേർത്ത ചായ കുടിക്കാനാവില്ലെന്നും സെമ ഷ്കിനുള്ളതിനാൽ യുഫീമിയയ്ക്കൊപ്പം ചേരാനാവില്ലെന്നും. വസന്ത കാലം വരുന്നതുവരേക്കും എന്തായാലും അതിനു കഴിയുകയില്ലെന്ന് അയാൾ സ്വയം പറഞ്ഞുകൊണ്ടിരുന്നു. അതിനാൽ അതിരാവിലെ കുടി ക്കാൻ കിട്ടുന്ന ചായ വാഷ്ബേസിൽ ഒഴുക്കിക്കളഞ്ഞു. താൻ രാവിലെ ചൂടുള്ളതെന്തെങ്കിലും കഴിക്കാറില്ലെന്ന കാര്യം മറ്റുള്ളവർ അറിയാതിരി ക്കാൻ അയാൾ ശ്രമിച്ചു. പകരം തൊണ്ണൂറു ഡിഗ്രി ബ്രാണ്ടി ഒരു കവിൾ അകത്താക്കും. അപ്പോഴയാൾക്ക് ശരീരമാകെ ചൂടായതുപോലെയും സന്തോഷം തിരിച്ചെത്തിയ പോലെയും തോന്നും. ആ സമയത്ത്, താൻ കരുത്തനായതായും എല്ലാ തടസ്സങ്ങളും മറികടക്കാനുള്ള ശക്തി വന്നു ചേരുന്നതായും തോന്നും. അപ്പോളയാൾ ശക്തനാവുകയും ചെസ്നട്ട് വ്യാപാരി സെമഷ്കിൻ പെട്ടെന്ന് പോകുമെന്ന് പ്രത്യാശിക്കുകയും ചെയ്തു.

തന്റെ യൂണിഫോമിൽ ട്രൗസറിന്റെ കാര്യത്തിൽ ഇബിൻസ്കൂസ സവിശേഷ ശ്രദ്ധ പാലിച്ചിരുന്നു. നിത്യവും അതേ ട്രൗസറിൽ തന്നെ ഉറങ്ങുന്നതിനാൽ അതു മുഴുവൻ ചുളിവുകൾ വീണിരുന്നു. അതയാൾക്ക് ചേരാത്ത ഒന്നായി അനുഭവപ്പെട്ടു. തന്റെ ബൂട്ടുകൾ തുടച്ചു മിനുക്കാ നായി വാതില്ക്കൽ വെയ്ക്കുന്നതും ജുഗുപ്സാവഹമായി അയാൾക്കു തോന്നി.

ഇതെല്ലാം കാരണം അയാൾ അപൂർവ്വംപേരെ മാത്രമേ കണ്ടിരു ന്നുള്ളു. അതിനാൽ അയാളിൽ വന്നുചേർന്ന മാറ്റം മറ്റുള്ളവരറിഞ്ഞില്ല, സെമഷ്കിൻ ഒഴികെ. തന്റെ സ്വാഭാവികമായ സ്വഭാവത്തിന് ഇണങ്ങും വിധം ഒരു പ്രഭാതത്തിൽ അയാളിങ്ങനെ പറഞ്ഞു. "അങ്ങേയ്ക്ക് എന്തോ" കടുത്ത സങ്കടമുണ്ട് മിസ്റ്റർ ഇബിൻസ്കൂസ."

അയാൾ ഒന്നും പറയാതെ നടന്നുപോയി.

മുപ്പത്തിനാല്

തന്റെ തലച്ചോറിൽ ശ്രദ്ധേയമായ മാറ്റങ്ങൾ വന്നുകൊണ്ടിരിക്കുന്നു എന്ന് പാവം ഇബിൻസ്കൂസയ്ക്ക് സമ്മതിക്കേണ്ടിവന്നു. അടുത്തിടെ നടന്ന ചില സംഭവങ്ങൾ ഓർത്തെടുക്കാനാകുന്നില്ല എന്ന കാര്യം അയാൾ ശ്രദ്ധിച്ചു. തലേദിവസം ചെയ്ത കാര്യങ്ങൾപോലും ഓർമ്മയിൽ വരുന്നില്ല. നമ്മുടെ പാവം ഇൻസ്പെക്ടറുടെ ജീവിതം കുത്തിറക്കത്തിലാണ്. ഓഫീസിലെത്തി താൻ തലേ ദിവസം നല്കിയ ഉത്തരവിനെപ്പറ്റി ക്ലർക്കുമായി ചർച്ചചെയ്യുമ്പോൾ എല്ലാം താൻ കൃത്യമായി ഓർക്കുന്നു എന്നയാൾക്ക് ഭാവിക്കേണ്ടി വരുന്നു. തലേദിവസം താൻ പറഞ്ഞിരിക്കാവുന്ന കാര്യങ്ങളിൽ നിന്നും ക്ലർക്കിനെ പുറത്തുകൊണ്ടുവരാൻ അയാൾക്ക് പഠിച്ച പണി പതിനെട്ടും പ്രയോഗിക്കേണ്ടി വന്നു.

പുറമേക്ക് ഇബിൻസ്കൂസ തന്റെ അധികാരഭാവം കൈയൊഴിഞ്ഞില്ല. അയാൾ യുവാവാണ്. കഷ്ടിച്ച് മുപ്പത്തിയാറ് വയസ്സ് ആയിട്ടേയുള്ളു.

ഇപ്പോഴും ശക്തനും ധീരനുമായ അയാൾ കുതിരവണ്ടിയിലായിരുന്നു. എന്നാൽ ഉള്ളിൽ മധുര ചാരായം പുകഞ്ഞു; കുടിക്കാനാകാത്തപ്പോൾ കുടിക്കാനുള്ള ത്വരയും. ഒരേയൊരാളെപ്പറ്റിയുള്ള ഓർമ്മകളിൽ അയാൾ യഥാർത്ഥത്തിൽ നീറുകയായിരുന്നു. യുഫീമിയയായിരുന്നു അത്. അവളുടെ ചിത്രം അയാളുടെ ഹൃദയത്തിന്റെ ഭിത്തിയിൽ പതിച്ചിട്ടുണ്ട്. നെഞ്ചുകീറി ആ ചിത്രം പുറത്തെടുക്കണമെന്ന് അയാൾ ആഗ്രഹിക്കാത്തതല്ല. ഒരിക്കൽ നെഞ്ചുകീറി ആ ചിത്രം അയാൾ പുറത്തേ

ക്കെടുക്കുക തന്നെ ചെയ്യും.

മറ്റു ചില മാറ്റങ്ങളും അതേ സമയത്തുതന്നെ തന്നെ അലട്ടുന്നതായി അയാൾ കണ്ടെത്തി. അതിൽ അയാൾ ഖേദിച്ചു. തന്റെ പഴയ വ്യക്തിത്വത്തിലേക്ക് മടങ്ങാനാകുന്നില്ല; സന്തോഷത്തോടെ അയാൾക്കങ്ങനെ ചെയ്യാനാകുമായിരുന്നു. വാസ്തവത്തിൽ അതാവാൻ അയാൾ വല്ലാതെ കൊതിക്കുകയും ചെയ്തു. ഒരുപക്ഷേ, മറ്റുള്ളവർക്കായി അയാൾ ചെയ്ത കാര്യങ്ങൾക്കുപരിയായി.

തന്റെ ഔദ്യോഗിക കൃത്യനിർവ്വഹണത്തിൽ അയാൾ കൂടുതൽ കൂടുതൽ കാർക്കശ്യം കാട്ടി. അതിന് സ്ലാമയുടെ സ്ഥാനത്തേക്ക് നിയമിതനായാൽ പുതിയ സർജന്റ് പിയോത്രാക്കിനെയും കുറ്റപ്പെടുത്തണം. അയാൾ ചെമ്പൻ തലമുടിക്കാരനായിരുന്നു. ചെമ്പൻ തലമുടിക്കാരൻ ദുഷ്ടന്മാരായിരിക്കുമെന്ന പഴയ വിശ്വാസത്തെ അയാൾ ശരിവെച്ചു. അയാളുടെ കണ്ണുകൾക്ക് പ്രസന്നമായ നീലനിറമായിരുന്നെങ്കിലും അതിൽക്കൂടി പുറത്തുവന്നിരുന്നത് തീജ്വാലകളായിരുന്നു. ഒരു മൂളലിനപ്പുറം അയാൾ ഒന്നും സംസാരിച്ചിരുന്നില്ല. ഒരു കടയ്ക്കുള്ളിൽ പരിശോധനയ്ക്കായി അവർ കയറുമ്പോൾ അയാൾ തോക്ക് താഴെ വെയ്ക്കാൻ വിമുഖതകാട്ടും; ചട്ടം അപ്രകാരമാണ് അനുശാസിക്കുന്നതെങ്കിലും. വല്ലപ്പോഴുമേ അയാൾ ചിരിക്കാറുള്ളുവെങ്കിലും ഏകപക്ഷീയമായി മടുപ്പിക്കുന്ന കഥകൾ പറഞ്ഞുകൊണ്ടിരിക്കും. പരിശോധനയ്ക്കായി അവർ ഒരു കടയിൽ കയറിക്കഴിഞ്ഞാൽ സർജന്റ് വായ തുറക്കേണ്ടതില്ല. അയാളുടെ തുറിച്ചുനോട്ടത്തിൽ തന്നെ ഒളിച്ചുവെച്ച ഒരു വസ്തുവും ഇൻസ്പെക്ടറുടെ ശ്രദ്ധയിൽ പെടും. അളവുതൂക്കങ്ങൾ മാത്രമല്ല പലചരക്കുകളുടെ ഗുണനിലവാരവും തങ്ങൾക്ക് പരിശോധിക്കാൻ അവകാശമുണ്ടെന്ന് അയാൾ കണ്ടെത്തി. ഇൻസ്പെക്ടർ അയാളെ അനുസരിച്ചു. പലചരക്കുകൾ പരിശോധനയ്ക്കായി ഇൻസ്പെക്ടർ ആവശ്യപ്പെട്ടു. ചീഞ്ഞ മത്തിയും വെള്ളം ചേർത്ത ബ്രാണ്ടി, ചുണ്ടെലികൾ കരണ്ട പരവതാനി, നനഞ്ഞ തീപ്പെട്ടി, പുഴുവരിച്ച സമാനങ്ങൾ, റഷ്യയിലെ പാവങ്ങൾ വീട്ടിൽ വാറ്റിയ ചാരായം എന്നിവ കണ്ടെത്തി. പലചരക്കുകളും തനിക്ക് പരിശോധിക്കാമെന്ന കാര്യം ഇതുവരെ അയാളുടെ ശ്രദ്ധയിൽ പെട്ടിരുന്നില്ല. അക്കാര്യം ശ്രദ്ധയിൽ കൊണ്ടുവരുന്നതുവഴി സർജന്റ് പിയോത്ര പ്രത്യേക പ്രധാന്യം അർഹിക്കുന്നു.

ക്രമേണ ഇബിൻസ്കൂസ അപകടകരമാം വിധത്തിൽ സർജന്റിനെ ആശ്രയിക്കാൻ തുടങ്ങി. എന്നാൽ ഈ കാര്യം സ്വയം സമ്മതിക്കാൻ അയാൾ തയ്യാറായില്ല. ചിലപ്പോഴെല്ലാം അയാൾ ആ ചെമ്പൻ മുടിക്കാരനെ ഭയക്കാനും തുടങ്ങി. അയാൾ തികച്ചും മിതഭാഷിയാണെന്ന കാര്യം ഭയം വർദ്ധിപ്പിച്ചു. അയാൾ ഒരേസമയം ഗൗരവക്കാരനും അത്രയുംതന്നെ

അപകടകാരിയുമാണ്. അയാളുടെ കുറുകിയ കണ്ണുകളിലെ ചുവന്ന മുടി കണ്ടാൽ മുള്ളൻ പന്നികളുടെ മുള്ളുകളാണെന്നു തോന്നും. നിയമപ്രകാരമുള്ള ആയുധം കൈയിൽ വെയ്ക്കുക മാത്രമല്ല അയാൾചെയതത്. അയാൾ തന്നെ ഒരു ആയുധമായിരുന്നു.

ചിലപ്പോൾ അയാൾ പുകച്ചെടുത്ത പന്നിയിറച്ചിയുടെ സാൻവിച്ച് സഞ്ചിയിൽ നിന്നെടുത്ത് രണ്ടായി പകുത്ത് പാതി ഇബിൻസ്കൂസയ്ക്ക് നേരെ നീട്ടും. നന്നെ വിശക്കുന്നുണ്ടെങ്കിലും അയാൾ അല്പം മടിയോടെയാണത് സ്വീകരിച്ചത്. ചിലപ്പോൾ അയാൾ ചിന്തിക്കും പിയോത്രാക്കിന്റെ പിൻകൈയിലെ ചുവന്ന രോമം ഇത്രയ്ക്കും സമൃദ്ധമായി വളരുന്നത് വെണ്ണയും പന്നിയിറച്ചിയും കഴിച്ചിട്ടാകുമെന്ന്.

മറ്റു ചിലപ്പോൾ അയാൾക്ക് തോന്നും പിയോത്രക് തന്റെയത്ര വിദ്വേഷക്കാരനല്ലെന്ന്. അയാൾ തന്റെ ട്രൗസറിന്റെ പോക്കറ്റിൽ നിന്നും ചപ്പിയ ഒരു കുപ്പിയെടുത്ത് ഒരു കവിൾ മദ്യം ഹൃദ്യമായി ഇറക്കി. അപ്പോൾ അയാൾക്ക് തോന്നിയത് താനൊരിക്കലും വിദ്വേഷംവെച്ച് പുലർത്തുന്ന ഒരുവനല്ലെന്നും വളരെ കർക്കശമായി ചുമതല നിറവേറ്റുന്ന ഒരു ഉദ്യോഗസ്ഥൻ മാത്രമാണെന്നുമാണ്. ധൈര്യസമേതം ഒരുതരം ഭ്രാന്തമായ സന്തോഷത്തോടെ അയാൾ കടകൾക്കുള്ളിലേക്ക് കടന്നു ചെന്നു. വലുത്, ചെറുത്, ഇടത്തരംചെറുത് എന്നൊന്നുമുള്ള വ്യത്യാസങ്ങൾ അയാൾ പരിഗണിച്ചില്ല. ചില കടക്കാർ ഇറങ്ങി ഓടി. അവർ സർജന്റിനെ, അധികാരികളെ, നിയമത്തെ പൊതുവിൽ ഭയപ്പെട്ടു. സർജന്റ് തന്റെ ബാഗിൽ നിന്നും കറുത്തു തടിച്ച നോട്ടുപുസ്തകം പുറത്തെടുത്തു. അയാളുടെ പെൻസിൽ ബയനറ്റിനെ അനുസരിപ്പിച്ചു.

ഇബിൻസ്കൂസ കടയിലെ കൗണ്ടറിനു പിന്നിൽ നിലകൊണ്ടു. അപ്പോൾ കച്ചവടക്കാരൻ നിന്നുവിറയ്ക്കാൻ തുടങ്ങി. വിലയുള്ള അക്കത്തിനുമുന്നിൽ പൂജ്യമെന്ന പോലെയാണപ്പോഴവന്റെ നില. ഇബിൻസ്കൂസ സർജന്റിന് നിർദ്ദേശങ്ങൾ നല്കിക്കൊണ്ടിരുന്നു. ഗ്രാം, മൂന്ന് പൗണ്ട്, ആറു കിലോ, രണ്ടുമീറ്റർ എന്നൊക്കെ പറയുമ്പോൾ ആ അളവുകളും തൂക്കങ്ങളും അയാൾക്കു മുന്നിൽ നിരത്തപ്പെട്ടു. ചെസ്സുകളിക്കാർ കരുക്കൾക്കുമുന്നിലെന്നപോലെ സർജന്റ് കള്ളത്തൂക്കങ്ങൾക്കും അളവുകൾക്കും മുന്നിലായിരുന്നു. ഇബിൻസ്കൂസ തന്റെ ഔന്നത്യത്തിൽ നിയമത്തിന്റെ ആയുധമണിഞ്ഞ ഗരിമയോടെ നിലകൊണ്ടു. സർജന്റ് എല്ലാം നോട്ടുപുസ്തകത്തിൽ രേഖപ്പെടുത്തി. കച്ചവടക്കാരൻ നിന്നു വിറച്ചു. ചിലപ്പോൾ കടക്കാരന്റെ ഭാര്യ ഓടിയെത്തി കൈകൾ കൂപ്പി.

ഇബിൻസ്കൂസയെ കോളറ കൊണ്ടുപോകാത്തതിൽ ഏവരും പരിതപിച്ചു. അയാൾ കോളറയെക്കാൾ അവരെ രോഷാകുലരാക്കി. ഇയാൾ കാരണമാണ് പവിഴപ്പുറ്റ് വ്യാപാരി നിസ്സേൻ പൈജനിക് ജയി

ലിലായത്. വസ്ത്ര വ്യപാരിയായ ടോച്ചീന, പാൽക്കാരൻ കിപുര, മീൻകച്ചവടക്കാരൻ ഗോരോക്കിൻ, കോഴിവ്യാപാരി ചാച്ക്കീസ് അങ്ങനെ പലരും. ഇബിൻസ്കൂസയെ ആ പ്രദേശത്തുള്ളവർ കോളറയെന്ന പോലെ ഭയന്നു. ഇതെല്ലാം കഴിഞ്ഞ് അയാൾ വീട്ടിലേക്ക് മടങ്ങി, അതായത് അതിർത്തി സത്രത്തിലേക്ക്. എന്നിട്ടയാൾ മദ്യപിക്കാൻ തുടങ്ങി.

പരിശോധനകൾക്കിടെ ചിലപ്പോൾ വ്യാപാരികളുടെ ഭാര്യയും മക്കളും ഓടിയെത്തി. കേസ് റിപ്പോർട്ട് ചെയ്യരുതെന്നാവശ്യപ്പെട്ട് അയാളുടെ കാലുപിടിച്ച് കരയാറുണ്ട്; ചിലപ്പോളയാളുടെ കോട്ടിൽ പിടിച്ച് അവർ തൂങ്ങും. അവർ അയാളെ പോകാനനുവദിക്കില്ല. അപ്പോൾ സർജന്റ്, ചുവപ്പു മുടിയുള്ള പിയോത്രാക് അയാൾക്കു സമീപം അനങ്ങാതെ നിലകൊള്ളും. ഒരു ഭാര്യയോ കുഞ്ഞോ യൂണിഫോറത്തിൽ ഭയപ്പെട്ട് അയാൾക്കടുത്തേക്കു പോകില്ല.

ഇബിൻസ്കൂസ ഇങ്ങനെ പറയും.

“എന്തുകൊണ്ടയാളെ വിട്ടുകൂടാ? അയാൾ ആർക്കാണ് ദ്രോഹം ചെയ്തത്? ഇവിടെ എല്ലാരും പരസ്പരം പിടിച്ചുപറിക്കുന്നവരാണ്. അയാൾ പൊയ്ക്കോട്ടെ, ഇബിൻസ്കൂസ. എന്നാൽ അത് പഴയ ഇബിൻസ്കൂസയാണ്. പുതിയ ഇബിൻസ്കൂസ പറഞ്ഞു.

“നിയമം നിയമമാണ്. ഇതാ സർജന്റ് നില്ക്കുന്നു. ഞാൻ തന്നെ പന്ത്രണ്ടുകൊല്ലം സൈന്യത്തെ സേവിച്ചവനാണ്. എന്തിനേറെപ്പറയുന്നു ഞാൻ തന്നെ കടുത്ത അസംതൃപ്തനാണ്. ജോലിയല്ല എനിക്ക് പ്രധാനം.” പുതിയ ഇബിൻസ്കൂസ പറഞ്ഞതിനെല്ലാം ചെമ്പൻ മുടിക്കാരൻ പിയോത്രാക് സമ്മതപൂർവ്വം തല കുലുക്കി.

മുപ്പത്തിഞ്ച്

ഫെബ്രുവരി മാസം അവസാനത്തിൽ ജാദ്‌ലോക്കർ എന്ന തടവുകാരൻ മരണപ്പെട്ടു എന്ന വിജ്ഞാപനം ഇബിൻസ്കൂസയ്ക്ക് ലഭിച്ചു. ചില പ്രത്യേകകാരണങ്ങളാൽ അയാളുടെ മേൽനോട്ടം ഇബിൻസ്കൂസയെയായിരുന്നു ഏല്പിച്ചത്.

അന്നു വൈകുന്നേരം, ഏറെ നാളുകൾക്കുശേഷം കപ്തുറാക് സത്രത്തിൽ പ്രത്യക്ഷപ്പെട്ടു. പതിവ് വണക്കങ്ങൾക്കുശേഷം അയാൾ ഇബിൻസ്കൂസ, സെമഷ്കിൻ, യുഫീമിയ, സർജന്റ് പിയോത്രാക് എന്നിവർക്കൊപ്പം മേശയ്ക്കരികിലിരുന്നു.

എല്ലാവരും ചീട്ടുകളിച്ചു. കപ്തുറാക്ക് കളിയിൽ തോറ്റു. ഇതെല്ലാം കൊണ്ട് അയാൾ അസാധാരണമാംവിധം സന്തോഷവാനായിരുന്നു.

എന്തുകൊണ്ടായിരുന്നു അങ്ങനെയെന്ന് വ്യക്തമായിരുന്നില്ല. സാധാരണ ചീട്ടുകളിക്കാർ കളിക്കിടയിൽ വിളിച്ചുകൂവുന്ന ചില പ്രയോഗങ്ങളുണ്ട്. 'പന്നിക്കു കാറ്റു പിടിച്ചു,' 'എനിക്കെന്റെ കെട്ടുപൊട്ടി' 'ചാണകം സ്വർണ്ണമാണ്' എന്നിങ്ങനെ. ഈ കോലാഹലങ്ങൾക്കിടയിൽ അടുത്തത് ഏതു ചീട്ടിറക്കണം എന്ന് ആലോചിക്കുംപോലെ തോന്നിപ്പിച്ച് മനസ്സാന്നിദ്ധ്യമില്ലാതെയെന്നോണം കപ്തുറാക് പറഞ്ഞു.

"ഇൻസ്പെക്ടർ, കാര്യങ്ങളൊക്കെ അങ്ങേക്കനുകൂലമാണല്ലോ? നിങ്ങളുടെ ശത്രു മരിച്ചല്ലോ."

"ഏതു ശത്രു"

"ജാദ്‌ലോക്കർ."

അതും പറഞ്ഞ് കപ്തുറാക് ഒരു ചീട്ടിറക്കി.

"കോളറത്തടവുകാരിലൊരാളായിരുന്നു അയാൾ. മാസങ്ങളായി മണ്ണിനടിയിൽ ചീയുന്നു. അയാളുടെ പുഴുക്കൾപോലും ഉണങ്ങിക്കാണും."

"അതു ശരിയല്ല"

യൂഫീമിയ പറഞ്ഞു. അതു പറയുമ്പോൾ അവൾ വിളറി.

"അതു ശരിയാണ്."

ഇബിൻസ്കൂസയും പറഞ്ഞു.

"എനിക്ക് ഔദ്യോഗിക അറിയിപ്പുണ്ട്."

യൂഫീമിയ ഒന്നും മിണ്ടാതെ എഴുന്നേറ്റു. തേങ്ങിക്കരയാനായി അവൾ പടിക്കെട്ടുകൾ കയറിപ്പോയി. ആദ്യം ചീട്ടുകൾ താഴെയിട്ടതും സംസാരിച്ചതും സെമഷ്കിനായിരുന്നു. അയാൾ പറഞ്ഞു.

"ഞാൻ കളിക്കുന്നില്ല."

ചെമ്പൻ മുടിക്കാരനായ പിയാത്രാക്കുപോലും ചീട്ടു താഴെയിട്ടു. കപ്തുറാക് മാത്രം സ്വയം കളിക്കുന്നു എന്ന ഭാവത്തിൽ ചീട്ടുമായിരുന്നു. പെട്ടെന്ന്, അപ്രതീക്ഷിതമായി അയാൾ ചീട്ടുതാഴെയിട്ട് പ്രഖ്യാപിച്ചു.

"ഈ സത്രമിനി വായ്പ നല്കിയ ഞങ്ങൾ ആറുപേർക്കുള്ളതാണ്."

ഇതു പറഞ്ഞ് അയാൾ ഇൻസ്പെക്ടറെ നോക്കി.

അവിടം നിശ്ശബ്ദമായി. അത് സെമഷ്കിന് താങ്ങാവുന്നതിനും അപ്പുറമായിരുന്നു. അയാൾ എഴുന്നേറ്റു പാട്ടുപെട്ടിക്കരികിലേക്കു പോയി. മൂവർക്കുമായി റാക്കോസി മാർച്ചിന്റെ നാടോടി സംഗീതം കേൾപ്പിച്ചു. സംഗീതവീചികൾക്കിടയിലൂടെ കപ്തുറാക് സർജന്റിനോട് പറഞ്ഞു.

"താങ്കൾ വന്നതിനുശേഷം നമ്മുടെ ഇൻസ്പെക്ടർ കൂടുതൽ കർക്കശ്ശക്കാരനായി. വ്യാപാരികളെല്ലാം അദ്ദേഹത്തെ ശപിക്കുന്നു. പലർക്കും ലൈസൻസ് നഷ്ടമായി."

"ഞാൻ നിറവേറ്റുന്നത് ചുമതലമാത്രമാണ്."

ഇൻസ്പെക്ടർ പറഞ്ഞു.

അയാളപ്പോൾ യൂഫീമിയയെയും പണ്ടത്തെ ഇബിൻസ്കൂസയെയും ഓർത്തു. അയാൾ മരിച്ചുപോയ ഭാര്യയെ ഓർത്തു. യൂഫീമിയ! താനിപ്പോൾ അയൽപക്കത്തെവിടെയോ ഉപേക്ഷിക്കപ്പെട്ട ഒരുവൻ മാത്രം.

"താങ്കൾ എല്ലായിപ്പോഴും താങ്കളുടെ ചുമതല നിറവേറ്റുന്നില്ലല്ലോ?"

കപ്തുറാക് മെല്ലെ പറഞ്ഞു. അപ്പോഴേക്കും സംഗീതപ്പെട്ടി നിശ്ശബ്ദമായി. മെല്ലെയാണിതു പറഞ്ഞതെങ്കിലും ആ ശബ്ദം മുറിയിൽ മുഴങ്ങി. കപ്തുറാക് തുടർന്നു.

"താങ്കൾ എന്തുകൊണ്ട് ചില കടകൾ മാത്രം പരിശോധിക്കുന്നില്ല?

കടയേതാണെന്ന് താങ്കൾക്കറിയാം."

ആ കട ഏതാണെന്ന് ഇബിൻസ്കൂസയ്ക്കറിയാമായിരുന്നു. എങ്കിലും അയാൾ ചോദിച്ചു.

"ഏതാണത്?"

"സിംഗറുടെ കട"

"എവിടെയാണയാളുടെ കട?"

സർജന്റ് പിയോത്രാക് ഇടപ്പെട്ടു.

''സ്ലോട്ടോഗ്രോദിൽത്തന്നെ. നഗരകേന്ദ്രത്തിൽ. മീൻകാരി ചാച്ക്കീസ് മുത്തശ്ശിയുടെ കടയുടെ വലതുവശത്തുള്ള കട. ചാച്ക്കീസ് മുത്തശ്ശിയുടെ ലൈസൻസ് മൂന്നാഴ്ചമുമ്പ് റദ്ദാക്കിയിരുന്നു."

"നാളെ നമുക്ക് അങ്ങോട്ടുപോയി നേക്കാം" ഇൻസ്പെക്ടർ പറഞ്ഞു. അയാൾ പെട്ടെന്ന് കപ്തുറാക്കിനെയും പിയോത്രാക്കിനെയും ഭയന്നു. ഒരു ഗ്ലാസു കൂടി അകത്താക്കാൻ അയാൾക്കു തോന്നി. "നാളെ നമുക്ക് അങ്ങോട്ടു പോയി നോക്കാം."

അയാൾ ആവർത്തിച്ചു."

കപ്തുറാക് ശബ്ദമില്ലാതെ ചിരിച്ചു. അതൊരു വലിയ ചിരിയായിരുന്നു. അയാളുടെ ദുർബ്ബലമായ ചുണ്ടുകൾക്കിടയിലൂടെ നാലു പല്ലുകൾ തെളിഞ്ഞു. രണ്ടു മുകളിലും രണ്ടു താഴെയും. അയാൾ സ്വന്തം ചിരി ചവച്ചു തിന്നുംപോലെ തോന്നി.

സിംഗറുടെ കടയിലേക്ക് ഇൻസ്പെക്ടർ ഇതുവരെ പോയിരുന്നില്ല എന്നതു നേരുതന്നെ. അത് ആ ജില്ലയിൽ അയാൾ പോകാത്ത ഏക കടയും. ഔദ്യോഗിക കാര്യങ്ങളിൽ വിട്ടുവീഴ്ചയില്ലാത്ത ഇബിൻസ്കൂസ ബോധപൂർവ്വം അയാളെ ശല്യപ്പെടുത്താതെ വിടുകയായിരുന്നു.

ആ പ്രദേശത്തുള്ള ശോചനീയ കടകളിൽ ഏറ്റവും ശോചനീയമായിരുന്നു സിംഗറുടെ കട. ആ കടയ്ക്ക് ഒരു സൈൻ ബോഡുപോലും ഉണ്ടായിരുന്നില്ല. ചെറിയൊരു സ്ലേറ്റിൽ സിംഗറുടെ ഭാര്യ ബ്ലൂം സിംഗർ ചോക്കുകൊണ്ട് എഴുതുന്നതല്ലാതെ. മഴ പെയ്താൽ അതു മാഞ്ഞുപോകും. അപ്പോൾ അവൾ വീണ്ടും എഴുതും. അതൊരു തീരെ ചെറിയ വീടായിരുന്നു. ഒരു മുറിയും ഒരു അടുക്കളയും. അടുക്കളയാണ് കടയായും പ്രവർത്തിക്കുന്നത്. ആ വീട്ടിന്റെ മുൻവശത്ത് ദീർഘചതുരാകൃതിയിലുള്ള പുരയിടത്തിലൊരിടത്ത് ചാണകം കൂട്ടിയിട്ടിട്ടുണ്ട്. അതിനടുത്തായി തടികൊണ്ടുള്ള ഒരു മറപ്പുര കാണാം. അതവരുടെ കക്കൂസാണ്. അതിനുമടുത്ത് ചവറ്റുകൂന. മഞ്ഞുകാലമായതിനാൽ അതിനുമേൽ മഞ്ഞുപറ്റിപ്പിടിച്ചിരിപ്പുണ്ട്. പഠിക്കേണ്ടാത്ത ഏതാനും മണിക്കൂറുകളിൽ സിംഗർക്കുട്ടികൾ കളിക്കും. അവർക്കു പഠിക്കേണ്ടിയിരുന്നു. കാരണം ചുരുങ്ങിയത് അതിലൊരാൾ പിതാവിന്റെ അനന്തരാവകാശി ആകേണ്ടതാണ്.

അതു തീർച്ചയായും സ്വത്തുമാറ്റത്തിന്റെ പ്രശ്നമേയായിരുന്നില്ല. വളരെ നല്ലവനായ ഒരുവന്റെ സൽപ്പേരായിരുന്നു അത്. കടയ്ക്കും അടുക്കളയ്ക്കും പിന്നിൽ ചുമരിനോടു ചേർത്തിട്ടിരിക്കുന്ന രണ്ടു കട്ടിലുകൾക്കിടയിലുള്ള സ്ഥലത്ത് സിംഗർ രാപകൽ വായിച്ചുകൊണ്ടിരുന്നു. മറ്റേ മുറിയുടെ നടുവിലായി കുട്ടികൾക്കുള്ള പുൽപ്പായയാണ്.

വിശുദ്ധകാര്യങ്ങളല്ലാതെയുള്ള കുട്ടികൾ അയാൾക്കരികിൽ പഠിക്കാനെത്തും. പതിതജീവിതമാണ് നയിച്ചിരുന്നതെങ്കിലും ഒന്നുംതന്നെ ആവശ്യപ്പെട്ടിരുന്നില്ല. എല്ലാ തിങ്കളാഴ്ചകളിലും വ്യാഴാഴ്ചകളിലും അയാൾ ഉപവസിച്ചു. സാധാരണ ദിവസങ്ങളിൽ അയാൾ സൂപ്പ് മാത്രമേ കഴിച്ചിരുന്നുള്ളു. തടികൊണ്ടുണ്ടാക്കിയ പാത്രത്തിൽ നിന്നും തടികൊണ്ടുള്ള തവികൊണ്ട് അയാൾ സൂപ്പു കഴിച്ചു. വെള്ളിയാഴ്ച മാത്രമേ കട്ടി ആഹാരം കഴിച്ചിരുന്നുള്ളു. ആ പട്ടണത്തിലെ ആർക്കും അയാളെ അറിയില്ല. എല്ലാ ദിവസവും പ്രാർത്ഥനയ്ക്കായി ദിവസവും രണ്ടുനേരം അയാൾ പോയിവരുന്നത് അവർ കാണുന്നതാണ്. മെലിഞ്ഞ കാലുകളിലും പാദങ്ങളിലും വെള്ള സോക്സ് വലിച്ചു കയറ്റി തുറന്ന പാദരക്ഷ ധരിച്ച് അയാൾ ധൃതിയിൽ കടന്നുപോകും. അയാളുടെ കോട്ട് കാറ്റിലാടും. അയാളുടെ രോമത്തൊപ്പി പുരികംവരെ ഇറങ്ങിക്കിടക്കും. നടക്കുമ്പോൾ താടി ആടിക്കളിക്കും. അയാളുടെ ദു:ഖത്തിനു കടന്നുപോകാൻ വഴിയൊരുക്കാനെന്നപോലെ അയാളുടെ മൂക്ക് കപ്പലിന്റെ അണിയംപോലെ വായു തള്ളി നീങ്ങുന്നതായി തോന്നും. നടന്നുപോകുമ്പോൾ അയാൾ ആരെയും ഒന്നിനെയും കണ്ടില്ല. അയാൾ സ്വന്തം ദയനീയതകളിൽ ആമഗ്നനായി ഇപ്പോൾമാത്രം വായിച്ചുതീർത്ത വിശുദ്ധമായ കാര്യങ്ങൾ മാത്രം ഓർത്ത് അവ വീണ്ടും വായിക്കാമല്ലോ എന്ന സന്തോഷകരമായ പ്രതീക്ഷയിലാവും നടന്നുപോകുന്നത്. എല്ലാവരും അയാളെ ബഹുമാനിച്ചു. അവർക്ക് പ്രയാസമുണ്ടാക്കുന്ന സമയങ്ങളിൽ പാവപ്പെട്ട കർഷകർ അയാളുടെ ഉപദേശത്തിനായി എത്തും. ലോകത്തെയോ മനുഷ്യരെയോ അയാൾ കണ്ടിട്ടുള്ളതിന് തെളിവൊന്നുമില്ലെങ്കിലും അയാൾക്ക് അത് രണ്ടും മനസ്സിലായി. അയാളുടെ ഉപദേശങ്ങൾ ബുദ്ധിപൂർവ്വമായിരുന്നു. അയാളുടെ ഇടപെടലുകൾ ഫലം കണ്ടു.

നിത്യജീവിതവുമായി ബന്ധപ്പെട്ട കാര്യങ്ങൾ അയാളുടെ ഭാര്യ നോക്കി. അനുമതിച്ചുങ്കത്തിനും സാമാനങ്ങൾ വാങ്ങാനുള്ള കാശിനുമായി സ്ലോട്ടോഗ്രോദിലെ ധനികരോട് തെണ്ടി. എന്താണവിടത്തെ സാമാനങ്ങൾ? ഉള്ളി, പാൽ, വെണ്ണ, മുട്ട, വെള്ളുത്തുള്ളി, ഉണങ്ങിയ അത്തിപ്പഴം, ഉണക്ക മുന്തിരി, ബദാം, ജാതിക്ക, കുങ്കുമപ്പൂവ് എന്നിവ ഇവിടെ കിട്ടിയേക്കും. എന്നാൽ കുറച്ചുമാത്രമാണവ. പേടിച്ചരണ്ടതുപോലെയാണയാളുടെ ഇരുപ്പ്. വെള്ളച്ചായം തേച്ച ചുമരുകൾക്കുള്ളിൽ അവ കൂട്ടിയിട്ടിരിക്കും. അതുകണ്ടാൽ കുട്ടികൾ കടക്കാരനായി കളിച്ചതുപോലെ

യുണ്ടാവും. ഉള്ളിയും വെള്ളുത്തുള്ളിയും ചാക്കിൽ ശേഖരിച്ച് ബക്കറ്റിൽ ഇറക്കിവെച്ചിട്ടുണ്ട്. ആ ബക്കറ്റിൽ പാലിന്റെ ഈർപ്പമുണ്ടാകും. രുദ്രാക്ഷവും ബദാമും ചെറുകൂനകളായി ഗ്രീസ് പേപ്പറിൽ കൂട്ടിയിട്ടിരിക്കും. അതിനടുത്ത് രണ്ട് ക്രീം ജാറുകളും. അതിനിടയിലാണ് ഈച്ചകളുടെ ഉറക്കം. ഇതിനെല്ലാം നടുവിലായി തുരുമ്പിച്ച ഒരു തടിക്കഷണത്തിൻ ത്രാസ് തൂങ്ങിനില്ക്കുന്നു.

സിംഗറുടെ കടയിൽ നിന്നും സാധനങ്ങൾ വാങ്ങാവുന്ന വിധത്തിൽ സാധുക്കളായ മനുഷ്യർ പരിസരത്തെങ്ങും ഉണ്ടായിരുന്നില്ല. എങ്കിലും ദൈവത്തിന്റെ കൃപകൊണ്ട് അവരും കഴിഞ്ഞുപോന്നു. ദൈവത്തിന്റെ ഇടപെടലെന്നോണം ധനികരായ ചിലർ അവർക്ക് ആവശ്യമില്ലെങ്കിലും സിംഗറിന്റെ കടയിലെത്തി ചിലതൊക്കെ വാങ്ങുകയും കുറെക്കഴിഞ്ഞ് വഴിയിലെറിയുകയും ചെയ്യുമായിരുന്നു.

മുപ്പത്തിയാറ്

അടുത്തദിവസം രാവിലെ സർജന്റിനെയും കൂട്ടി ഇബിൻസ്കൂസ പരിശോധിക്കാൻപോകുന്ന കടയുടെ സ്ഥിതിയായിരുന്നു ഇത്. അന്തരീക്ഷത്തിൽ മഞ്ഞു മൂടിയിട്ടുണ്ടായിരുന്നെങ്കിലും കുറെ ആളുകൾ കടയ്ക്കുമുമ്പിൽ തടിച്ചുകൂടിയിരുന്നു. അടുത്തുള്ള ജൂത പള്ളിക്കൂടം വിട്ട് കുട്ടികൾ ഓടിയെത്തി. എട്ടുമണിയായപ്പോൾ പ്രാർത്ഥനാലയത്തിൽ നിന്നും മെന്റൽ സിംഗർ പുറത്തുവന്നു. തന്റെ ചെറിയ വീടിനു മുന്നിലെ ആൾക്കൂട്ടം കണ്ട് അയാൾ ഭയന്നു. വീടിനു തീപിടിച്ചിട്ടുണ്ടാവുമെന്ന് കരുതി. അപ്പോഴേക്കും ആരോ ഓരാൾ ഓടിയെത്തി വിളിച്ചു പറഞ്ഞു. "സർജന്റും ഇൻസ്പെക്ടറും കട പരിശോധനയ്ക്കെത്തി." അയാൾ വീടിനുള്ളിലേക്ക് ഓടിക്കയറി. തീപിടിച്ചതിനെക്കാൾ ഭയാനകമായത് സംഭവിച്ചിരുന്നു. ഒരു സർജന്റ് സായുധനായി ഇബിൻസ്കൂസയ്ക്കടുത്ത് നില്ക്കുന്നു. ഇൻസ്പെക്ടർ സാധനങ്ങളും അളവുതൂക്കുപകരണങ്ങളും പരിശോധിച്ചുകൊണ്ടിരിക്കുന്നു. ആ തക്കം നോക്കി രണ്ടു പൂച്ചകൾ ഓടി രക്ഷപ്പെട്ടു.

ക്രീം പുളിച്ചിരുന്നു, പാൽ തൈരായി, വെണ്ണയിൽ പുഴുക്കൾ കണ്ടു, ഉള്ളികൾ ചീഞ്ഞുതുടങ്ങി, രുദ്രാക്ഷം പൂപ്പു പിടിച്ചു അത്തിക്കായകൾ ചുരുങ്ങിപ്പോയി. ത്രാസുകളുടെ തുലനം ശരിയല്ല. തൂക്കു കട്ടികൾ വ്യാജമായിരുന്നു. ഔദ്യോഗിക നടപടിക്രമങ്ങൾ ആരംഭിച്ചു കഴിഞ്ഞു. എല്ലാം കുറിച്ചെടുക്കണം. സർജന്റ് അയാളുടെ സഞ്ചിയിൽനിന്നും കറുത്ത നോട്ടുപുസ്തകം പുറത്തെടുത്തു. അവർക്കെതിരെ ഉപയോഗിക്കാവുന്നതിൻ ഏറ്റവും വിനാശകരമായ ആയുധം പ്രയോഗിക്കപ്പെട്ടു കഴിഞ്ഞ

തായി മെന്റൽ സിംഗറും ഭാര്യയും കണക്കാക്കി.

പിഴ കണകാക്കി കൃത്യം രണ്ടു സ്വർണ്ണനാണയവും എഴുപത്തഞ്ച് ക്രൂസറും പിഴ ഒടുക്കുംവരെ കട തുറക്കാനാവില്ല. പുതിയ അളവു തൂക്കങ്ങൾ വാങ്ങണമെങ്കിൽ മൂന്നു സ്വർണ്ണനാണയങ്ങൾ കൂടി കണ്ടെത്തണം. മെന്റൽ സിംഗർ എവിടെ നിന്നാണ രണ്ടു സ്വർണ്ണവും എഴുപത്തഞ്ചു ക്രൂസറും പിന്നെയൊരു മൂന്നു സ്വർണ്ണവും കണ്ടെത്തുക; ദൈവം പരമകാരുണ്യവാനാണ്, പക്ഷേ, ഇത്ര തുച്ഛമായ തുകയെപ്പറ്റി അവൻ ഉൽക്കണ്ഠാലുവേയല്ല.

മെന്റൽ സിംഗർ ഇതിനോട് പ്രതികരിച്ചു. അയാൾ ഇൻസ്പെക്ടറുടെ അരികിലേക്ക് ചെന്നു തൊപ്പിയൂരി വണങ്ങിക്കൊണ്ട് പറഞ്ഞു.

“അങ്ങനെ ബഹുമാന്യ ജനറൽ, അതെല്ലാം ദയവായി വെട്ടിക്കളയു. അങ്ങേക്ക് കാണാമല്ലോ എനിക്ക് ഭാര്യയും മക്കളും ഉണ്ട്.”

ഉയർത്തിപ്പിടിച്ച മെലിഞ്ഞ കൈകളും എല്ലുന്തി നില്ക്കുന്ന കവിളുകളും പാവം താടിയും കറുത്ത ആർദ്രമിഴികളും ഇബിൻസ്കൂസ കണ്ടു. എന്തെങ്കിലും പറയണമെന്നുണ്ടയാൾക്ക്. ഉദാഹരണത്തിന് ‘ഒന്നും ചെയ്യാനാവില്ല സുഹൃത്തേ. ഇതു നിയമമാണ്.’ ഇത്രയുംകൂടി പറയണമെന്നുണ്ടയാൾക്ക്.

‘ഞാൻ ഈ നിയമത്തെ വെറുക്കുന്നു. ഞാൻ അതിന് എതിരാണ്.’

എന്നാൽ അയാൾ ഒന്നും പറഞ്ഞില്ല. കാരണം ദൈവം അയാളുടെ വായ അടച്ചുകളഞ്ഞിരുന്നു. മാത്രമല്ല സർജന്റ് മെന്റൽ സിംഗറെ തള്ളിമാറ്റുകയായിരുന്നു. അയാളുടെ ഒറ്റ നോട്ടം മതിയായിരുന്നു. ആ ഒറ്റ നോട്ടം ചുരുട്ടിപ്പിടിച്ചൊരു മുഷ്ടിയാണ്. അപ്പോൾ അളവുകളും തൂക്കങ്ങളും കറുത്ത പുസ്തകവും മാറിപ്പോകും.

മെന്റലിന്റെ ഭാര്യ എന്തെങ്കിലും കൂടുതൽ വിറ്റിരുന്നുവെങ്കിൽ അതൊരു ഒറ്റ ബദാം ആയിരുന്നെങ്കിൽപോലും അവൾക്ക് നാലുമാസത്തെ തടവുശിക്ഷ ലഭിക്കുമായിരുന്നു.

അവിടെ കൂടിനിന്ന കാഴ്ചക്കാരും കുട്ടികളും ഓടിപ്പോയി.

“ നമ്മൾ അങ്ങനെ ചെയ്യേണ്ടിയിരുന്നില്ല. ഒന്നുമില്ലെങ്കിലും അയാൾ ഒരു സത്യസന്ധനായ മനുഷ്യനാണ്.” ഇബിൻസ്കൂസ പറഞ്ഞു.

“ഒരുത്തനും സത്യസന്ധനല്ല. നിയമം നിയമമാണ്.” അതു പറഞ്ഞെങ്കിലും സർജന്റ് പൂർണ്ണ സന്തുഷ്ടനായിരുന്നില്ല.

അവരിരുവരും ഓഫീസിലേക്ക് വണ്ടിയോടിച്ചു. കണ്ടെടുത്ത വസ്തുക്കൾ ക്ലർക്കിനെ ഏല്പിച്ചു. ഇരുവരിലും ഓരോ പെഗ് കഴിക്കാനുള്ള ആഗ്രഹം നുരഞ്ഞു. നല്ലത്: അവർ ലിറ്റ്വാക്കി സത്രത്തിലേക്ക് കുതിരയെ തെളിച്ചു.

സ്ലോട്ടോഗ്രോദിൽ ബുധനാഴ്ച ചന്ത കൂടുന്ന ദിവസമാണ്. കാലി

ക്കച്ചവടക്കാരെയും കർഷകരെയും കുതിരക്കാരെയും കൊണ്ട് സത്രം നിറഞ്ഞിരുന്നു. ഇൻസ്പെക്ടറും സർജന്റും അപ്പോൾ തന്നെ പല ഡസൻ ആളുകൾ ഇരിക്കുന്ന, കൂറ്റൻ മേശയ്ക്കരികിലേക്ക് ചെന്നു. സംശയജനകമായ പിറുപിറുപ്പ് അവിടെ ഉയർന്നു. മെന്റൽ സിംഗറുമായി ബന്ധപ്പെട്ട കാര്യങ്ങൾ അവർ ഉച്ചത്തിൽ പറയാൻ തുടങ്ങി.

അപ്പോഴേക്കും വിരിഞ്ഞ നെഞ്ചും നീണ്ട കൈകളുമുള്ള ഒരു താടിക്കാരൻ അയാളുടെ ഇരിപ്പടത്തിൽ നിന്നും എഴുന്നേറ്റു. വലിയൊരു കമാനം പോലെ വളഞ്ഞ് അയാൾ മേശയ്ക്ക് പുറത്തേക്ക് ആഞ്ഞുതുപ്പി. എല്ലാ ഗ്ലാസുകൾക്കും മീതെ ലക്ഷ്യംതെറ്റാതെ കൃത്യമായി അത് ഇൻസ്പെക്ടറുടെ ഗ്ലാസിൽ വീണു.

"ഇനിയുമിതിവിടന്നു കിട്ടും."

അയാൾ അലറി വിളിച്ചു പറഞ്ഞു.

അപ്പോഴവിടെ കൂട്ടക്കുഴപ്പമുണ്ടായി.

എല്ലാവരും ബഞ്ചുകളിൽനിന്നും എഴുന്നേറ്റു. ഇൻസ്പെക്ടറും സർജന്റും മേശമേൽ ചാടിക്കയറാൻ നോക്കി. അവർ വാതിലിനരികിലെത്തിയപ്പോഴേക്കും ആ തടിയൻ താടിക്കാരൻ വാതിൽ തുറന്ന് പുറത്തിറങ്ങിക്കഴിഞ്ഞു. തൂവെള്ള മഞ്ഞുവീണു പുതഞ്ഞ പാതയിലൂടെ അയാൾ ഓടിയകലുന്നത് അവർ കണ്ടു. വളരെ വേഗത്തിലായിരുന്നു അയാളുടെ ഓട്ടം. വെളുത്ത മഞ്ഞിൽ കറുത്ത രൂപം തെളിഞ്ഞുകണ്ടു. റോഡിന്റെ ഇരുവശത്തുമുള്ള പൈൻ മരക്കാടുകൾ ലക്ഷ്യമാക്കിയായിരുന്നു ആ ഓട്ടം. അയാൾ വനത്തിനുള്ളിൽ മറഞ്ഞു. വനം അയാളെ വിഴുങ്ങിയ പോലെ.

വൈകുന്നേരമായി. ഇരുട്ടു പരക്കാൻ തുടങ്ങിയിരുന്നു. മഞ്ഞിൽ നേർത്ത നീലഛവി പുരണ്ടു.

"അവനെ പിടിച്ചോളാം" സർജന്റ് പറഞ്ഞു. അവർ തിരിഞ്ഞു നടന്നു.

സർജന്റ് പിയോത്രാക്കിന് അതോർത്തപ്പോൾ അസ്വസ്തത തോന്നി. ചട്ടങ്ങളിൽ അനുശാസിക്കുന്ന പ്രകാരം മഞ്ഞുകാലത്ത് ധരിക്കേണ്ടതെല്ലാം ധരിച്ചിരുന്നുവെങ്കിൽ അവനെ പിടികൂടാമായിരുന്നു. ഒടുവിൽ അവനെ പിടികൂടുക തന്നെ ചെയ്യുമെന്നയാൾ ഉറപ്പിച്ചു. ആ ചിന്ത അയാൾക്ക് അല്പം ആശ്വാസം പകർന്നു. ചിലപ്പോഴവൻ കൊടും കുറ്റവാളിയായിരിക്കും. അങ്ങനെ തന്നെയാവട്ടെ. അയാൾ ചിന്തിച്ചു.

സർജന്റ് സത്രത്തിലുണ്ടായിരുന്ന സകലരെയും ചോദ്യം ചെയ്തു. ആർക്കും അവനെ അറിയില്ല.

"ഇവിടെ അടുത്തെങ്ങുമുള്ളവനല്ല." അവർ പറഞ്ഞു.

അപ്പോഴും അയാളെ താൻ എവിടെയോ കണ്ടിട്ടുണ്ട് എന്നൊരു തോന്നൽ ഇബിൻസ്കൂസയ്ക്ക് ഉണ്ടായി. ആരെന്നും എവിടെവെച്ചെന്നും

അയാൾക്കറിയില്ല. അയാളുടെ പാവം തലയിൽ ഇരുട്ടുകയറി. പ്രഭാതത്തിന്റെ ലക്ഷണമേ കണ്ടില്ല. ഇരുട്ടുമാറ്റാനായി അയാൾ വീണ്ടും വീണ്ടും മദ്യപിച്ചു. എന്നാൽ ഇരുട്ട് കൂടിക്കൂടി വന്നു. മുമ്പെങ്ങും കണ്ടിട്ടില്ലാത്ത വിധം ആളുകളുടെ ശത്രുത പെരുകി വരുന്നതായി അയാൾക്കു തോന്നി.

അവർ മെല്ലെ എഴുന്നേറ്റ് കുതിര വണ്ടിയിൽ കയറി സ്വാബിയിലേക്ക് ഓടിച്ചുപോയി.

"കപ്തുറാക്കിനറിയാമായിരിക്കും അയാളാരെന്ന്" പോകുന്ന വഴിക്ക് സർജന്റ് പറഞ്ഞു.

എന്തെങ്കിലും പറയാൻ ഇൻസ്പെക്ടർക്ക് തോന്നിയില്ല. കുറെക്കഴിഞ്ഞ് അയാൾ പറഞ്ഞു.

"എല്ലാം എനിക്ക് ഒരു പോലെതന്നെ."

"എനിക്കങ്ങനെയല്ല."

പിയോത്രാക് വാശിയോടെ പറഞ്ഞു.

മുപ്പത്തിയേഴ്

കുറെ ആഴ്ചയായി ജാദ്‌ലോക്കർ കപ്തുറാക്കിന്റെ വീട്ടിൽ കഴിയുകയാണ്. അയാൾക്ക് സഹിക്കാനായില്ല. അതിനാൽ അയാൾ പുറത്തേക്കിറങ്ങി. ചന്ത കൂടുന്ന ദിവസമായതിനാൽ സ്ലോട്ടോഗ്രോദിലോ ലിറ്റ്വാക്കിന്റെ സത്രത്തിലോ പരിചയക്കാരാരെയും കണ്ടുമുട്ടില്ലെന്ന് അയാൾ കരുതി. നിങ്ങളതു വിശ്വസിക്കുന്നുണ്ടോ? അപ്പോഴാണ് പുതിയ സർജന്റിന്റെയും പഴയ ശത്രു ഇബിൻസ്കൂസയുടെയും വരവ്. തുപ്പി ശ്രദ്ധക്ഷണിക്കുന്നത് ആലോചയില്ലാത്തതും ബാലിശവുമാണ്.

പാടങ്ങളിലൂടെയും വനത്തിലൂടെയും ചുറ്റിക്കറങ്ങിയാണ് കപ്തുറാക്കിന്റെ വീട്ടിലെത്തിയത്. മഞ്ഞുവീഴ്ച കടുത്തതായിരുന്നു. പിന്നെ നഗരത്തെ ചുറ്റിക്കിടക്കുന്ന ചതുപ്പുനിലത്തിലൂടെ തെക്കോട്ട് നടന്നു. ഒന്നു-രണ്ടു വട്ടം ചുറ്റേണ്ടി വന്നു. മഞ്ഞുവീഴ്ച സഹായകരമായെങ്കിലും അയാൾ തണുത്തു വിറച്ചു. ശരീരമാകെ മരവിച്ചു. ചെറിയൊരു രോമകുപ്പായം മാത്രമേ ധരിച്ചിരുന്നുള്ളു. അതിനാൽ ഫലത്തിൽ കുപ്പായം മാത്രം ധരിച്ച അനുഭവമായിരുന്നു.

അയാൾ കപ്തുറാക്കിന്റെ വീട്ടിൽ എത്തിയപ്പോൾ നന്നേ ഇരുട്ടിയിരുന്നു. ഇവിടെയുള്ള വഴിയിൽ ശക്തിയുപയോഗിച്ച് അമർത്തിവെച്ചിരുന്ന ഭയം പതന്മടങ്ങു ശക്തിയോടെ മടങ്ങിയെത്തി. സർജന്റ് തന്നെയും കാശ്ഗ് കപ്തുറാക്കിന്റെ വീട്ടിൽ ഇരിക്കുകയായിരുന്നു എന്നയാൾ കരുതി. ജനൽപ്പാളിയിൽ മെല്ലെ തട്ടാൻ തുടങ്ങി. കപ്തുറാക് പുറത്തേക്ക് വരുന്നതു കണ്ടപ്പോൾ അയാളുടെ ശ്വാസം നേരെവീണു. കപ്തുറാക് അയാളോട് അടുത്തേക്ക് ചെല്ലാൻ ആംഗ്യം കാട്ടിയപ്പോൾ വല്ലാത്തൊരു പേടി

അയാളെ പിടികൂടി. ഈ കപ്തുറാക്കിനെയും വിശ്വസിക്കാമോ? പിന്നെ ആരെ? അയാൾ സ്വയം പറഞ്ഞു. അയാൾ കപ്തുറാക്കിനടുത്തേക്ക് നീങ്ങി. അവർ അകത്തേക്ക് കടന്നു. ഭാര്യയോട് അടുക്കളയിലേക്ക് പോകാൻ ആവശ്യപ്പെട്ടു. കപ്തുറാക് പറയാൻ തുടങ്ങി.

"ഇരിക്കൂ ജാദ്‌ലോക്കർ. ഇത് എന്തിനുള്ള പുറപ്പാടാണ്? നിങ്ങൾ സ്വയം തുലയാനും എന്നെക്കൂടി തുലയ്ക്കാനുമുള്ള പുറപ്പാടാണോ? നിങ്ങളൊരു മുതിർന്ന മനുഷ്യനല്ലേ? ഇപ്പോഴും ചെറുപ്പമാണോ? ഇപ്പോഴും കുട്ടിക്കളി മാറിയില്ലേ?"

"എനിക്ക് സ്വയം നിയന്ത്രിക്കാനായില്ല."

"നിങ്ങളെ തിരിച്ചറിഞ്ഞിട്ടുണ്ടെന്നാണ് തോന്നുന്നത്. ഞാൻ എല്ലാ കാര്യങ്ങളും ലിറ്റ്‌വാക്കിൽ നിന്നറിഞ്ഞു. സ്വാഭാവികമായും ഞാൻ അറിഞ്ഞ ഭാവം കാണിച്ചില്ല. ഇനിയിപ്പോൾ നിങ്ങൾ എന്തുചെയ്യാൻ പോകുന്നു."

തണുത്തുവിറച്ച് വിളറി ജാദ്‌ലോക്കർ നിലകൊണ്ടു. ഇരുവശത്തും വിളക്കു കൊളുത്തിയതുപോലെ അയാളുടെ കാതുകൾ നീറി. അയാൾ പറഞ്ഞു.

"എനിക്കറിയില്ല."

"എന്നാൽ ഞാൻ തീരുമാനിച്ചു കഴിഞ്ഞു. നിങ്ങളെ അടച്ചിടാൻ. നിങ്ങൾ സ്ലോച്ചേവിലെ ജയിലിലുള്ളതിനെക്കാൾ ഇവിടെ സുരക്ഷിതനായി ഇരിക്കും.

അപകടകാരിയായ ഒരു അതിഥിയെ ഒരാൾ എവിടെ പാർപ്പിക്കും? അനുഭവകുറവുള്ളയാൾ അയാളെ സെല്ലിൽ പാർപ്പിക്കും. അത് ഭീമമായ അബദ്ധമാണ്. വീട് പരിശോധനയുണ്ടായാൽ പൊലീസ് ആദ്യമെത്തുന്നത് സെല്ലാറിലായിരിക്കും. അവിടന്ന് ആർക്കും രക്ഷപ്പെടാനാവില്ല. മറിച്ച് അനുഭവമുള്ളവർ അയാളെ മേച്ചിൽപുറത്ത് ഒളിപ്പിക്കും. അവിടെയായിരിക്കും പൊലീസുകാർ ഒടുവിൽ എത്തിച്ചേരുക. മാത്രമല്ല എന്തൊക്കെയാണ് നടക്കുന്നതെന്ന് മുകളിലിരുന്ന് നിരീക്ഷിക്കുകയുമാവാം. മൂന്നാമതായി അവിടെ വെളിച്ചം ലഭിക്കാൻ മേല്ക്കൂരയിൽ കിളിവാതിലുണ്ട്. ശുദ്ധവായു ലഭിക്കും. മാത്രമല്ല എളുപ്പത്തിൽ അവിടന്ന് രക്ഷപ്പെടാനുമാകും.

കപ്തുറാക് ശുഭരാത്രി പറയുകയും ഭക്ഷണം എത്തിക്കാമെന്ന് ഉറപ്പുപറയുകയും ചെയ്ത് കടന്നുപോയി. ഒരു മുൻകരുതൽ എന്ന നിലയ്ക്ക് അയാൾ തട്ടിൻപുറത്തേക്കുള്ള കോണിയുടെ കൊളുത്ത് ഇളക്കിയിട്ടു. താഴെയിറങ്ങിയ ശേഷം തെല്ലുനേരം ആലോചിച്ചു. ആ കോണി എടുത്തു മാറ്റണമോ വേണ്ടയോ? ഒടുവിൽ അതെടുത്തു മാറ്റാൻ തന്നെ അയാൾ തീരുമാനിച്ചു. കോണിയെടുത്ത് പുറത്തേക്ക് കൊണ്ടുപോയി

കൂരമേൽ ചാരി. ജാദ്‌ലോക്കർ ഭക്ഷണവുമായി പോകുമ്പോൾ ആകാശ വെട്ടം മാത്രം മതിയെന്നയാൾ തീരുമാനിച്ചു.

തട്ടിൻപുറത്ത് നല്ല തണുപ്പുണ്ട്. സെല്ലാറിൽ ഉള്ളതിലും ഏറെ. ജാദ്‌ലോക്കർ തട്ടിന്റെ മൂലയിൽ ചുരുട്ടിവെച്ചിരുന്ന പുൽപ്പായ എടുത്ത് വിരിച്ച് ചാക്കിനുള്ളിൽ കയറി. രോമക്കുപ്പായം തലയ്ക്കലും. കിളിവാതിലിലൂടെ മഞ്ഞുപൊഴിക്കുന്ന നീലാകാശം കണ്ടു. തലയ്ക്കുമുകളിലെ കഴുക്കോലുകളിൽ നിശ്ചലമായി പറ്റിപ്പിടിച്ച് ശിശിര നിദ്രയിലായ നരച്ചീറുകളെ കണ്ടു. നിയമനിഷേധിയായ ജാദ്‌ലോക്കർ നന്നായി ഭയപ്പെട്ടു. ആ ഭയം അയാളെ അഗാധമായ നിദ്രയിലേക്ക് തള്ളിവിട്ടു എങ്കിലും ഉറക്കത്തിൽ അയാൾ അസ്വസ്ഥത പ്രകടിപ്പിച്ചു.

അതിരാവിലെ അയാൾ എഴുന്നേറ്റു. മഞ്ഞുനിറഞ്ഞ അന്തരീക്ഷത്തിൽ ശ്വാസംകിട്ടുക ബുദ്ധിമുട്ടായി. ചാക്കിനുള്ളിൽനിന്ന് പുറത്തിറങ്ങി ഫ്ളാസ്ക്കിൽ നിന്നും ഒരിറക്ക് കുടിച്ചു. എന്നിട്ട് രോമക്കുപ്പായവും ധരിച്ച് കിളിവാതിലിലൂടെ നോക്കി. അപ്പോൾ മാത്രം ഉറങ്ങിയെണീറ്റ കാക്കകൾ കൂരയ്ക്കുചുറ്റും പറന്നു. ആ കാഴ്ചകണ്ടാൽ അവ ശരീരം ചൂടാക്കാൻ വേണ്ടിമാത്രം അപ്രകാരം ചെയ്യുന്നതായി തോന്നും. ചുവന്ന സൂര്യൻ ഉദിച്ചുയരുന്നു. അപ്പോഴതിനെ കാണാൻ വലിയൊരു ഓറഞ്ചുപോലെ തോന്നും. ആ കാഴ്ച കണ്ടയുടൻ അയാൾക്കു വിശന്നു. കപ്തുറാക് ഭക്ഷണവുമായെത്താൻ ഇനിയും രണ്ടു മണിക്കൂർ കാത്തിരിക്കണമെന്നയാൾക്കറിയാം. വിശപ്പുമാത്രം കൂട്ടായിട്ടുള്ളതിനാൽ ഭക്ഷണവുമായി എത്തുന്ന കപ്തുറാക് വാതില്ക്കൽ മുട്ടുന്ന ശബ്ദത്തിനായി അയാൾ രണ്ടു മണിക്കൂറോളം കാതോർത്തു. അപ്പോഴേക്കും വിശപ്പ് വയറിന്റെ പ്രശ്നമല്ലാതാവുകയും തലയുടെ പ്രശ്നമായി മാറിക്കഴിയുകയും ചെയ്തിരുന്നു. ഒടുവിൽ കപ്തുറാക് റൊട്ടിയും ചായയുമായി പ്രത്യക്ഷപ്പെട്ടു. കോണികയറിയല്ല, കിളിവാതിലിലൂടെ മെല്ലെയാണ് എത്തിയത്. അതുകാരണം കൊടുംതണുപ്പിൽ ചായ തണുത്തിരുന്നു. അയാൾ ധൃതിയിൽ എല്ലാം കുടിച്ചു.

"എന്തെങ്കിലും പുതിയ വാർത്തകൾ?" അയാൾ ചോദിച്ചു.

"ഇതുവരെയില്ല." കപ്തുറാക് പറഞ്ഞു.

അയാൾ ഏണിയിലൂടെ ഇറങ്ങിയശേഷം അതെടുത്തു മാറ്റി.

വിശപ്പു മാറിയപ്പോൾ ജാദ്‌ലോക്കറെ മറ്റു ചിന്തകൾ അലട്ടാൻ തുടങ്ങി. എന്തുകൊണ്ടെന്നറിയില്ല പെട്ടെന്നയാൾക്ക് വ്യാഴാഴ്ച ദിവസങ്ങളിൽ ചന്തയിലെ വില്പനയ്ക്ക് കൊണ്ടുവന്നിരുന്ന കാർപ്പ്, ഉലക്കമീൻ എന്നീ മത്സ്യങ്ങൾ ഓർമ്മയിലെത്തി. അവയെ കൊല്ലുന്നവിധം അയാളെ വിട്ടുമാറിയില്ല. വാലിൽ തൂക്കിപ്പിടിച്ച് മൈൽക്കുറ്റിയിൽ ഓരൊറ്റയടി. ഇതിന്റെ വിപരീത രീതിയിൽ ഒരു മനുഷ്യനെ കൊല്ലാമെന്ന ചിന്ത അയാളിൽ വന്നു. ഒരാൾ മൈൽക്കുറ്റി കൈയിൽ എടുക്കുന്നു. അതൊരു

പഞ്ചസാര കട്ടിയായയാലും മതി. എന്നിട്ട് അതുകൊണ്ടൊരുവന്റെ തല യ്ക്കടിക്കുന്നു. ഒരു മച്ചിനുള്ളിൽ തടവിലാക്കപ്പെടുമ്പോൾ ഒരുവന് അത്ത രത്തിലുള്ള അസാധാരണ തോന്നലുകളുണ്ടാവും.

ഉദാഹരണത്തിന്, ഒരാൾ തനിക്ക് ലോകത്തിൽ ഉള്ളതിൽ വെച്ച് ഏറ്റവും കടുത്ത ശത്രുവായ ഇബിൻസ്കൂസയെ പോലൊരുവനെ ഓർമ്മിക്കുന്നു. അയാളാണ് എല്ലാ കുഴപ്പങ്ങൾക്കും കാരണം. യുഫീമി യയുടെ സ്നേഹത്തിനായി മത്സരിക്കുന്ന ഇബിൻസ്കൂസ. സെമഷ്കിനും അവളുടെ കാമുകൻതന്നെ. എന്നാൽ അത് മറ്റൊരു കഥയാണ്. അയാൾക്ക് ആദിവാസികൾക്കുള്ള ചില പ്രത്യേക അവകാശങ്ങളുണ്ട്. മാത്രമല്ല അയാൾ ഒരു ഉദ്യോഗസ്ഥനുമല്ല. അയാൾ ജാദ്‌ലോക്കറെ ജയി ലിലേക്കയച്ചുമില്ല. ഈ ഇബിൻസ്കൂസ ഇല്ലായിരുന്നെങ്കിൽ ആളുകൾക്ക് സമാധാനത്തോടെ ജീവിക്കാമായിരുന്നു. സെമഷ്കിൻ വസന്തകാലമെ ത്തുമ്പോൾ തിരിച്ചുപോകും. സർജന്റ് സ്ലാമ സ്ഥലംമാറിപ്പോയി. ഇനി ജാദ്‌ലോക്കറെ ആ താടിവേഷത്തിൽ ആരാണു തിരിച്ചറിയാനുള്ളത്? എത്രയോ അപരിചിതർ ഈ നരഗത്തിൽ വന്നുകൊണ്ടിരിക്കുന്നു. അതി ലാരുടെ പേരും ജാദ്‌ലോക്കർ എന്നായിരിക്കില്ല. അയാൾ എപ്പോഴോ പേര് മാറ്റിയിട്ടുണ്ടാകും. ഒരാൾ ഇപ്പോൾത്തന്നെ മീനിനെ വാലിൽ തൂക്കി മൈൽക്കുറ്റിയിൽ അടിച്ചിട്ടുണ്ടാകും. അതിനു നേരെ വിപരീതമായി മനു ഷ്യരെ ചെയ്യാം. പഞ്ചസാരക്കട്ടിയെടുത്ത് പിറകിൽ നിന്ന് തലയ്ക്കടി ച്ചാൽ മതി. എന്നാൽ എവിടെ വെച്ച്? ഇബിൻസ്കൂസ ആ രാത്രി അവിടെ ഒഡേസ്സയിലില്ല.

ഈ ഇബിൻസ്കൂസ ഇല്ലായിരുന്നെങ്കിൽ ഒരാൾക്ക് സമാധാന പൂർവ്വം ജീവിക്കാമായിരുന്നു. ഇനിയും അയാളെ ജീവിക്കാൻ അനുവദി ച്ചുകൂടാ. ഇതായിരുന്നു എപ്പോഴും അയാളുടെ ചിന്ത. കിളിവാതിലിനരി കിൽ കാക്കകൾ ചേക്കേറുന്നുണ്ട്. അയാൾ തണുത്തുവിറച്ചിരുന്ന് വസ ന്തകാലഗമനത്തിന് കൊതിച്ചു; ഒപ്പം സ്വാതന്ത്ര്യത്തിനും പ്രതികാരത്തി നും.

മുപ്പത്തിയെട്ട്

ഒരുദിവസം അസാധാരണമായ ഒന്നു സംഭവിച്ചു. വനാതിർത്തിയിൽ ഒരുവൻ തൂങ്ങിനില്ക്കുന്നത് മുഖ്യവനപാലകൻ കണ്ടു. അയാൾ കണ്ടത് മരവിച്ചും നീലനിറമാർന്നും കാണപ്പെട്ടു. അഴിച്ചിറക്കുമ്പോൾ മരക്കഷണം പോലെയായി കഴിഞ്ഞിരുന്നു. ജില്ലാ മെഡിക്കൽ ഓഫീസറായ കിനിയോവർ പറഞ്ഞത് മൃതദേഹത്തിന് ഒരാഴ്ചത്തെ പഴക്കമെങ്കിലും ഉണ്ടാകുമെന്നാണ്. ആരാണതെന്ന് ആർക്കുമറിയില്ലായിരുന്നു. ഇക്കാര്യം സർജന്റ് പിയാത്രോക് ദേഹവിചാരണ നടത്തിയ മജിസ്ട്രേട്ടിനെ അറിയിച്ചു. അദ്ദേഹം സ്ലോട്ടോഗ്രോദിൽ നിന്നും എത്തിയിട്ടുണ്ടായിരുന്നു. മൃതദേഹം മോർച്ചറിയിലേക്ക് മാറ്റാൻ അദ്ദേഹം ഉത്തരവു നല്കി. ആ ജില്ലയിലാകമാനമുള്ളവരെ വിളിച്ചുവരുത്തി മൃതദേഹം തിരിച്ചറിയാൻ നോക്കി. ഒരു സമയം പന്ത്രണ്ടുപേരെ അതിനായി അനുവദിച്ചു. അതും പ്രത്യേക ദിവസങ്ങളിൽ. ആളുകളെ പ്രത്യേകം വിളിച്ചുകൊണ്ടുവരേണ്ടി വന്നില്ല. അവർ കൂട്ടംകൂട്ടമായി എത്തിച്ചേർന്നുകൊണ്ടിരുന്നു. ആകാംക്ഷ ഒന്നുകൊണ്ടു മാത്രമായിരുന്നു അവരുടെ വരവ്. ആ ജില്ലയിൽ വിളിച്ചുവരുത്താത്ത ഏക വ്യക്തി സെമഷ്കിനായിരുന്നു. അയാൾ ആ ജില്ലക്കാരനല്ലാത്തതിനാലാവാം അത്. എന്നാൽ അയാൾക്കു മാത്രമാണ് മൃതദേഹം തിരിച്ചറിയാനായത്. കുതിരക്കാരനായ മൈക്കേൽ ഖാജ്ക്കയായിരുന്നു അത്. രണ്ടുവർഷങ്ങൾക്കുമുമ്പ് തടവിലായ ഒരുവൻ. കോളറ വന്ന് മരിച്ചവരെ മാറ്റാനായി വിനിയോഗിക്കപ്പെട്ടവരിൽ ഒരുവൻ. എന്നാൽ അയാൾ ആശുപത്രിയിൽ മരണപ്പെട്ടിരുന്നു. അയാളെ അടക്കിയ ദിവസവും ആശുപത്രിരേഖകളിലുണ്ട്. അതിന്മേൽ ഔദ്യോഗിക

മുദ്രയും. ശരി എന്നാൽ പിന്നെ മരിച്ചവൻ ഉയർത്തെഴുന്നേറ്റോ? അന്വേഷണം നടന്നു. ചില തടവുകാർ സഹതടവുകാരനായ മൈക്കൽ ഖാജ്ക്കയെ തിരിച്ചറിഞ്ഞു. കൈകൂലി വാങ്ങി വ്യാജ മരണസർട്ടിഫിക്കറ്റ് നല്കിയ ക്ലർക്കുമാർ ഒരാഴ്ചക്കുള്ളിൽ അറസ്റ്റ് ചെയ്യപ്പെട്ടു. അവർ നടത്തിയ വെളിപ്പെടുത്തലിൽ കൈക്കൂലി നല്കിയ കപ്തുറാക്കിന്റെ പേരും പുറത്തുവന്നു.

മറ്റൊരു ആഴ്ചകൂടി കടന്നുപോയി. അന്വേഷണത്തിന്റെ ഫലം സർജന്റ് പിയോത്രാക്കിനെയും ഇബിൻസ്കൂസയെയും അറിയിക്കുകയും അതിർത്തി സത്രത്തിൽ പതിവുപോലെ കപ്തുറാക്കിനെ സന്ദർശിക്കാൻ നിർദ്ദേശിക്കുകയും ചെയ്തു. അതനുസരിച്ച് അവർ അയാളെ കാണുകയും ചീട്ടുകളിക്കുകയും ചെയ്തു. അയാൾക്ക് താൻ സുരക്ഷിതനാണെന്നും തോന്നി. ക്ലർക്കുമാരെ കസ്റ്റഡിയിൽ എടുത്ത കാര്യവും 'മരിച്ച' മനുഷ്യരുടെ ബന്ധുക്കൾ അയാൾക്ക് പണം നല്കി അവരെ അതിർത്തി കടത്തിയെന്ന വിവരവും പുറത്തായ കാര്യവും അയാൾ അറിഞ്ഞിരുന്നില്ല. പണം മാറ്റി നല്കുന്ന പിസ്മെക്കിന്റെ പങ്കും വെളിപ്പെട്ടു കഴിഞ്ഞു.

കുറച്ചു ദിവസങ്ങൾക്കൊടുവിൽ ജാദ്ലോക്കർക്കുള്ള ഭക്ഷണവുമായി ഏണി കയറുമ്പോൾ അയാൾ പരിചിതമായ ഒരു മണിമുഴക്കം കേട്ടു. ഒരു കുതിരവണ്ടിയുടെ മണികൾ. കുതിരവണ്ടി വീടിനുമുന്നിൽ നിന്നതായി തോന്നി. അല്പനേരംകൂടി മുഴങ്ങി. തീർച്ച. വണ്ടി വീടിനു മുന്നിൽ തന്നെയാണ് നിർത്തിയത്. അയാൾക്ക് അപകടസൂചന ലഭിച്ചു. ഇത്രരാവിലെ എന്തിനു കുതിരവണ്ടി വീടിനു മുന്നിൽ വന്നു നില്ക്കണം? അയാൾ വാതിൽ തുറന്നു. കുതിരവണ്ടിയിൽ സർജന്റ് പിയോത്രാക്കും ഇൻസ്പെക്ടർ ഇബിൻസ്കൂസയും. ഏണി മാറ്റാൻ സമയമില്ല. ഉടൻതന്നെ പുറത്തേക്കിറങ്ങി. ഇരുവരെയും വീട്ടിലേക്ക് ക്ഷണിക്കുന്നതാണു ബുദ്ധിയെന്നയാൾക്ക് പെട്ടെന്ന് തോന്നി. അയാൾ അതിഥികൾക്കരികിലേക്ക് ഓടിയെത്തി പറഞ്ഞു.

"അയ്യോ എന്തൊരത്ഭുതം. എന്തൊരത്ഭുതം."

ഇരുവരും വണ്ടിയിൽ നിന്നിറങ്ങി.

ഇബിൻസ്കൂസ പറഞ്ഞു.

"പെട്ടെന്ന് ഒന്നു കാണാമെന്നു കരുതി. വളരെ നേരത്തെയായല്ലോ? ലിറ്റ്വാക്ക് ഇതുവരെ സത്രം തുറന്നില്ല. ഞങ്ങൾ അധികനേരം നില്ക്കില്ല. അല്പം ബ്രാന്റിയും ചായയും കഴിക്കാനുള്ള സമയം മാത്രം. അത് കൈയിലുണ്ടല്ലോ അല്ലേ?

താൻ ആരെയോ ഒളിപ്പിച്ചിട്ടുണ്ടെന്നറിഞ്ഞു തന്നെയാണ് രാവിലെയുള്ള വരവ്.

അയാൾ പറഞ്ഞു.

"ഞാൻ പോയി ബ്രാന്റി കൊണ്ടുവരാം."

അയാൾ മുറിയിൽ നിന്നിറങ്ങി. ഏണി കയറി. കിളിവാതിലിലൂടെ അയാൾ മുന്നറിയിപ്പ് നല്കി. "അവരെത്തിയിട്ടുണ്ട്." താഴേയിറങ്ങുമ്പോൾ അയാൾ പാദങ്ങൾ ഏണിപ്പടികളിലൂന്നിയില്ല. കൈകളും തുടകളുമുപയോഗിച്ച് ഇഴഞ്ഞിറങ്ങുകയായിരുന്നു. ബ്രാന്റിയെടുക്കാൻ അയാൾ അടുക്കളയിലേക്കോടി. ഒരു കുപ്പി ബ്രാന്റിയും മൂന്ന് ഗ്ലാസുകളുമായി അയാൾ സന്തോഷപൂർവ്വം കടന്നുവന്നു.

"വീട്ടിനു സെല്ലാറുണ്ടോ?"

പിയോത്രാക് തിരക്കി.

"ഉണ്ടല്ലോ പക്ഷേ, അവിടന്നല്ലാ ബ്രാന്റിയെടുത്തത്. അവിടെ ഭയങ്കര തണുപ്പാണ്."

"പിന്നെ എവിടെന്നിതു കൊണ്ടുവന്നു."

"മച്ചിൽ നിന്നും."

അത് പറഞ്ഞ് കപ്തുറാക് ചിരിച്ചു. താൻ ഒരു തമാശ പറഞ്ഞു എന്ന രീതിയിലായിരുന്നു ആ ചിരി. ഉടൻതന്നെ അയാൾ അതിൽ പരിതപിക്കുകയും ചെയ്തു.

ചെമ്പൻ പിയോത്രാക് യഥാർത്ഥത്തിൽ അതൊരു തമാശയായാണ് കണ്ടത്. അഹങ്കാരത്തിന്റേതല്ല. വിനയത്തിന്റേതായിരുന്നു ആ ചിരി. ഗ്ലാസ് കാലിയാക്കി ഇരുവരും എഴുന്നേറ്റു.

"കാണിച്ച സ്നേഹത്തിനു നന്ദി."

ഒറ്റ ശബ്ദത്തിലാണവർ അതു പറഞ്ഞത്.

അവർ കുതിര വണ്ടിയിൽ കയറി. കപ്തുറാക് അവരെ അനുഗമിച്ചു.

അവർ പൊസ്‌ലോട്ടിയിലേക്ക് ഓടിച്ചുപോയത് അയാൾ ശ്രദ്ധിച്ചു.

അവർ പോയി മറഞ്ഞപ്പോൾ അയാൾ വളവിലേക്ക് പോയി ഏണിയെടുത്ത് ഹാളിലെത്തിച്ചു. ഉടൻതന്നെ ജാദ്‌ലോക്കറെ ഒഴിവാക്കാൻ അയാൾ ആലോചിച്ചു. അയാൾക്ക് ഏതോ ദുഃസൂചന അനുഭവപ്പെട്ടു. അയാൾ വൈദഗ്ദ്ധ്യത്തോടെ രഹസ്യവാതിൽ തുറന്ന് അകത്തു കയറി. ജാദ്‌ലോക്കർ അസ്വസ്ഥനായി അങ്ങോട്ടുമിങ്ങോട്ടും നടക്കുന്നുണ്ടായിരുന്നു. നരച്ചീറുകൾ ശിശിര നിദ്രയിലായിരുന്ന കഴുക്കോലുകൾക്കു ചുവടിൽ ഓവുചാലുതൊട്ട് ഓവുചാലുവരെ.

"ഇരിക്കിരിക്ക്. നമുക്ക് ചിലതു സംസാരിക്കാനുണ്ട്." കപ്തുറാക്ക് പറഞ്ഞു.

എന്താണ് നടക്കുന്നതെന്ന് ജാദ്‌ലോക്കർക്ക് പെട്ടെന്ന് മനസ്സിലായി.

"അപ്പോൾ ഞാൻ പോകണം. എന്നാൽ എപ്പോൾ എങ്ങോട്ട്."

"അതല്ലേ നാം സംസാരിക്കാൻ പോകുന്നത്?"

"നിങ്ങൾ മരിച്ചവർക്കൊപ്പം ഇനിമേൽ കണക്കാക്കപ്പെട്ടില്ലെന്നു

തോന്നുന്നു. അതുകൊണ്ടാവണം രാവിലെയുള്ള ഈ വരവ്. വിഷമമുണ്ട്. എന്നാലും എനിക്ക് നിങ്ങളെ പറഞ്ഞയച്ചേ പറ്റൂ. നിങ്ങൾക്ക് വായ്പ നല്കിയ ഓരാളാണെങ്കിലും ഞാൻ എന്റെ കുഞ്ഞിനെപ്പോലെ നിങ്ങളെ ഇതുവരെ കാത്തു. അതിൽ സംശയമുണ്ടാവില്ലല്ലോ? ഒരു നാണയത്തുട്ടുപോലും നിങ്ങളിൽ നിന്നും വാങ്ങിയില്ല."

"ഞാൻ എങ്ങോട്ട് പോകണം."

ജാദ്‌ലോക്കർ ചോദിച്ചു.

അയാൾ രോമക്കുപ്പായം ധരിച്ച് തണുത്തുവിറച്ച് കസേരയിൽ ഇരുന്നു. വൃത്തത്തിലുള്ള കിളിവാതിലപ്പോൾ കപ്പലിന്റെ വശങ്ങളിലുള്ള ദ്വാരം പോലെ തോന്നി. അതിന്മേൽ മഞ്ഞുകണങ്ങൾ പറ്റിപ്പിടിച്ചിട്ടുണ്ടായിരുന്നു. നരച്ച ഒരു ചെന്നായയെപ്പോലെ അതു ഗ്രസിച്ചു. പുറത്ത് സൂര്യൻ ഉദിച്ചുയർന്നെങ്കിലും അകത്തുനിന്നും ഇരുട്ടകന്നിരുന്നില്ല. മഞ്ഞിൻകണങ്ങൾ നിറഞ്ഞ നീലാകാശം മങ്ങിയ വെട്ടംമാത്രമേ കിളിവാതിലിലൂടെ അകത്തേക്കയച്ചിരുന്നുള്ളൂ. അതിനു മുകളിൽ മഞ്ഞിൽ മുക്കിയ പാതി ഇരുട്ട് പരന്നിരുന്നു. അവരിരുവരും വിളറി കാണപ്പെട്ടു.

എവിടെയായിരുന്നു പ്രശ്നം?

"ഞാൻ മറ്റെല്ലാപേരേയും സ്വതന്ത്രരായി വിട്ടയച്ചു. അവർ ഇഷ്ടമുള്ളിടത്തേക്ക് ഓടി രക്ഷപ്പെടട്ടെയെന്ന് കരുതി. അതിപ്പോൾ തെറ്റായിപോയെന്ന് തോന്നുന്നു. അവരെയെല്ലാം ഒരിടത്ത് സൂക്ഷിക്കണമായിരുന്നു. എന്നാൽ നിങ്ങളെ സംബന്ധിച്ച് ഏതാണ് ഏറ്റവും നല്ലതെന്ന് എനിക്ക് ഉറപ്പില്ല. നിങ്ങൾ സ്വാബിയിലെ വീട്ടിലേക്കുതന്നെ മടങ്ങുന്നതാവും നല്ലത്. ഇവിടെ ആരാണ് നിങ്ങളെ തിരിച്ചറിയാൻ പോകുന്നത്? യുഫീമിയ നിങ്ങളെ വഞ്ചിക്കില്ല. സെമഷ്കിൻ ഒരു മന്ദനാണ്. നിങ്ങളെ അവൻ തിരിച്ചറിയുക പോലുമില്ല. അപ്പോഴും ഇബിൻസ്കൂസ ബാക്കിയാണ്."

"അവനെ എന്തുചെയ്യണം?"

ജാദ്‌ലോക്കർ ചോദിച്ചു.

അയാൾ എഴുന്നേറ്റു. ഇബിൻസ്കൂസയെപ്പറ്റി പറയുമ്പോൾ അയാൾക്ക് ഇരിപ്പുറയ്ക്കില്ല.

അതുവരെ ഒരേ നില്പുനിന്ന കപ്തുറാക് മെല്ലെ അങ്ങോട്ടുമിങ്ങോട്ടും നടക്കാൻ തുടങ്ങി. ചൂടുകിട്ടാനാണോ നടത്തമെന്നുതോന്നാം. എന്നാൽ യഥാർത്ഥത്തിൽ അയാൾക്ക് തണുപ്പ് അനുഭവപ്പെട്ടേയില്ല. അധികചിന്തകളാൽ അയാളാകെ തിളയ്ക്കുകയായിരുന്നു. ഇബിൻസ്കൂസ ഇല്ലായിരുന്നെങ്കിൽ ഈ ലോകം എത്ര നല്ലതാകുമായിരുന്നു എന്നയാൾ ചിന്തിച്ചു.

കപ്തുറാക് നടത്തംനിർത്തി പറഞ്ഞു:

"ഇബിൻസ്കൂസ പോയേ പറ്റൂ."

"എങ്ങനെ?"

"പഞ്ചസാരക്യൂബ്..! അതുമതി." അയാൾ ഓർമ്മിപ്പിച്ചു.

"ഇന്നുരാത്രി നാം ഓടിച്ചുപോകുന്നു, ജാദ്‌ലോക്കർ. അത് ഞാനിന്നുതന്നെ എത്തിച്ചുതരും."

പുറത്തേക്കിറങ്ങുന്നതിനുമുമ്പ് കപ്തുറാക് ഇരുകൈകൾകൊണ്ടും ഒരടയാളംകാട്ടി. ഇരുകൈകളും പഞ്ചസാര ക്യൂബിൽ പിടിച്ച് ആരുടെയോ തലയ്ക്കടിക്കുന്നതായി സങ്കല്പിക്കുന്നതായിരുന്നു അത്.

ലിബുഷ് ജാദ്‌ലോക്കർ സമ്മതപൂർവ്വം തലകുലുക്കി.

മുപ്പത്തിയൊൻപത്

കപ്തുറാക്കും ജാദ്‌ലോക്കറും അന്ന് വൈകുന്നേരം ഒരു കുതിര വണ്ടിയിൽ സ്വാബിയിലേക്ക് പോയി. ആരും തന്നെ തിരിച്ചറിയാതിക്കാനായി ജാദ്‌ലോക്കർ ഉയർന്ന കോളറുള്ള ആട്ടിൻതോൽ കോട്ടുകൊണ്ട് ദേഹം പുതച്ചിരുന്നു.

അവിടെയെത്തിയപ്പോൾ ഇരുട്ടിന് കട്ടിയേറിയിരുന്നു. അവർ അതിർത്തി സത്രത്തിന്റെ തുറന്നുകിടന്ന ഗേറ്റിലൂടെ ഉള്ളിൽക്കടന്നു. പിൻഭാഗത്തുള്ള വാതിലിൽ ജാദ്‌ലോക്കർ മുട്ടി. കമാനാകൃതിയിലുള്ള വാതിലിൽ ചുവപ്പുചായം തേച്ചിരുന്നു. കപ്തുറാക് നേരെ സത്രത്തിനുള്ളിലേക്ക് ചെന്നു.

അതൊരു ചൊവ്വാഴ്ചയായതിനാൽ സത്രത്തിൽ സന്ദർശകർ കുറവായിരുന്നു. ഒണുഫ്രി വാതിലിലെ മുട്ടുകേൾക്കാൻ അല്പസമയമെടുത്തു. അയാൾ പിൻവാതിലിലേക്ക് ചെന്നു.

ജാദ്‌ലോക്കർ പറഞ്ഞു.

"ഇത് ഞാനാണ്. എന്നെ വേഗത്തിൽ അകത്തേക്കു കടത്തു. ആ സർജന്റ് അകത്തുണ്ടോ?"

"അകത്തേക്കു വരൂ സർ,"

അയാൾ പറഞ്ഞു. ജാദ്‌ലോക്കർ മരിച്ചവരുടെ പട്ടികയിൽപ്പെട്ട കാര്യം അയാളറിഞ്ഞിരുന്നില്ല.

"അങ്ങ് ജയിലിൽനിന്നും രക്ഷപ്പെട്ടോ?"

"അതെ. മാറിനില്ക്ക് എന്നെക്കണ്ടാൽ തിരിച്ചറിയുമോ?"

വിളക്കിനടുത്തെത്തിയപ്പോൾ ജാദ്‌ലോക്കർ പറഞ്ഞു.

"ശബ്ദത്താൽ മാത്രം, സർ."

"യൂഫീമിയ എവിടെ?"

"ഇപ്പോഴും കടയിലാണ്. സെമഷ്കിൻ ചെസ്നട്ട് വിറ്റുകൊണ്ട്

കടയ്ക്കു പുറത്തുണ്ട്."

അയാൾ പിറുപിറുത്തു.

"നന്നായി. നീ അകത്തു പോ."

ജാദ്‌ലോക്കർ പറഞ്ഞു.

പാവെൽ എന്നു പേരുള്ള അയാളുടെ നായ മണപ്പിക്കുകയും മുൻകാലുകൾ ഉയർത്തുകയും വാലാട്ടുകയും ചെയ്തു.

"കുരയ്ക്കരുത്. അരുത്."

അയാൾ മെല്ലെ പറഞ്ഞു.

"നായ അയാൾക്കുമേൽ ചാടിക്കയറി. ശാന്തനായും നിശ്ശബ്ദനായും അവൻ അയാളുടെ കൈകൾ നക്കി.

വളപ്പിലേക്കു തുറക്കുന്ന ജനലിലൂടെ അയാൾ ആദ്യം പുറത്തേക്കു നോക്കി. സത്രം ഒഴിഞ്ഞുകഴിഞ്ഞിരുന്നു. വരുന്ന വഴിക്ക് ഉറഞ്ഞു കിടക്കുന്ന സ്ത്രൂമിങ്കക്കരയിലെത്തി മഞ്ഞിനടിയിൽനിന്നും അവിടെ ധാരാളമായി കാണുന്ന കോണുകളുള്ള വലിയ കല്ല് ശേഖരിക്കാൻ മറന്നില്ല. അയാളത് വലിയൊരു തൂവാലയിൽ കെട്ടി കൈയിൽ കരുതിയിരുന്നു.

ജനാലയ്ക്കരികിൽനിന്നും പിന്മാറി ഗേറ്റിനടുത്ത് പതുങ്ങിക്കിടന്നു. കൊല്ലാനുള്ള രാക്ഷസീയമായൊരു വാഞ്ഛ അപ്പോൾ അയാളിൽ നിറഞ്ഞു. കൊലയ്ക്ക് പിന്നിലെ കാരണത്തെപ്പറ്റി അയാൾ ചിന്തിച്ചേയില്ല. കൊല്ലുന്നതിനെപ്പറ്റി മാത്രമേ അയാൾ ചിന്തിച്ചുള്ളൂ. അടക്കാനാവാത്ത കാമവും വെറുപ്പും കൊല്ലാനുള്ള വെമ്പലും അയാളുടെ ഹൃദയത്തിൽ നിറഞ്ഞു. ഈ ലോകത്തിൽ, ഈ രാത്രിയിൽ എല്ലാം ഭയരഹിതമായി കാണപ്പെട്ടു. ആകാശത്തെ നക്ഷത്രങ്ങൾപോലും തണുത്തു വിളറി അപരിചിതവും വിദ്വേഷഭരിതവുമായി കാണായി. ഇടയ്ക്കിടയ്ക്ക് ജാദ്‌ലോക്കർ തലയുർത്തി നോക്കി. ആ രാത്രിയിൽ അയാൾ ആകാശത്തെയും നക്ഷത്രങ്ങളെയും വെറുത്തു. എന്നാൽ ജയിലിലായിരിക്കുമ്പോൾ അയാൾ അവയെ കാണാൻ എത്ര കൊതിച്ചിരുന്നു!

എന്തുകൊണ്ടാണ് ജാദ്‌ലോക്കർ ഇന്നു വെറുക്കുന്നത്? നക്ഷത്രങ്ങൾ പിറകിലാണ് ദൈവം ഇരിക്കുന്നതെന്നയാൾ കരുതുന്നുണ്ടോ? ചിലപ്പോൾ അയാളങ്ങനെ വിശ്വസിച്ചു. എന്നാൽ അതു സമ്മതിക്കാൻ തയ്യാറായിരുന്നില്ല. വീണ്ടും വീണ്ടും അയാൾക്കുള്ളിൽ ആരോ പറഞ്ഞു. ദൈവം അവിടെയുണ്ട്. അവൻ നിന്നെ കാണും. നീ എന്താണ് ചെയ്യാൻ പോകുന്നതെന്നും അവനറിയാം. എന്നാൽ ഉള്ളിലിരുന്ന മറ്റൊരാൾ പറഞ്ഞു.

"ദൈവം അവിടെയില്ല. ആകാശം ശൂന്യമാണ്. നക്ഷത്രങ്ങൾ തണുത്തു മരവിച്ച് അങ്ങകലെയാണ്. നിന്റെ ഇച്ഛയ്ക്കനുസരിച്ച് നിനക്ക് പ്രവർത്തിക്കാം."

കുതിരവണ്ടിയുടെ പരിചിത മണിനാദത്തിനായി അയാൾ കാതോർത്തിരുന്നു. അത് അയാൾ ഏറ്റവും വെറുക്കുന്ന കുതിരവണ്ടിയുടെ ശബ്ദമാണ്. വലത്തെ കൈയുടെ ചുരുട്ടിപ്പിടിച്ച മുഷ്ടിക്കുള്ളിൽ അയാൾ തൂവാലയിൽ കെട്ടിയ കല്ല് മുറുകെപ്പിടിച്ചിരുന്നു. അയാൾ ഇബിൻസ്കൂസയുടെ വരവിനായി കാത്തിരുന്നു.

നാല്പത്

അരമണിക്കൂർ വൈകിയാണ് ഇബിൻസ്കൂസ എത്തിയത്. ദൗർഭാഗ്യവശാൽ അയാൾക്കൊപ്പം സർജന്റ് പായോത്രാക് കൂടി ഉണ്ടായിരുന്നു. അയാൾ കരുതിയിരുന്നത് ഇബിൻസ്കൂസ ഒറ്റയ്ക്ക് വരുമെന്നായിരുന്നു. തനിക്ക് ഒന്നും ചെയ്യാനാവില്ലെന്ന് ജാദ്ലോക്കർക്ക് മനസ്സിലായി. ഗേറ്റിനെതിരെയുള്ള പത്തായപ്പുരയുടെ നിഴലിൽ അയാൾ ഒളിച്ചു. ഇൻസ്പെക്ടർ സർജന്റിനെ പോകാൻ അനുവദിച്ച് കുതിരയെ സ്വയം അഴിച്ചുമാറ്റാൻ തുടങ്ങി. അതുകണ്ടപ്പോൾ അയാളുടെ ഹൃദയം കൊല ചെയ്യാനുള്ള ആഹ്ലാദത്താൽ നിറകൊണ്ടു. പെട്ടെന്നുതന്നെ കുതിരയെ തൊഴുത്തിന്റെ വാതിലിനോട് ചേർത്തു ഘടിപ്പിക്കപ്പെട്ട ഒരു ഇരുമ്പു വളയത്തിൽ കെട്ടാൻ തുടങ്ങുകയായിരുന്നു ഇബിൻസ്കൂസ.

ഇബിൻസ്കൂസ കുതിരയെ കെട്ടാൻ തുടങ്ങുമ്പോൾ ജാദ്ലോക്കർ തൊഴുത്തിനു പുറത്തേക്കോടി. ഇബിൻസ്കൂസ നിലവിളിക്കാൻ തുടങ്ങുകയായിരുന്നു. എന്നാൽ ആ വിളി തൊണ്ടയിൽ കുരുങ്ങി. കല്ലുകെട്ടിയ തൂവാലകൊണ്ട് ശക്തിയായി അയാളുടെ ശത്രു ഇൻസ്പെക്ടറുടെ നെറ്റിയിലടിച്ചു. വലിയ ശബ്ദത്തോടെ ഇബിൻസ്കൂസ തറയിൽ വീണു. ഇബിൻസ്കൂസ നല്ല ഭാരമുള്ള ഒരു മനുഷ്യനായിരുന്നു. എന്നാൽ ജാദ്ലോക്കർ ഇത്രയും ഭാരം പ്രതീക്ഷിച്ചില്ല. നന്നായി ബന്ധിക്കാത്തതിനാൽ കുതിര പുറത്തേക്കിറങ്ങി പറമ്പിൽ മേയാൻ തുടങ്ങി. ജാദ്ലോക്കർ ഇൻസ്പെക്ടർക്കുനേരെ കുനിഞ്ഞു. അയാൾ മരിച്ചിരുന്നു. ശരീരമാകെ തണുത്തുറഞ്ഞിരുന്നു. ശ്വാസമുണ്ടായിരുന്നില്ല. ജാദ്ലോക്കർ പിന്നീട് കുതിരയെ പിടിച്ചുകൊണ്ടുവന്ന് തൊഴുത്തിലെ വളയത്തിൽ ബന്ധിച്ചു. എന്നിട്ടയാൾ പത്തായപ്പുരയിലേക്ക് ഇഴഞ്ഞുനീങ്ങി.

പിയോത്രാക് ഇൻസ്പെക്ടറെ അന്വേഷിച്ചെത്തിയപ്പോൾ രണ്ടു മണിക്കൂർ കഴിഞ്ഞിരുന്നു. അയാൾ ഇൻസ്പെക്ടറെ പത്തായപ്പുരയ്ക്കു സമീപം കണ്ടെത്തി. അയാൾ ഓണുഫ്രിയെ വിളിച്ചു. മൃദേഹം ഇരുവരും ചേർന്ന് കുതിരവണ്ടിയിൽ കയറ്റി. ഓണുഫ്രി ഒരു കയർകൊണ്ടു വന്നു. നിശ്ചലനായ ആ മനുഷ്യനെ അവർ വണ്ടിയിൽ വരിഞ്ഞുകെട്ടി. ചെറിയ കുതിരവണ്ടിയുടെ കുറുകെ അയാൾ കിടന്നു. കുതിരവണ്ടി സ്ലോട്ടോഗ്രോദിലെ ആശുപത്രിയിലേക്ക് പോയി.

സർജന്റ് പിയോത്രാക്കിന്, താൻ കൊണ്ടുപോകുന്നത് ഒരു മൃതദേഹമാണെന്ന കാര്യത്തിൽ ഒരു സംശയവുമുണ്ടായില്ല. താൻ സത്രവാതിലിനരികിൽ കണ്ട ഇൻസ്പെക്ടർക്ക് ഹൃദയാഘാതം ഉണ്ടായിക്കാണും. എന്നയാൾ കരുതി. എന്നാൽ കാര്യങ്ങൾ അങ്ങനെയായിരുന്നില്ല. ഇൻസ്പെക്ടർ മരിക്കാൻ തുടങ്ങുകയായിരുന്നു എന്നകാര്യം ശരിയാണ്. എന്നാൽ അയാൾക്കപ്പോഴും ജീവനുണ്ടായിരുന്നു. തൂവാലയിൽ കെട്ടിയ കല്ലുകൊണ്ട് തലയ്ക്കടിക്കുകയായിരുന്നു എന്ന് പാവം ഇബിൻസ്കൂസ എങ്ങനെ അറിയാൻ? കുതിരവണ്ടിയിൽ തന്നെ കയറുകൊണ്ടു ബന്ധിച്ചിരിക്കുകയാണെന്നും എങ്ങനെയറിയാനാണ്? മരിച്ചുവെന്ന് കരുതി അയാളെ കൊണ്ടുപോകുമ്പോൾ. എന്നാൽ, അയാൾ തികച്ചും വ്യത്യസ്തമായ ചില കാര്യങ്ങൾ അനുഭവിക്കുകയായിരുന്നു.

അയാൾ അളവുതൂക്ക ഇൻസ്പെക്ടറല്ല ഒരു കച്ചവടക്കാരനാണ്. കൈയിലുള്ളതെല്ലാം കള്ളത്തൂക്ക കട്ടികൾ. അയ്യായിരവും പതിനായിരവും കള്ളത്തൂക്കകട്ടികൾ. ഈ തൂക്കക്കട്ടികളെല്ലാം വാരിക്കൂട്ടിയിട്ട് അയാൾ അതിന് പിന്നിലായി നില്ക്കുകയാണ് സ്വന്തം കടയിൽ. ഈ ഭാരമെല്ലാം താങ്ങാനുള്ള ശേഷി കൗണ്ടറിനില്ല. ഏതു നിമിഷവും ഇൻസ്പെക്ടർ എത്തിച്ചേരും. പെട്ടെന്ന് വാതിലിലെ മണി മുഴങ്ങി. മഹാനായ ഇൻസ്പെക്ടർ, ഇൻസ്പെക്ടർമാരുടെ ഇൻസ്പെക്ടർ എത്തിയതായി അയാൾക്ക് തോന്നി. മഹാനായ ഇൻസ്പെക്ടർ ജൂതൻ മെന്റൽ സിംഗറെ പോലെയും സെമഷ്കിനെപ്പോലെയും കാണപ്പെട്ടു.

അപ്പോൾ മഹാനായ ഇൻസ്പെക്ടർ പറഞ്ഞു.

"എനിക്കെല്ലാം ഒന്നുപോലെയാണ് ചുമതല. ചുമതല തന്നെയാണ്. എന്നാൽ അതെല്ലാം വ്യാജമാണെങ്കിൽ എനിക്ക് എന്ത് ചെയ്യാനാകും? സ്ലോട്ടോഗ്രോദിലെ മറ്റു കച്ചവടക്കാരെപ്പോലെ ഞാനും വേറൊരു കച്ചവടക്കാരൻ മാത്രം. ഞാൻ കള്ളത്തൂക്കക്കട്ടികൾ കൊണ്ടാണ് തൂക്കുന്നത്."

മഹാനായ ഇൻസ്പെക്ടർക്കരികിൽ യൂണിഫോറവും കോട്ടുമണിഞ്ഞ സർജന്റ് നില്ക്കുന്നു. അയാളെ ഇബിൻസ്കൂസയ്ക്ക് അറിയില്ല. എന്നാൽ അയാളെ ഭയമുണ്ട്, അയാളുടെ തിളക്കമുള്ള ബയണറ്റുകളെയും. മഹാനായ ഇൻസ്പെക്ടർ തൂക്കുക്കട്ടികൾ പരിശോധിക്കാൻ തുടങ്ങി. പരിശോധനയ്ക്കു ശേഷം അയാൾ പറഞ്ഞതുകേട്ട്

ഇബിൻസ്കൂസ അതിശയിച്ചു.

"നിങ്ങളുടെ തൂക്കുകട്ടികളാകെ വ്യാജമാണ്. എങ്കിലും അവയെല്ലാം ശരിയുമാണ്. അതിനാൽ ഞങ്ങൾ ഇത് റിപ്പോർട്ട് ചെയ്യുന്നില്ല. നിങ്ങളുടെ തൂക്കുകട്ടികളാകെ ശരിയാണെന്നു ഞങ്ങൾ കരുതുന്നു. ഞാനാണ് മഹാനായ ഇൻസ്പെക്ടർ."

ഈ സമയംകൊണ്ട് കുതിരവണ്ടി സോട്ടോഗ്രോദിൽ എത്തിക്കഴിഞ്ഞിരുന്നു. ഇൻസ്പെക്ടറെ താഴെയിറക്കിവെച്ചു. ഡ്യൂട്ടി ഡോക്ടർ എത്തി. ഒരുനിമിഷത്തെ നിശ്ശബ്ദതയ്ക്കുശേഷം അയാൾ പറഞ്ഞു.

"ഈ മനുഷ്യൻ മരിച്ചു. എന്തിനാണിവിടേക്ക് കൊണ്ടുവന്നത്?."

നാല്പത്തിയൊന്ന്

അങ്ങനെ അളവുതൂക്ക ഇൻസ്പെക്ടറായ അൻസെം ഇബിൻസ്കൂസ മരിച്ചു. അവരെല്ലാം പറയുംപോലെ അവിടെയാരും വിലപിച്ചില്ല.

ജാദ്‌ലോക്കറാണ് കൊലനടത്തിയതെന്ന് തെളിയിക്കുന്നതിൽ സർജന്റ് പിയോത്രാക് വിജയിച്ചില്ല. അറസ്റ്റിനും വിശദമായ ചോദ്യം ചെയ്യലിനുമൊടുവിൽ കപ്തുറാക്, ജാദ്‌ലോക്കർക്ക് ഇബിൻസ്കൂസയോട് വൈരാഗ്യമുണ്ടായിരുന്നതായി വെളിപ്പെടുത്തി.

സന്ദർഭവശാൽ രണ്ട് കോളറക്കാല ഇരകളെ പിടികൂടി. ഒരാൾ പോക്കറ്റടിക്കാരൻ കാനിയൂക്കും മറ്റേയാൾ കുതിരകളെ മോഷ്ടിക്കുന്ന കിവെനുമായിരുന്നു. സ്ലോട്ടോഗ്രോദിലെ വാർഷികാഘോഷങ്ങൾ പെട്ടെന്ന് തുടങ്ങുമ്പോൾ ജാദ്‌ലോക്കറും കപ്തുറാക്കും എട്ടു ദിവസത്തേക്ക് റിമാന്റ് ചെയ്യപ്പെട്ട് സ്ലോചോവിലെ ജയിലിലായിരുന്നു. അത് സ്ത്രുമിക നദിയിലെ മഞ്ഞുപാളികൾ പൊട്ടിമാറി വസന്തകാലം ആഗതമായപ്പോഴായിരുന്നു.

ചെസ്നട്ട് കച്ചവടക്കാരൻ സെമഷ്കിൻ തന്റെ സാമാനങ്ങൾ പെറുക്കിക്കെട്ടി. ആദ്യം ചാക്കുകൾ. പിന്നീട് അടുപ്പുകൾ. പിന്നെ മറ്റു സാമഗ്രികൾ. ബാക്കി ഉണ്ടായിരുന്ന ചെസ്നട്ട് ഒരു പ്രത്യേക തുകൽ ചാക്കിൽ നിറച്ചിരുന്നു.

വിടവാങ്ങുന്നതിനുമുമ്പ് അയാൾ യുഫീമിയയോടു പറഞ്ഞു.

"ഈ അതിർത്തി ദേശം വിജനമാണ്. നീ എന്നെന്നേക്കുമായി ഒപ്പം പോരുന്നോ?

അതിർത്തി സത്രത്തിലെ സാദ്ധ്യതകളും അതിനപ്പുറമുള്ള കാര്യങ്ങളും യുഫീമിയ കണക്കുകൂട്ടി.

"അടുത്ത കൊല്ലം മുതൽ."

എന്നാൽ ഇനിയുമവളെ വിശ്വസിക്കാൻ സെമഷ്കിൻ തയ്യാറായില്ല. മറ്റുള്ളവർ കരുതുംപോലെ അയാൾ ഒരു വിഡ്ഢിയൊന്നുമായിരുന്നില്ല. അയാൾക്ക് അയാളുടേതായ സംശയങ്ങൾ ഉണ്ടായിരുന്നു. ഈ നശിച്ച പ്രദേശത്തേക്ക് ഇനിയൊരിക്കലും വരില്ലെന്ന് അയാൾ തീരുമാനമെടുത്തു.

അയാൾ വണ്ടിയോടിച്ചകലുമ്പോൾ മനോഹരമായ വസന്തകാലം എത്തിക്കഴിഞ്ഞിരുന്നു. അടുപ്പ് വണ്ടിക്കകത്തിരുന്നു. ചാക്കുകൾ അയാളുടെ ശരീരത്തോടും ചേർത്തുകെട്ടിയിരുന്നു. വാനമ്പാടികൾ ആകാശത്ത് ഉയർന്നു പറന്നു. പുൽമേടുകൾക്കിടയിലിരുന്നു തവളകൾ സന്തോഷത്തോടെ ശബ്ദിച്ചു. സ്വന്തം കാര്യംനോക്കി നല്ലവനായ സെമഷ്കിൻ പോയി. അല്ലെങ്കിൽത്തന്നെ ഇതിനെല്ലാം അയാളുടെ ജീവിതവുമായി എന്തു ബന്ധം?

ഞാനിനി ഒരിക്കലും ഇവിടെ വരില്ല. അയാൾ സ്വയം പറഞ്ഞു. വാനമ്പാടികളും തവളകളും അതിനോടു യോജിക്കുന്നതായി അയാൾക്കു തോന്നി.

www.ingramcontent.com/pod-product-compliance
Lightning Source LLC
LaVergne TN
LVHW060113051026
849517LV00007B/2289
* 9 7 8 9 3 9 3 4 6 8 9 6 3 *